సమ్మోహనం

యాత్రాన్వేషణా సవ్వడులు

సంపాదకులు

పద్మజ పామిరెడ్డి

Sammohanam
Yatranveshana Savvadulu

First Edition: Oct 2023

ISBN (Paperback): 978-81-963835-6-5
Copyright © Kasturi Vijayam.

Published By
Kasturi Vijayam,
3-50, Main Road,
Dokiparru Village -521322
Krishna Dist., Andhra Pradesh, India.

Books Available
@
+91 95150 54998.
Email: kasturivijayam@gmail.com
Amazon, Flipkart

Editor
Padmaja Pamireddy

అంకితం

ఈ సమ్మోహనం యాత్రాన్వేషణా. సవ్వడులను సాహిత్య రూపంలోకి
తద్వారా మళ్ళీ అనుభవ రూపంలోకి తెచ్చిన ప్రతి రచయితకి,
మరియు కలిసి పని చేసిన కస్తూరి విజయం టీం కి

అంకితం

కృతజ్ఞతలు

సమ్మోహనం యాత్రాన్వేషణా. నవ్వడులు పుస్తకానికి సంపాదకత్వం వహించి
శ్రీమతి పద్మజ పామిరెడ్డి పాఠకులకి మార్మిక స్పర్శ కల్గించారు.
చక్కటి సాహిత్యాన్ని అందించారు.

పుస్తకానికి శ్రద్ధతో ప్రాణం పోసిన శ్రీమతి వంగిపురపు హిమబిందు గారికి,
శ్రీ కొత్తపల్లి రవికుమార్ గారికి, శ్రీమతి రచన శృంగవరపు గారికి
పలుమార్లు కృతజ్ఞతలు.

చక్కటి తులానాత్మక సమ్మోహన యాత్రా సంస్కరణలు ముందు మాటని
రాసిన డా. మాధవి మిరప గారికి
అభినందనలు.

విషయసూచిక

సమ్మోహన యాత్రా సంస్మరణలు

డా. మాధవి మిరప. ఎమ్.ఏ, పి. హెచ్. డి

యాత్ర మానవునంత పురాతనమైనది. మానవుడు నడక నేర్చిన క్షణం నుండి కోట్లాది సంవత్సరాలుగా ఇప్పటి వరకు యాత్ర చేస్తూనే ఉన్నాడు. నాగరికత తెలియని ఆదిమ కాలాల్లో మానవుడు ఆహార సంపాదనకై నిత్యం పరిభ్రమిస్తూ ఉన్నాడు. సంచార జీవనం సాగిస్తూ ఆహారాన్వేషణలో అనేక నూతన ప్రదేశాలకు ప్రయాణించేవాడు. ఈ ప్రయత్నంలోనే మానవుడికి యాత్రకి అవినాభావ సంబంధం ఏర్పడిందని చెప్పవచ్చు.

అసలు యాత్రలు ఎందుకు చేస్తారు? ప్రేరణ ఏమిటి? యాత్ర లక్ష్యం ఏమిటి? ప్రపంచంలోని ప్రసిద్ధ యాత్రికులను పరిశీలించినపుడు, వారు చరిత్రకారులో, సాహిత్యకారులో, జిజ్ఞాసకులో అయి ఉంటారనే సందేహం కలగక మానదు. అట్లాంటి వారు నిస్వార్ధంగా సమాజ కళ్యాణం కోసం పర్యటనలు చేస్తారు. ప్రాచీన కాలంలోని ప్రముఖ యాత్రికులందరిలో ఈ విశిష్ట గుణం కనిపిస్తుంది. వీళ్ళందరూ విభిన్న లక్ష్యాలతో యాత్రలు చేసినప్పటికీ అందరిలోనూ మౌలికంగా ఒక సామాన్య గుణం కనిపిస్తుంది. అదే యాత్రాభిరుచి. అంతేకాకుండా యాత్రా విశేషాలు, అనుభవాలులోకానికందించి యాత్రలను సార్ధకం చేసుకుంటారు.

మరీ ముఖ్యముగా యాత్రా చరిత్ర ఒక అనుభవ క్రమం, ఒక అనుభవ సారం. అనుభవం అన్నపుడు సార్వజనీనమైనది కాక యాత్రికుల వ్యక్తిత్వ, సంస్కారాలతో అవినాభావ సంబంధం కలిగినప్పటికీ, యాత్ర కేవలం తేదీల, సంఘటనల వివరాలు మాత్రమే కాకుండా, అక్కడ యాత్రికుడు పొందే అనుభవాలు, అనుభూతి, ప్రతిస్పందనల సమాహార రూపం అయి ఉంటుంది. అలా జరిగినపుడే ఆ యాత్ర నిజమైన యాత్ర అవుతుంది.

ప్రయాణాల వల్ల, గ్రంథ పఠనం ద్వారా తెలుకున్న విషయాలను ప్రత్యక్షంగా చూసి అనుభూతి పొందుతారు. వెయ్యి మాటలు వినడం కన్నా ఒక వాక్యం చదవడం మేలు, వేయి వాక్యాలు చదవడం కన్నా ఒకసారి చూడటం మంచిదని లోకోక్తి. పరోక్ష అనుభూతి కంటే ప్రత్యక్ష అనుభూతి శ్రేష్ఠమైనది. స్వయంగా తెలుసుకోవటం వలన స్వతంత్ర భావాలు ఏర్పడతాయి. అయితే యాత్ర చేసిన ప్రతి వ్యక్తి యాత్రికుడనిపించుకోడు. యాత్ర అనేది ఒక అనుభవం. ఆ అనుభవం ఇప్పటి వారికి నడుస్తున్న చరిత్ర, భవిష్యత్ తరాలకు గత చరిత్ర, యాత్ర చేయడం వల్ల వ్యక్తి జీవితానికి పరిపూర్ణత ఏర్పడుతుంది. అటువంటి వారి యాత్ర ఒకచోట ఆగేది కాదు. అది నిరంతర స్రవంతి. దానిని అభివ్యక్తం చేసేవాడే యాత్రా చరిత్రకారుడవుతాడు. యాత్ర వల్ల తరువాతి తరం వారికి ప్రేరణ లభించుటయే కాక యాత్రికుల నాటి సామాజిక, రాజకీయ, సాంస్కృతిక పరిస్థితులు అవగతమవుతాయి. ప్రాచీన యాత్రలన్నీ దాదాపుగా ఈ దృష్టితో జరిగినవే.

మనిషి బాగుపడాలంటే అహంకారం తొలగిపోవాలి. అందుకే చింతా దీక్షితులు గారు 'సుందర భారత యాత్ర'కు వ్రాసిన అభిప్రాయంలో యాత్రలను అహంకారమును తగ్గించే ప్రబల సాధనముగా యాత్రను పేర్కొన్నారు. దేశీయుల్లో దేశ భక్తి భావాన్ని పెంపొందించడానికి యాత్రలు ఎంతగానో తోడ్పడతాయి. ధనాభావం చేత ఇతర దేశాలకు వెళ్ళే వీలు లేకున్నా, కనీసం స్వదేశాన్నయినా విద్యావంతులు తప్పక పర్యటించాలి. పర్యటనల వల్ల మానసిక వికాసం, వివిధ అంశాల పట్ల విస్తృతంగా ఆలోచించే మానసిక సామర్థ్యం కూడా పెరుగుతుంది.

విజ్ఞాన తృష్ణతో, జిజ్ఞాసతో చేసే యాత్రలు ఆధునిక కాలంలో యాత్ర అనే మాటకు సామాన్యార్థాలుగా స్థిరపడ్డాయి. పాశ్చాత్యుల దృష్టిలో యాత్ర అంటే తీర్థ యాత్ర కాదు. ఉల్లాస, వినోద, విహార యాత్ర. మనకు లేని మరో ఉల్లాసం కోసం చేసే యాత్ర. యాత్ర అంటే ప్రతి మానవునికి ఆసక్తి ఉంటుంది. యాత్ర ఏ రకమైనా, దాని ఉద్దేశ్యం ఏదైనా అది మనస్సును విశేషంగా ఆకర్షిస్తుంది. యాత్రలు చేయడమే కాకుండా, ఇతరుల యాత్రా వృత్తాంతాలను తెలుసుకోవటం పట్ల కూడా మానవునికి ఆసక్తి పెరుగుతుంది.

ఋతువుల పరివర్తనం, దేశాల, ప్రాంతాల విభిన్న స్వరూపాలు, ప్రకృతిలోని విభిన్నతలు, సౌందర్య వైచిత్రి, జనుల ఆచార వ్యవహారాలు మొదలైనవి మానవునికి ఎనలేని ఆనందాన్ని, కుతూహలాన్ని కలిగిస్తాయి. సౌందర్య దృష్టి నుండి పొందిన ప్రేరణ అతని యాత్రా ప్రవృత్తికి దోహదం చేస్తుంది.

ప్రశాంతమైన నదీ తీరాల్లో, కంటికింపయిన పర్వత సానువుల్లో సంచరిస్తున్నప్పుడు మనసు ప్రశాంతంగా ఉంటుంది. కాళిదాసు వింధ్య, హిమాలయాలలో పర్యటించి 'మేఘ సందేశం' అనే గొప్ప సంస్కృత కావ్యాన్ని లోకానికి అందించాడని ప్రతీతి. అలాగే 'రఘువంశం' కావ్యంలో రఘు మహారాజు యొక్క దిగ్విజయ యాత్ర సందర్భంలో అనేక దేశాలను వర్ణించాడు, కాళిదాసు. బాణభట్టు జగమెరిగిన యాత్రికుడే. ఆయన గూర్చి ఒక సూక్తి ఉంది. 'బాణోచ్ఛిష్టం జగత్ సర్వం' అనేది చాలా ప్రసిద్ధమైన సూక్తి. 'దశ కుమార చరిత్ర' రచన ద్వారా దండి భారత దేశాన్ని పర్యటించినట్లు తెలుస్తుంది. కృశానువు, విశ్వాసువు అనే ఇద్దరు గంధర్వులు దేశాటన చేయాలనే తలంపుతో భారత దేశంలోని వివిధతీర్థ క్షేత్రాలను సందర్శించారట.

భక్తి యాత్రలు చేయటం అన్ని మతాల్లోనూ ఉన్న పురాతన ఆచారమే. ఆచారం అనే కంటే వారి మానసిక విశాలతను పెంపొందించు కొనుటకు, వారి మనశ్శాంతికి భక్తిని మార్గంగా చేసుకునితీర్థ యాత్రలు చేసే వారు. మధ్య యుగాల నాటి ప్రజల ధార్మిక జీవనంలో తీర్థ యాత్రలు ప్రముఖ స్థానాన్ని ఆక్రమించాయనే చెప్పాలి. మహమ్మదీయులు ప్రతి సంవత్సరం మక్కా యాత్ర చేయటం అపురూపంగా భావిస్తారు.

జైనులు కూడా ఈ సంప్రదాయాన్ని అనుసరించారు. సన్యాసులకు విధించబడిన కొన్ని నియమాల ప్రకారం వారు వర్షా కాలం తప్ప మిగిలిన సంవత్సరం అంతా విధిగా యాత్రలు చేయాలి. బుద్ధుడు విగ్రహారాధనను వ్యతిరేకించినా తదనంతర కాలంలో మహాయాన వర్ధిల్లిన తర్వాత యాత్రలు చేసే ఆచారం బౌద్ధుల్లో కూడా చోటు చేసుకుంది. బుద్ధుడు సంచరించిన పవిత్ర స్థలాలైన కపిలవస్తు,

బుద్ధ గయ, కాశీ, శ్రావస్తి, సారనాథ్ మొదలైనవి బౌద్ధులకు యాత్రా స్థలాలయ్యాయి.

రాహుల్ సాంకృత్యాయన్ (1893–1963) ప్రపంచంలోని చాలా దేశాలను ముఖ్యంగా యూరప్, చైనా, ఆసియా దేశాలను విస్తృతంగా పర్యటించి యాత్రలు చేశాడు. తన యాత్రను, భావాలను గ్రంథస్థం చేస్తూ వచ్చాడు. ఇవన్నీ హిందీ లో రచించబడ్డాయి. ఈ యాత్రా గ్రంథాలు హిందీ సాహిత్యానికే తలమానికం వంటివి. వాటిలో 'మేరీ లద్దాక్ యాత్ర' (నా లడక్ యాత్రా) (1926), 'తిబ్బత్ మే సవా వర్ష్' (టిబెట్ లో మూడు నెలలు 1931) మేరీ యూరప్ యాత్ర (నా యూరప్ యాత్రా ,1937), మేరీ తిబ్బత్ యాత్రా (నా టిబెట్ యాత్ర ,1937) రూస్ మే పచ్విస్ మాస్ (రష్యా లో పాతిక నెలలు, 1944 – 47) ఆసియా కె దుర్గమ్ భూఖండోం మే (ఆసియాలోని ప్రవేశించలేని ప్రాంతాలలో 1956), చీన్ మే క్యా దేఖా (చైనా లో ఏమి చూశాను 1960) అలాగే రాహుసాంకృత్యాయన్ ఘుమక్కడ్ శాస్త్ర అనే యాత్రా విజ్ఞాన శాస్త్రం రచించాడు. ఒల్గా నుండి గంగా వరకు క్రీ.పూ. వేల సంవత్సరాల క్రితం నుండి మానవుడు పొందిన క్రమ వికాస గతిని నిరూపించే అద్భుత గ్రంథం రాశారు.

యాత్రల్లో అనేక రకాలున్నాయి. ధర్మ ప్రచార యాత్రలు, తీర్థ యాత్రలు, వ్యాపార యాత్రలు, అన్వేషణ లేదా పరిశోధనా యాత్రలు, సాహస యాత్రలు, విజ్ఞాన, విహార, వినోద యాత్రలు, సాహితీ, సాంస్కృతిక యాత్రలు, పరిశీలక యాత్రలు, కిసాన్ యాత్రలు. వివేకానందుడు ఆసేతు హిమాచలం పర్యటించి అనేక ధార్మిక ఉపన్యాసాలు ద్వారా స్వదేశీయుల మనస్సులలో ఆధ్యాత్మిక ఔన్నత్యాన్ని విదేశీయులకు తెలియచేయాలనే ధ్యేయంతో సముద్రయానం కూడా చేసి అమెరికా చేరుకున్నాడు.

తెలుగులో యాత్రా చరిత్రలు 19వ శతాబ్దంలోని ప్రథమార్ధం నుండే ప్రారంభమయ్యాయి. రెండు యాత్రాచరిత్రలు ప్రముఖంగా కనిపిస్తాయి. అవి ఏనుగుల వీరాస్వామయ్య గారి 'కాశీయాత్ర చరిత్ర'.

కోలా శేషాచల కవి రాసిన 'నీలగిరి యాత్ర' కేవలం కాశీని దృష్టి లో పెట్టుకుని చేసిన యాత్రలే కాకుండా, ఉత్తర దేశానికి చేసిన యాత్రలు కూడా ఉన్నాయి. బులుసు వెంకట రమణయ్య 1956 లో కెల్లెట్ హైస్కూల్ ఉపాధ్యాయులతో కలిసి ఉత్తర దేశ యాత్ర లు చేసి, 'నా ఉత్తర దేశ యాత్ర' రచించాడు. అదే సంవత్సరం ఉత్తర దేశానికి రైతు యాత్ర చేసి కె. వి సుబ్బయ్య 'నవ భారత సందర్శనం' వ్రాశారు. డా. నాయని కృష్ణ కుమారి విద్యార్థులతో కలిసి కాశ్మీర్ యాత్ర చేసి 'కాశ్మీర్ దీప కలిక' రాశారు. పీ. పీ. మనోహర్ రావు 1983 లో చేసిన బ్రహ్మ మానస సరోవర యాత్రను 'కైలాస దర్శనంగా' రచించారు. మండపాక పార్వతీశ్వర శాస్త్రి, బొబ్బిలి రాజా వారి యాత్రా విశేషాలు రచించాడు. మల్లం పల్లి సోమశేఖర శర్మ 'నా నెల్లూరు మండల యాత్రా (1920)' బులుసు వెంకట రమణయ్య 1937 లో 'దక్షిణ దేశ యాత్రలు' ముమ్మన్నేని లక్ష్మీ నారాయణ అంతె వాసులతోడ 'హంపి విహార యాత్రా', శ్రీమతి మాలతీ చందూర్ 'నవ భారతి' (1976) పేర్కొనదగినవి.

ఇవే కాక అనేక మంది దేశ విదేశీ ప్రముఖులు చేసిన యాత్రలు లెక్కకు మించి ఉండటం, అవన్నీ ఇక్కడ చెప్పాలన్నా స్థలాభావం వలన వీలుకాని పరిస్థితి. ఈ యాత్రా గ్రంథాలు, వ్యాసాల మీద ఒక థీసిస్ రాయవచ్చు. 1963 లో అక్కినేని నాగేశ్వర రావు 'నేను చూసిన అమెరికా అని, 1974 లో ఆవుల గోపాల కృష్ణ మూర్తి 'నా అమెరికా పర్యటన' అమెరికా యాత్రల్లో ముఖ్యమైనవిగా చెప్పవచ్చు.

రష్యా విప్లవం తర్వాత శ్రీ శ్రీ 1954, 1967 సంవత్సరాలలో రష్యాన్ని సందర్శించి 'నా విదేశీ యాత్రానుభవాలు' అన్న వ్యాసాన్ని రచించారు. తర్వాత చుక్కపల్లి పిచ్చయ్య ప్రథమ సోషలిస్టు దేశంలో పర్యటన–పరిశీలన (1979) డా. సి. నారాయణ రెడ్డి 'రష్యాలో పది రోజులు'(1979), డా. రావూరి భరద్వాజ 'ఇనుప తెర వెనుక' (1983) డా. వాసా ప్రభావతీ 'రష్యాలో స్నేహ యాత్ర' (1986) పురాణం సుబ్రమణ్య శర్మ 'నా రష్యా యాత్ర' పేర్కొనదగినవి.

ఈ ఉపోద్ఘాతం అంతా ఎందుకు చెబుతున్నానంటే ఈ 'సమ్మోహన సవ్వడులు' కూడా వివిధ యాత్రల, వివిధ ప్రదేశాల యాత్రానుభవాల సారమే. యాత్రల యొక్క చరిత్ర, యాత్రికుల అనుభవాల గురించి తెలుసుకోకుండా ఈ వ్యాసాల గురించి వివరించడం అసాధ్యం.

ఒకరిది తీర్థ యాత్రల అనుభవమైతే, మరొకరిది హాస్పిటల్ అనుభవం, ఇంకోకరిది అమెరికా లాంటి దేశంలో వివిధ రాష్ట్రాల సంస్కృతులను, అక్కడి ప్రకృతిని తిలకించిన అనుభవం. మరి కొందరిది భారత దేశంలోనే కాశీ, తిరుపతి, కాశ్మీరులోని వైష్ణోదేవి ఆలయాన్ని సందర్శించి వాటి ప్రయాణ ఓడిదుడుకులను అనుభవించిన సాహసం.

ప్రకాశం జిల్లాలోని మారు మూల గ్రామంలోని చీమకుర్తి లోని రామ తీర్థంలోని మహా వీర జైన మందిరాల, జైనుల ఆచార వ్యవహారాలను, వారి సంస్కృతిని ఎంతో కూలంకషంగా వివరించారు.

ఈ యాత్ర సంకలనాలు భారత దేశంలోని మారు మూల పల్లె నుండి అమెరికాలోని వివిధ రాష్ట్రాల భౌగోళిక, సాంస్కృతిక, రాజకీయ, ఆర్థిక అభివృద్ధిని ప్రతిబింబిస్తాయి. చదువుతుంటే మనమే వారితో ప్రయాణించామేమో అన్నంత గొప్ప భావన పాఠకునికి తప్పకుండా కలుగుతుంది. ఇక్కడ ఒక్కొక్కరివి ఒక్కో అనుభవం అయితే పాఠకునికి మాత్రం దేశ విదేశీ సందర్శనానుభవం మాత్రం తప్పకుండా కలుగుతుంది. వారి భావాలతో, ఇబ్బందులతో, ఆనందాలతో మమేకమై పాఠకులు స్పందిస్తారని నా ప్రగాఢ విశ్వాసం.

దక్షిణ ప్రాంతంలోని తిరుపతిలో జరుగుతున్న అవినీతిని, భక్తుల మనోభావాలతో ఆడుకుంటున్న అధికారుల తీరును ఎండకడుతూ భక్తులకు కలిగిస్తున్న అసౌకర్యాలను ఏకరువ పెడతారు రచయిత.

కుబేరుడు శ్రీనివాసుని ఎందుకు వడ్డీ కట్టడం లేదని అడిగే సంవాదం నుండి కథ మొదలయ్యి భూలోకంలో జరిగే ఒక భక్తుడి అలక, అధికారుల నిర్లక్ష్యాన్ని కళ్ళకు కట్టినట్లు చూపిస్తారు, రచయిత. అక్కడ భక్తులను ప్రతి దానికి గంటలు గంటలు క్యూ లైన్లలో పడేసి, వారికి సరియైన ఆహారం, నీరు, ప్రసాదాలు కూడా అందివ్వలేని అధికారులు, భక్తులకు దేవుడి మీద విరక్తి కలిగేలా చేసే ప్రవర్తను వివరిస్తారు. క్యూ లైన్లలో భక్తులు చిన్నపిల్లలతో, వృద్ధులు, మహిళలు పడే ఇబ్బందులను ఏకరువ పెడతారు. ఈ గార్డులు, పూజారులు, పంతుళ్ళు, చానల్ వాళ్ళు, పానల్ వాళ్ళు ఆ స్వామికి భక్తులు ఇచ్చే మొక్కుల మీద ఆధారపడి బతుకుతున్నారు. అలాంటి భక్తులకి విలువియ్యని ఇలాంటి వాళ్ళు ఉన్నంత కాలం మనం రావద్దు. ఎవర్నీ రానియ్యద్దు అనుకుంటూ, దేవునికి మానవునికి అనుసంధాన కర్తలు చేసే అడ్డగోలు వ్యవహారాలు వివరిస్తూ భక్తి యాత్రను చేస్తారు. తిరుపతి ఐ.ఎ.ఎస్. ఆఫీసరు చైర్మన్ గా వచ్చి దేవుడి మాన్యాలు కాజేసిన వాళ్ళ ఇంటి మీద రెడింగులు, అవినీతి ఉద్యోగుల భాగోతం బట్టబయలు,

ఉద్యోగుల తొలగింపుతో నీతి పరులయిన అధికారుల తో కొత్త బోర్డు సమావేశమయింది. బోర్డు లో ముందుగా తీసుకున్న నిర్ణయం, అన్ని దర్శనాలు రద్దు చేసి? ఇంత కథ నడిపించిన మోసపోయిన భక్తుడు ఇప్పుడు బోర్డులో గౌరవ మెంబరుగా నియమించబడటం కొసమెరుపు.

కర్ణాటక లోని హౌస్ పేటకు పదమూడు కిలోమీటర్ల దూరంలో హంపీలోని విరూపాక్ష దేవాలయం గురించి రచయిత వివరిస్తారు. ఏదో శతాబ్దం నాటి ఆ దేవాలయంలో ఎన్నో విషయాలు ఉంటాయి. ఆ తర్వాత ఉగ్ర నరసింహ స్వామి విగ్రహం, దానినే లక్ష్మీ నరసింహ స్వామి అని కూడా అంటారు. సుల్తాన్ల దండయాత్రలో హంపీ శిధిలం అయిపోయిందని చెబుతారు.దానికి మాయమైన లక్ష్మీదేవి విగ్రహమే ఒక నిదర్శనం. హేమకూట పర్వతం గురించి వివరిస్తూ పైనున్న రెండు వినాయక విగ్రహాలు.వాటిలో మొదటిది, 'సాసవేకాలు గణేశ విగ్రహం'.కన్నడంలో సాసవేకాలు అంటే ఆవాలు అని అర్థం అట అని రచయిత చెబుతారు.ఎనిమిది అడుగుల ఎత్తున్న గణేశుని పొట్ట, ఆవగింజల గుండ్రంగా ఉంటుందని,అలాపిలుస్తారట. రెండవది, 'కడలేకాలు గణేశ విగ్రహం'నిలబెట్టిన వేరుశనగ ఆకారంలో ఉంది కాబట్టి, దానికా పేరు వచ్చిందట. దాని ఎత్తు పదిహేను అడుగులు. ఆ రెండు అక్కడి నుంచి 'లోటస్ మహల్'సగం విచ్చుకున్న పద్మం లా ఉంటుంది. కాబట్టి, దాన్ని పద్మ మహల్ అని కూడా పిలుస్తారు. కేవలం రాళ్ళతో నిర్మించిన డ్రైనేజీ వ్యవస్థ, తాగునీటి వ్యవస్థ, కళాత్మకంగా నిర్మించిన మెట్ల బావి, సామూహిక భోజనాలు చేయడానికి, రాళ్ళతో ఏర్పాటు చేసిన సీటింగ్ అరేంజ్మెంట్, వేలాది జనం కళా ప్రదర్శనలు చూడడానికి ఏర్పాటు చేసిన శాశ్వత వేదిక, శిల్ప కళా వైభవానికి ప్రతీక. 'మహా నవమి దిబ్బ'…. ఇలా చాలా వివరాలు అందిస్తారు, రచయిత. హంపీకి ఐకానిక్ సింబల్ అయిన అత్యంత అందమయిన 'రాతి రథం'ఉంటుందని, దానికి సమీపంలో 'సప్తస్వర మంటపం' ఉంటుందట. పూర్వం గంధపు చెక్కల్తో అక్కడి రాతి స్తంభాలను తాకిస్తూ, సప్త స్వరాలు పలికించేవారట. ఇప్పటికీ అక్కడ గైడ్లు ఆ స్వరాలను మనకు వినిపిస్తారట. అక్కడున్న ప్రతి కట్టడపు శిల్పకళా చాతుర్యం మనను కట్టిపడేస్తుందని రచయిత ఎంతో అద్భుతంగా వర్ణిస్తారు. అలాగే కాశీ విశ్వనాధుని దర్శించుకోవడానికి వచ్చిన కాశీ విశ్వేశ్వరుని పూజ శవభస్మ లేపనంతో ప్రారంభిస్తారు అని తెలిసి ఆశ్చర్య పోతుంది. అలా తల్లి గర్భంలో బిడ్డ 9 నెలలు ఉన్నట్లు 9 రోజులు కాశీ విశ్వ నాధుని సన్నిధిలో గడిపేస్తుంది రాధమ్మ. కాశీ యాత్ర చాలా నేర్పించిందని మనిషి చచ్చే వరకు నిరంతరం ఒంటరిగా నేర్చుకుంటూ పోరాడాలని చెబుతుంది. శ్రీ మహావిష్ణువు ఖండించగా పరమ శివుని యొక్క అర్ధాంగి సతీదేవి శరీర భాగాలు పడిన 101 ప్రదేశాలలో 51 క్షేత్రాలు ముఖ్యమైనవి. వాటిలోనూ అతి ముఖ్యమైన శరీర భాగాలు పడినవి 18 ప్రదేశాలు. వాటినే అష్టదశ శక్తి పీఠాలుగా గుర్తించి మనం పూజిస్తున్నాం. అప్పుడు కూడా ప్రతి శక్తిపీఠంలోనూ సతీదేవికి తోడుగా భైరవుడు(శివుడు) దర్శనమిస్తాడు. ఒక శక్తి పీఠం పాక్ ఆక్రమిత కాశ్మీర్లో (గుడి ధ్వంసం అయ్యింది). మరొకటి శ్రీలంకలో ఉంది. మిగతా 16 "శక్తి పీఠాలు" మన దేశంలోనే ఉన్నాయి. అందులో ముఖ్యమైన భాగం సతీదేవి యొక్క 'పురే' పడిన ప్రదేశం ఒక శక్తి పీఠం. అదే వైష్ణో దేవి ఆలయం. ఇది జమ్ము–కాశ్మీర్ రాష్ట్రంలో జమ్ముకు 90 కి. మీ దూరంలో కత్రా అనే ప్రదేశంలో జ్ఞాన క్షేత్రంగా ఉన్నదని రచయిత చెబుతారు. త్రివేణి సంగమం లోని వారాహి అమ్మవారిని దర్శనం ముగించుకొని, అక్కడి నుండి కాలభైరవ దర్శనానికి వెళ్తూ వెళ్తూ మార్గమధ్యంలో ఓ దళారిచే

మోసపోయార్దు. రెండు గంటల పాటు గంగా నదిలో ఘట్లన్ని తిరిగి, గంగా నదిలో ప్రయాణం ఆనందించిన క్షణం, అలాగే గంగా నదిలో కలుషితం ఎక్కువ అయిందని అదంతా మనం చేసుకున్న పాపమే(కలుషితమే) కదా అంటూ ఇకపై నైనా దాన్ని కలుషితం చేయకుండా ఉంటే బాగుంటుందని విశ్వనాథుని మొక్కోమని చెప్పి (అంటే మీరక్కడ కలుషితాలు వదలద్దని). కాశీ లోని గంగానది ప్రయాణం గురించి చెప్పి అక్కడ జరిగే మోసాలు, అది ఎలా కలుషితమవుతందో కూడా వివరిస్తూ రాబోవు కాలంలో గంగను కలుషితం చేయకుండా ఉండాలని పిలుపునిస్తారు రచయిత.

మళ్ళీ దక్షినాన ఉన్న ప్రకృతి ఒడిలోకి తీసుకుని వెళ్ళి అరకు అందాలను చూపిస్తారు. అరకు వెళ్ళడానికి ప్రత్యేకమైన బోగీలలో ప్రయాణం చాలా ప్రత్యేకంగా ఉంటుంది. దారి పొడవునా సుందరమైన ప్రకృతి అందాలన్నీ వీక్షిస్తూ ఆనందించవచ్చు. టన్నెల్స్ లోంచి రైలు వెళ్ళేటప్పుడు చాలా బాగుంటుంది. పిల్లలకి చాలా సరదాగా ఉంటుంది. చాపరాయి వాటర్ ఫాల్స్ చాలా బావుంటాయి. చాపరాయి వాటర్ ఫాల్స్ కి చేరుకుని బొంగులో చికెన్ ఫేమస్ అని అది ఖచ్చితంగా తింటారు. అరుకు ఎంతో అందమైన, ఆహ్లాదకరమైన సుందరమైన ప్రదేశమో! ఇంక రైలు ప్రయాణం టన్నెల్స్ మధ్యన చాలా బాగుంటుంది. అరకు అందమంతా ఇక్కడే ఉందా అనిపించే విధంగా జీవితంలో ఒక్కసారి అయినా ఆ టన్నెల్స్ లో ప్రయాణం చేయాలి అనిపించిందని రచయిత చెబుతారు.

ఇక దక్షిణాదిలోని ఎన్.సి.సి విద్యార్థులు ఉత్తర భారత యాత్రకై వెళ్ళి అక్కడి ఢిల్లీ, ఆగ్రా, పంజాబ్, లూధియానా, హిమాచల్ ప్రదేశ్ వంటి ప్రదేశాలు చూసి అక్కడ చారిత్రక కట్టడాలను గూర్చి వివరిస్తూ, ఢిల్లీ లోని అక్షరధామ్ లోని ఉన్న అద్భుతమైన శిల్ప సంపద, అక్షరధామ్ లోని కల్చరల్ రైడ్ గురించి వివరిస్తూ ఒక పడవలో కూర్చోబెట్టి అనేక స్టాల్స్ మీదుగా తిప్పుతూ మన సంస్కృతిని వివరించే విధానం చాలా బావుందని చెబుతారు విద్యార్థులు. అలాగే అక్షర్ ధామ్ ప్రత్యేకత వివరిస్తూ ఇది స్వామి నారాయణ శిష్యులు, ట్రస్ట్ నిర్మిస్తే, లోటస్ టెంపుల్ 'బహాయ్' మతానికి చెందిన వారు నిర్మించారని, అది కూడా చాలా విలక్షణంగా ఉంటుందని, లాల్ కిలా, ఇండియా గేట్, జంతర్ మంతర్ ... ఇలా చాలా విశేషాలు వివరించి, ఢిల్లీ తర్వాత పానిపట్ అక్కడే మూడు పానిపట్టు యుద్ధాలు జరిగాయని, ఆ తర్వాత చండీఘర్ రావడంతో పంజాబ్ లోకి ప్రవేశిస్తారు. ఆ తర్వాత లూధియానా. మనం వాడే స్వెట్టర్లు ఇక్కడినుంచే వస్తాయని, కాస్సేపటిలో పఠాన్ కోట్ చేరి హిమాచల్ ప్రదేశ్ కి అక్కడి నుంచి ఎక్కువమంది వెళ్తారని చెబుతారు. జ్యోతి అనే రిటైర్డ్ ఉద్యోగి అయిన ఆమె ఇంటర్ నేషనల్ ట్రెక్కింగ్ కి వెళుతుంది. ఆ వయసులో అంత దూరం ట్రెక్కింగ్ లాంటి సాహస యాత్రలు చేయాలంటే ఎంతో కొంత ఉత్సాహం, ఆరోగ్యం, అన్నింటికీ మించి జిజ్ఞాస చాల అవసరం. బేస్ కాంప్ కి వెలితే అన్ని వాళ్ళే చూసుకుంటారు. ఋషికేశ్ లోని భారత్ మందిర్ కు వెళ్ళగానే అక్కడ తీసుకోవాల్సిన జాగ్రత్తలు అన్ని చెబుతారని అంటుంది. అక్కడ నుండి జోషి మఠ్ కి వెలతారు. తెలవారు ఝాము ప్రయాణంలో చుట్టూ అడవి, కొండలు, లోయలు, కొండలను కౌగిలించుకున్న మేఘాలు, పెద్ద పెద్ద లోయలు వాటి మధ్యలో భీకర మైన శబ్దం తో ఉరుకులు వేసే గంగానది హోయలు. రాత్రికి బదరినాథ్ చేరుకుని, ట్రెక్కింగ్ చేశాక జీవితంలో సంవత్సరానికి ఒకసారి ఇలా ప్రకృతిని ప్రేమించపోతే ఈ జీవితం ఎందుకు అని కూడా అనుకుంటారు. ఓపిక ఉన్నంత వరకు ఇలా ప్రకృతిని ప్రేమిస్తూ బతికేయాలని అనుకుంటుంది జ్యోతి.

ఇక ముంబై గేట్ వే ఆఫ్ ఇండియా దగ్గర ఉదయం నుండే యాత్రికుల సందడి మొదలవుతుంది. టాక్సీ దిగుతానే 'ముందు ఎలిఫెంటా కేవ్స్ చూసి, టెన్త్ లో స్కూల్ టాపర్ అయితే అజంతా ఎల్లోరా చూయిస్తాను అని కూతురుకిచ్చిన మాట పెరిగి పొడువై అజంతా ఎల్లోరా, నాసిక్, త్రయంబకేశ్వర్, ముంబై దాక వచ్చిందని రమేష్ అంటారు. గేట్ వే ఆఫ్ ఇండియా, న్యూ, ఓల్డ్ తాజ్ మహల్ హోటల్లు మెల్ల మెల్లగా సైజు తగ్గిపోతూ అగ్గిపెట్టెల్లా మారి కనుమరుగైపోయాయి. చుట్టూ సముద్రం, అక్కడక్కడా చిన్న పడవలు, తీర పోలీసు పహారా నీటి వాహనాలు, కొంత బరువుగా తాకే సముద్రపు గాలి అంతా కొత్త వింతగా ఉందని చెబుతూ తన పాత ప్రేమికురాలిని ఈ యాత్రా సందర్భంలో యాత్రికుడు మళ్ళీ కలుసుకోవడం ఒక కాసమెరుపుగా చెప్పవచ్చు.

ఉత్తరాది యాత్రలో వేగంగా పరవళ్లు తొక్కుతూ ప్రవహిస్తున్న ఆ గంగానదిని చూడగానే మనసు పవిత్రమై ఆనందంతో పరవళ్ళు తొక్కిందని రెండు జంటలు గంగా నదిలో సరిగంగ స్నానాలు చేసి వైశాఖ పూర్ణిమ నాటి పూర్ణ చంద్రబింబం గంగా నదిలో ప్రతిబింబించి మనసుని ముగ్ధలను చేసింది. హోటల్ రూమ్ అద్దాలలో నుంచి గంగా నది అందాలు రెట్టింపై ఆ ప్రవాహఝురుల శబ్దం ఇప్పటికీ మా చెవులకు శ్రవణానందం కలిగిస్తున్నాయి. విశాలమైన గంగా తీరం మధ్యలో ఎత్తైన శివుని విగ్రహం, పచ్చని ప్రకృతితో నిండిన ఎత్తైన కొండలు, మానసా దేవి, చండీ దేవి ఆలయాలు రోప్ వే మీద వెళ్ళి దర్శించడం ఓ మధురానుభూతి. మార్గమధ్యంలో అక్కడక్కడ పురివిప్పి తిరుగుతున్న నెమళ్ల క్రీం కారం తో షడ్జమాన్ని వినిపిస్తాయని, ఆ మరునాడు ఉదయమే భక్తి ప్రపత్తులతో గంగా హారతి దర్శించుకుని కేదార్నాథ్ కి క్యాబ్లో వెళ్ళిపోయాము అని చెబుతారు. హరిద్వార్ నుండి బయలుదేరి ఆకాశాన్ని అంటే ఎత్తైన పర్వతపంక్తులు, తీర్చి దిద్దినట్లున్న పైన్, దేవదారు వృక్షాలు, కొండల మీద నుంచి జారి పడుతున్న జలపాతాలు, భగీరధి, మందాకిని, అలకనంద, సంగమ స్థానాలు దాటుకుంటూ, ప్రమాదకరమైన మలుపులను దాటుకుంటూ, హిమగిరి సొగసుల అందాలు తనివి తీరా గ్రోలుతూ మురిసిన మనసులతో, ఆ రాత్రి ఏడు గంటలకు సీతాపూర్ చేరుకుంటుంది. ఉత్తరాఖండ్ రాష్ట్రం రుద్రప్రయాగ జిల్లాలో ని ఐదు పంచకేదార్ లలో ఒకటి. ఇక్కడి పర్వతాలు మందాకిని, అలకనంద నది లోయలను ఏర్పరుస్తాయి. 12,073 అడుగుల ఎత్తులో ఈ దేవాలయం ఉంది. దీనిపైన చంద్రశిల ఉన్నది. మహాభారత ఇతిహాస నేపథ్యం ఇక్కడ ఉన్నది. ఎద్దు రూపంలో ఉన్న శివుడు యొక్క చేతుల భాగమే ఈ దేవాలయం లో ప్రతిమ అంటారు. చోప్టా – పచ్చని పచ్చిక బయళ్లు ఎత్తయిన పర్వతాలు, లోయలు, దారి పొడవునా రుద్రాక్ష చెట్లు, దేవదారు భూషాన్ పూల చెట్లతో తో శివపార్వతులు ప్రకృతి పురుష రూపంలో అణువణువునా నిండి భూతల స్వర్గం లో తేలియాడించాయి. అదే రోజున మధ్యాహ్నం బదరీనాథ్ కి బయలుదేరి బదరీనాథ్ కొండలు చేతికి అందేటట్లుగా ఉండి అబ్బురపరుస్తాయి. ఉదయాన్నే ఉష్ణకుండంలో స్నానం చేసి బ్రహ్మకపాలం లో పితృ కర్మల నాచరించి బదరీనాథ్ లో నర నారాయణుని దర్శించి దేవాలయంలో అన్న ప్రసాదము స్వీకరించి హృషీ కేశ్ కి బయలుదేరతారు. మరువలేని, మరుపురాని, మరులు గొలిపే కేదార్ యాత్ర మధురానుభూతులతో దిగ్విజయంగా ముగిసినది అని అంటారు.

హిందూ మతంలో తీర్థ యాత్ర అంటే ఆధ్యాత్మిక యాత్ర, పుణ్య యాత్ర గా చెప్పవచ్చు. నిజానికి తీర్థ యాత్రలు, పుణ్య క్షేత్రాల దర్శనం ఒకటి కాదు. రెండింటికి తేడా ఉంది. తీర్థం అంటే జలం అని అర్థం. నదులు, సముద్రాల తీరంలో దేవాలయాలు ఉంటే వాటిని తీర్థాలు అంటారు. అలా నది ప్రవాహానికి చేరువలో లేని ఆలయాలను క్షేత్రాలు అంటారు. ఉదాహరణకు స్థల క్షేత్రాలు, గిరి అంటే కొండల పై ఉన్న ఆలయాలు. ఒకవేళ ఆలయం ఉన్న కొండ పక్కనే నది ప్రవాహం ఉన్నా సరే వాటిని క్షేత్రాలు గానే పరిగణిస్తారు. ఆధ్యాత్మిక మార్గంలో ప్రయాణం ప్రారంభించిన వ్యక్తికి తాను నమ్ముకున్న మార్గాన్ని మరింత బలపరిచే అనుభవాలు అవసరమవుతాయి. అటువంటి అనుభవం కోసం కొన్ని ప్రాంతాలను, వ్యక్తులను వెతుక్కుంటూ వెళ్ళాల్సి వస్తుంది. ఇలా వెతుక్కుంటూ వెళ్ళటమే తీర్థయాత్ర అంటారని ప్రజలు మునీశ్వరుల దగ్గరకు వెళ్ళి తమ సందేహాలను తీర్చుకునేవారు. ఆ మహానుభావులున్న ప్రదేశాలే పుణ్య క్షేత్రాలయ్యాయి. అటువంటి శక్తి, ప్రతిష్ఠించిన దేవతామూర్తుల ద్వారా లభిస్తుంది. విశేష స్థలపురాణం కలిగిన పుణ్యక్షేత్రాలను దర్శించటం వల్ల మానవుల మనసులో మార్పు వస్తుంది. మారిన మనసు మనిషికి ప్రశాంతతను చేకూరుస్తుంది. పుణ్యక్షేత్రాల సందర్శన మనస్సుకు ఆహ్లాదాన్ని ఇవ్వడంతో పాటు వ్యాపారాభివృద్ధి, అనుకున్న కార్యాలు దిగ్విజయంగా పూర్తవుతాయని పెద్దలు చెబుతారు.

ప్రాచీన కాలంనుంచీ ఆంధ్రదేశం శిల్పకళలకు, చిత్రకళలకు, వాస్తుకళలకు, పుణ్యక్షేత్రాలకు, ఇలా మన ఔన్నత్యాన్ని తెలుసుకోవడానికి నేడు మనకు ఉన్న పుణ్యక్షేత్రాలు – దేవస్థానాలు కూడా ఒక సాధనంగా ఉపకరిస్తున్నాయి. తీర్థ యాత్రలవల్ల ఆయా ప్రాంతాల, జనుల పరిచయం ఏర్పడుతుంది. తద్వారా భావసమైక్యత, దేశ సమైక్యత ఏర్పడుతుంది అని రచయిత అంటారు. తీర్థం గురించి, ఆ తీర్థం విశిష్టత, చరిత్ర, దానికి దగ్గరలోని చూడదగ్గ ప్రదేశాల గురించి ముందుగా తెలుసుకుంటే అక్కడికి వెళ్ళిన తర్వాత ప్రణాళికా బద్ధంగా యాత్రను ముగించవచ్చు అని రచయిత అంటారు. ప్రకాశం జిల్లా చీమకుర్తి మండలం లోని ఆర్ ఎల్ పురం గ్రామ పంచాయితీ లోని రామ తీర్థం పుణ్య క్షేత్రం గురించి అక్కడ మూల విరాట్ శ్రీ మొక్ష రామ లింగేశ్వర స్వామి గురించి చెబుతారు. దీనిని దక్షిణ కాశీ అంటారని, త్రేతా యుగంలో శ్రీ రాముడు వనవాసం చేస్తూ శివ లింగాన్ని ప్రతిష్ఠించారని రామలింగేశ్వరస్వామి అని పిలుస్తారు. స్థల పురాణం ప్రకారం చీమకుర్తి గ్రామం నుండి 3 కి. మీ దూరాన గల చీమలమర్రి నుండి 'నిజలింగ చిక్కయ్య' అనే శివభక్తుడు రామతీర్థం కు వచ్చి శ్రీ స్వామి వారిని దర్శించి, మొక్షం పొందారని. అందు చేత శ్రీ మొక్షరామ లింగే శ్వర స్వామి గా ప్రాచుర్యం పొందారని తెలుస్తోంది. రామతీర్థం ఒకప్పుడు జైనుల నివాసం. ఇక్కడ వర్ధమాన తీర్థంకరుల విగ్రహాలు లభ్యమైనవి. జైన మత ప్రస్తావన సముచితంగా వుంటుంది. జిన అనగా విజేత. జైనమతాన్ని అవలంబించినవారిని జైనులంటారు. జైనమతాన్ని మొదటి తీర్థంకరుడైన వృషభనాథుడు స్థాపించాడు అని రచయిత చెబుతారు. జైన, బౌద్ధ, రామానుజ మతం వరకు అన్నీ నాస్తిక మతాలే! జైనమతాన్ని వ్యాప్తి చేసింది వర్ధమాన మహావీరుడు. జైనమతం, ఆయన బోధనలపై ఆధారపడి వ్యాప్తి చెందినది అని చెప్తారు. ఇంకా చాలా తీర్థాలను రచయిత వివరంగా విశ్లేషిస్తారు. వాటి చారిత్రక నేపథ్యాలను, ప్రశస్తిని కూలంకషంగా చెబుతారు. అలాగే ముంబైలోని లోకల్ రైలు ప్రయాణాల గురించి చెబుతూ ముంబాయి

లోకల్ రైల్లో ఇద్దరు దంపతుల ప్రయాణం ఆనందాన్ని మరియు కించిత్తు భయాన్ని కలిగించాయని చెబుతారు. ముంబాయి లోకల్ రైల్లో జనాలు ఎక్కేటప్పుడు దిగేటప్పుడు మన ప్రమేయం లేకుండానే ఎక్కడం దిగడం ఆశ్చర్యాన్ని కలిగించిందని భార్య ఒక్కతెరైల్లో ఎక్కి భర్త ప్లాట్ ఫారం మీదే ఉండిపోతే రైలు ఎక్కిన భార్య హిందీ వచ్చి ఉండటం వల్ల ఎంక్వయిరీలో విషయం చెప్పి తన భర్తను కలుసుకోవడాన్ని రచయిత ముంబాయి లోకల్ రైల్లో ప్రయాణాన్ని అద్భుతంగా వర్ణిస్తారు. ఆఖరికి దంపతులిద్దరూ దాదర్ స్టేషన్ లో కలుసుకోవడాన్ని రచయిత చాలా చక్కగా వివరిస్తారు.

అలాగే ఉత్తర, దక్షిణ భారత యాత్రల తర్వాత, అమెరికా యాత్రల గురించి చెబుతూ అమెరికాలోని ఆరిజోనా లోని కసా గ్రాండ్ లోని అక్కడ ఇళ్లన్నీ విశాలంగా ఉండి, అన్నీ చెక్కలతో కడతారు. చలికి, ఇనుక తుఫాన్ లను బాగా ఎదుర్కుంటాయని, క్రింద మాత్రం కాంక్రీట్ వేసి కట్టేటప్పుడు 'గోడలు కూడా చెక్కలే ఉంటాయి క్రింది ఫ్లోర్ తో సహా. అరిజోనా ... ఎడారి ప్రాంతం కాబట్టి, సహజంగా పెరిగే నాగ జెముడు, బ్రహ్మ జెముడు, కాక్టస్ లాంటి చెట్లు, ఇళ్ల ముందు అందంగా పెంచారు. ఇంకా కొబ్బరి, ఈత లాంటి చెట్లు కూడా ఉన్నాయని చిన్న చిన్న చెట్లకే కాయలు కాస్తాయి. అరిజోనా రాష్ట్రంలో ...ఫీనిక్స్ నగరానికి దగ్గరగా మహా గణపతి దేవాలయం ఉంది. కొలరాడో నది పరివాహక ప్రాంతంలో కొన్ని వందల కిలోమీటర్ల దూరం వరకు ఇలాగే కొండలన్నీ పొరలు పొరలుగా, వాటికవే అందంగా అలంకరించబడి, కొన్ని ఆకారాలుగా ఉంటాయి. ఎత్తని రాతి పలక లాంటి ప్రదేశం లో మెట్లు మెట్లు గా ఉండి, కొండలు, లోయలు మెట్లుమెట్లుగా ఏర్పడి, చూపరులను ఆకర్షిస్తూ ఉంటాయి. అక్కడ ఒక నీటి పాయ ప్రవహిస్తూ ఉంటుంది. అప్పటి ప్రెసిడెంట్ రుజ్వెల్డ్ దీనిని పర్యాటక ప్రాంతంగా బాగా అభివృద్ధి చేశారనీ చెప్తారు. గ్రాండ్ కానీయన్లో ఎప్పుడు పడితే అప్పుడు పర్యటన చేయలేమని, ఉష్ణోగ్రతలు మారిపోతూ ఉంటాయని, అడుగు భాగములు విపరీతమైన వేడి ఉంటే, దక్షిణ భాగంలో విపరీతమైన చలిగాలి, నీరు గడ్డకట్టే అంత తక్కువ ఉష్ణోగ్రతలు ఉంటాయని చెబుతారు. 320 కిలోమీటర్ల పొడవునా ఉన్న గ్రాండ్క్న్యాన్ ప్రాంతం పర్యటన చేయాలంటే కష్టంతో కూడుకున్న పనని, అయినా సరే ఆసక్తి ఉన్న పర్యాటకులు ప్రయత్నం చేస్తూనే ఉంటారని రచయిత అంటారు. అమెరికా వచ్చిన కొత్తలో లాస్ వేగాస్ యాత్ర గురించి, అమెరికా అంటే న్యూయార్క్, నయాగరా, చికాగో, వాషింగ్టన్ లాంటి ప్రదేశాలు చూస్తారు కానీ లాస్ వేగాస్ లో ఏముంటుందో చూడాలని, లాస్ వేగాస్ చూడవలసిన ప్లేస్ లు అక్కడ కాసినోలు ఉంటాయని, అక్కడి నుండి గ్రాండ్ కెనియన్, అంటిలోప్ కెనియన్ కూడా చూడచ్చు అంటారు రచయిత. శాన్ అంటోనియాకు లాస్ వేగాస్ కు దాదాపుగా 2000 కి.మీ. పైగా దూరం ఉంటుంది. లాస్ వేగాస్ నగరం ఒక ఎడారి ప్రాంతం లా ఉండి, టెక్సాస్ రాష్ట్రము తో పోల్చి చూస్తే ఈత, ఖర్జూరపు చెట్ల లాంటివే కనిపిస్తాయని చెబుతారు రచయిత. లాస్ వేగాస్ అమెరికా దేశపు నోయిడా రాష్ట్రపు మొజావె ఎడారి ప్రాంతపు పర్యాటక నగరం. ఆ నగరపు చుట్టూ కొండలు, గుట్టలు, రాళ్ళు, రప్పలు వందల మైళ్లు వ్యాపించి ఉన్నాయి. పంటలు కూడా సరిగా పండవు. అలాంటి కరువు ప్రాంతాన్ని కూడా ప్రపంచములోనే గొప్ప పర్యాటక కేంద్రంగా అభివృద్ధి చేశారు అమెరికా వారు. రాళ్ళు రప్పలు, కొండ ప్రాంతం అయినా కాసులపంట ఎడతెరిపి లేకుండా ఏడాది పొడుగునా పండుతుంది అని చెప్పవచ్చు. లాస్ వేగాస్ నగరం నిద్దుర పోదు. రాత్రి, పగలూ ఒక్కటే ఇక్కడ అని

చెబుతారు. ఐఫిల్ టవర్ నమూనాను ప్యారిస్ లోనే కాదు, ఇక్కడా చూడచ్చు, అమెరికా స్టాచ్యూ అఫ్ లిబర్టీ, గ్రీక్, ఈజిప్ట్ స్పినిక్స్, పిరమిడ్ల నమూనాలు ఇక్కడా చూడచ్చు లాస్ వేగాస్ నడిబొడ్డులో! అమెరికా, రాష్ట్రం నోయిడా అందచందాల అడ్రస్ లాస్ వేగాస్ అని చెప్పాలనిపిస్తుంది అంటారు రచయిత. అమెరికాలోని పీయోరియా ఇండియానా, చికాగో డౌన్ టౌన్, ఫిలడెల్ఫియా, నార్త్ కరోలినా, డెట్రాయిట్, పెన్సిల్వేనియా ఇలా అనేక ప్రాంతాలు తిరిగి తన అనుభవాలను కూడేసుకుని ఇండియా వస్తారు. అక్కడ ప్రతి చోటా డౌన్ టౌన్ వెళితే సిటీ మొత్తం చూసి, ఆమె చూసిన అమెరికాలోని వివిధ రాష్ట్రాల ప్రకృతి అందాలను, పోగేసుకుని ఇండియాకు తిరిగి వస్తారు. ఆంధ్రప్రదేశ్ లోని చిన్న పల్లెటూర్లో పుట్టి పెరిగిన ఒకామె, పెళ్ళయి కర్ణాటకలో ఉన్న అత్తవారింటికి అడుగుపెట్టి అత్తగారి వాళ్ళింట్లో, వాళ్ళ అవసరాలు తీరుస్తూ వాళ్ళందరి తలలో నాలుకలా మెలిగి పిల్లలు పెరిగి పెద్ద అవుతుంటే వాళ్ళు చదువుల కోసం ఇంకో రాష్ట్రం వెళుతుంది. ఇప్పుడు ఈమె జీవన యాత్ర, మనవరాలు ఇంటికి సాగుతోంది. ఇప్పుడు దానికి ఆమె అవసరం ఉంది అందుకే. పుట్టి పెరిగిన దగ్గర నుంచి ఎవరో ఒకరి అవసరాలకి ఉపయోగపడిన ఆమె తన అవసరమేంటి, ఆమె మనసులో ఏముంది తెలుసుకోవాలని ఇప్పటివరకు ప్రయత్నించిన వాళ్ళు ఎవరూ లేరు అంటారు. ఇదంతా ఎయిర్ పోర్ట్ లో తనకు సాయం చేసిన తన మనవరాలి వయస్సు ఉన్న ఆమె కి చెబుతుంది. ఆంధ్రాలో పుట్టి పెరిగిన అచ్చ తెలుగు ఆడపిల్ల. రాష్ట్రాలు మారుతూ ఇప్పుడు దేశం కానీ దేశానికి జీవన యాత్రను కొనసాగిస్తోందని, అది అక్కడే ముగుస్తుందో మళ్ళీ ఇండియాకీ వస్తుందో తెలియదు" అంటుంది. ఒక రచయిత అయిన పెద్దావిడ అమెరికాలోని వారి పెద్దబ్బాయి, చిన్నబ్బాయి, బంధువులు ఉన్న వివిధ ప్రాంతాలను తిరిగి అక్కడి సంస్కృతిని, అక్కడి ప్రకృతిని తిలకిస్తూ ఆఖరికి ఇండియా చేరుకుంటారు. ఈ యాత్ర అంతా ఒక ఆర్నెల్లు జరుగుతుంది. ఇక హాస్పిటల్ లోని అనుభవాన్ని కూడా యాత్రతో పోల్చుతూ ఇన్వెక్షన్ల వల్ల వచ్చిన దగ్గును తగ్గించుకోవడానికి హాస్పిటల్ కి వెళితే అక్కడ డాక్టర్లు చేసిన హడావిడి, చేసుకున్న టెస్ట్లు, వచ్చిన హాస్పిటల్ బిల్లులు, మొత్తం శారీరక, మానసిక, ఆర్థిక బాధను ఒక ఉత్కంఠ భరిత యాత్ర చేసినట్లుగా రచయిత చెప్పడం, రచయితకున్న పాజిటివ్ దృక్పథానికి నిదర్శనం. వీటి మధ్యలో బంధువుల ఓదార్పు యాత్రలు, పలకరిస్తే ఆర్థికంగా ఆదుకోవాల్సి వస్తుందేమో అనుకునే బంధువులు. మానవ సంబంధాలన్నీ ఆర్థిక సంబాధాలే అనే కార్ల్ మార్క్స్ కొటేషన్ తో ముగిస్తారు రచయిత.

ఈ యాత్రా వ్యాసాలు, దక్షిణ, ఉత్తర భారత ఆలయ సందర్శన యాత్రలను, దేశం దాటి అమెరికా లోని వివధ రాష్ట్రాల, ప్రాంతాల ప్రకృతిని ఎంతో అద్భుతంగా, పాఠకుల కళ్ళకు కట్టినట్లు గా తీర్థ స్థలాలను, ప్రకృతి అందాలను, చారిత్రక కట్టడాలను రచయితలు చాలా అద్భుతంగా ఆవిష్కరించారు. ఇందులోని వ్యాసాలు రాసిన ప్రతి రచయిత యొక్క యాత్రా ఆసక్తికి, జిజ్ఞాసకు, చూసిన వాటిని వ్యాస రూపంలోకి తేవడానికి చేసిన గాఢమైన కృషికి వారందరికి పేరు పేరునా ధన్య వాదాలు తెలియజేస్తూ.

దా. మాధవి మిరప. ఎం.ఏ, పి.హెచ్.డి

కస్తూరి విజయం

అనివార్య ప్రయాణం

– శ్రీఝూ

యాత్ర, ప్రయాణం, సందర్శనం, ట్రావెలింగ్ ఒకే పదానికి ఎన్ని పేర్లో? అలాగే పేర్లు ఎన్ని ఉన్నాయో ఆ యాత్రల్లో రకాలు కూడా అన్నే ఉన్నాయి. కొందరు భగవంతుణ్ణి వెదుక్కుంటూ తీర్థయాత్రలు చేస్తుంటే ఇంకొంతమంది అంతః సందర్శనమే ఉత్తమం,భగవంతుడు ఎక్కడో లేడు మనలోనే ఉన్నాడు,మన మనసులోకి తరచి చూసుకోవడమే అత్యున్నత తీర్థ యాత్ర అంటుంటారు. సరే ఎవరి నమ్మకాలు వాళ్ళవి.తీర్థ యాత్రలు వదిలేస్తే కొందరు మానసికోల్లాసానికి, ప్రకృతి రమణీయతను దర్శించడానికి విహార యాత్రలు చేస్తుంటారు. మరికొందరు చరిత్ర గురించి తెలుసుకోవడానికి చారిత్రక ప్రదేశాలకు వెళ్తుంటారు. ఇంకొందరు బంధుమిత్రులను కలుసుకోవడానికి, శుభకార్యాలకు హాజరుకావడానికి , దూరాభారాలు లెక్కచేయకుండా ప్రయాణాలు చేస్తుంటారు.

ఇక నాలాంటి ఉద్యోగ జీవులు రోజుకు గంటన్నర, రెండు గంటలు ట్రాఫిక్ లో ఈదులాడి కార్యాలయాలకు చేరుకుంటారు. ఇలా ప్రతి మనిషి జీవితంలో లెక్కకు మించి ప్రయాణాలు చేస్తూనే ఉంటాడు. అందులో కొన్ని అనుకొన్నప్రయాణాలు ఉంటే, కొన్ని అనుకోని ప్రయాణాలు ఉంటాయి. కొంతమంది కొన్ని ప్రాంతాలు దర్శించాలని జీవిత లక్ష్యంగాకూడా పెట్టుకుంటారు. కానీ ఏ ఒక్కరూ దర్శించడానికి ఇష్టపడని కనీసం వెళ్ళాలి అని తలుచుకోడానికి కూడా ఇష్టపడని ఒక ప్రదేశం గురించి ఇపుడు నేను ప్రస్తావించాలి అనుకుంటున్నాను.

అదే హాస్పిటల్. మనం ఎంత వద్దు అనుకున్నా కొన్నిసార్లు ఈ ప్రదేశానికి తప్పనిసరిగా వెళ్ళాల్సి వస్తుంది. ఈ మధ్య నాకు ఒంట్లో కొంచెం , కొంచెం ఏంటిలెండి చాలానే నలత చేసింది. నీ ఇష్టానికి నువ్వు శ్రమపడుతూ నాకు విశ్రాంతి ఇవ్వట్లేదు అని నా శరీరం నాకు సహకరించకుండా మొరాయించింది. ఇంకోటి ఇంకోటి అయితే నేను కూడా పట్టించుకోకుండా అలాగే మొండిగా పనిచేసుకుంటూ ఉండేదాన్ని కానీ ఇది ఎడతెగని దగ్గు రూపంలో వచ్చి రాత్రిపగళ్ళు నిద్రకూడా పోనివ్వకుండా నన్ను ముప్పుతిప్పలు పెట్టింది.

సహజంగానే ప్రతి తెలుగింటి గృహిణి చేసినట్లుగానే ముందు రెండు మూడు రోజులు నాకు తెలిసిన చిట్కా వైద్యాలు చేసుకున్నాను(చిరునాలుక అని చెవి విరిపించుకోవడం దగ్గరనుండి నాలుకకు మిరియాలపొడి , ఉప్పు పెట్టుకోవడం వరకు) ఆ తర్వాత మా అత్తగారు ఇచ్చిన కషాయాలు తాగినా నా దగ్గు అంతకంతకు పెరగడం తప్ప తగ్గలేదు. ఇక లాభం లేదు అని ప్రైవేట్ ప్రాక్టీస్ పెట్టుకున్న ప్రభుత్వ వైద్యుడ్ని దర్శించుకొని ఆయనకు ఫీజు సమర్పించుకొని ఆయన రాసిన అల్లోపతి మందులు కూడా మింగాను. అబ్బే దగ్గు సౌండ్ పెరగడం, దగ్గి దగ్గి కడుపులో పేగులు మెలిపెట్టడం తప్ప ఉపయోగం లేకపోయింది.

ఇక తప్పదు అనుకొని హెల్త్ ఇన్సూరెన్స్ మీద నమ్మకంతో ఒక మల్టీ స్పెషాలిటీ హాస్పిటల్ కు ప్రయాణం అవ్వాల్సి వచ్చింది. ఇక్కడ కూడా మా ఇంట్లోవాళ్ళు చుట్టుప్రక్కల వాళ్ళను విచారించి మంచి హాస్పిటల్ అనుకున్న దానికే నన్ను తీసుకెళ్ళారు. ఇక హాస్పిటల్ లోకి అడుగు పెట్టగానే రిసెప్షన్ లో ఒక 1000 రూపాయలు చదివిస్తే కానీ డ్యూటీ డాక్టర్ గారి దర్శనం కాలేదు. ఆ డాక్టర్ గారు సుతారంగా స్టెతస్కోప్ నా గుండెల మీద పెట్టి చేత్తో పల్స్ చూస్తూ అయ్యో పల్స్ సరిగా ఆడట్లేదు మీకు ఊపిరి సరిగా ఆడుతుందా అని అడిగారు. మామూలుగానే దగ్గుతో కొంచెం ఊపిరి ఆడదు కాబట్టి కొంచెం ఇబ్బందిగా ఉందండి అని చెప్పాను. ఇక హడావిడి మొదలు. వెంటనే నాకు ఆక్సిజన్ మాస్క్ తగిలించేసి చేతికి ఏవేవో క్లిప్స్ పెట్టేసి బెడ్ మీద పడుకోబెట్టేసారు. అప్పటివరకు ఏదో మూలన ఉన్నధైర్యం కాస్త దిగజారిపోయింది నాకు.

హడావిడిగా బ్లడ్ టెస్టులు సిటీ స్కాన్ లు రాసేశారు. సిటీ స్కాన్ అక్కడ లేదు అని ఇంకో హాస్పిటల్ కు వెళ్ళాలని అంబులెన్స్ పిలిపించారు. అంబులెన్స్ వరకు వెళ్ళడానికి వీల్ చైర్, హాస్పిటల్ లోకి వెళ్ళేటప్పుడు నడుచుకుంటూ వెళ్ళిన నేను ఒక అరగంట వ్యవధిలో కాలు కింద పెట్టలేనంత నీరసంలోకి వెళ్ళిపోయాను. అంబులెన్స్ లో ఆక్సిజన్ సిలిండర్ పెట్టుకొని ల్యాబ్ కి వెళ్ళి సిటీ స్కాన్ చేయించుకొని వచ్చి మళ్ళీ వీల్ చైర్సహాయంతో బెడ్ వరకు వెళ్ళి బెడ్ మీద పడుకున్నాను. ఇకపెట్టే సెలైన్ కు తీసే సెలైన్ కు వ్యవధి లేదు అన్నట్లు సెలైన్ లు, అందులోకి ఇంజక్షన్ లు ఎక్కించడం. ఆ దెబ్బకు నా ఎడమ చేయి వాచిపోతే కుడిచేతికి, కుడిచేయి కూడా వాచిపోతే ఆఖరికి కాలుకి కూడా సెలైన్ పెట్టారు.

ఇలా ఒక నాలుగు రోజులు అచ్చంగా ఆక్సిజన్ మీదే నన్ను బ్రతికించారు హాస్పిటల్ వాళ్ళు. పూటకు ఒక ఐదు వేలకు సరిపడా మెడిసిన్ నా ఒంట్లోకి ఎక్కించారు. కొద్దిసేపు టీబీ అని, ఇంకొద్దిసేపు COVID ఏమో అని లేదంటే న్యూమొనియా అయి ఉండొచ్చు అని సవాలక్ష అనుమానాలు వ్యక్తం చేసి మా ఇంట్లోవాళ్ళకు బీపీలు పెంచేసి హాస్పిటల్ లో ఉన్న అన్ని రకాల టెస్టులు చేసి చివరకు నాకు వచ్చింది న్యూమోనియా అని లంగ్స్ లో బాగా ఇన్ఫెక్షన్ పేరుకుపోయింది అని తేల్చేసారు.

సరే ఇన్ని మందులు వాడుతున్నారు కదా దగ్గు తగ్గటం లేదు ఎందుకు అంటే ఇన్ఫెక్షన్ బాగా పెరిగిపోయింది.అది ప్లం అంటే కఫం రూపంలో దగ్గు ద్వారానే బయటకు పోవాలి ఇప్పుడు దగ్గు తగ్గడానికి మెడిసిన్ ఇస్తే ఇన్ఫెక్షన్ అలాగే ఉండిపోతుంది ఇక మీ ఇష్టం అని తేల్చేసారు. ఇక చేసేది ఏముంది అన్ని వేలు తగలేసి అన్ని మందులు వాడుతూ కూడా నేను దగ్గుతూనే ఉండాల్సి వచ్చింది.

నాకు అయితే బ్రతికి బట్టగట్టి ఇంటికి వస్తాను అనే నమ్మకం కూడా పోయింది. అయ్యయ్యో! గంగా నదిని, గంగాహారతిని చూడాలనే కోరిక తీరకుందానే ఏకంగా వైతరణీ నది దర్శనానికి వెళ్తున్నానేమో అనిపించింది. మందుల మగతకు ఒక క్షణం కళ్ళు మూతపడితే యమపురి దర్శనమిచ్చి ఉలిక్కిపడి లేచి మా ఇంట్లోవాళ్లకు అప్పగింతలు కూడా మొదలు పెట్టాను అంటే నా పరిస్థితి మీరు ఊహించుకోవచ్చు. ఇక ఇంట్లో వాళ్ళు దేవుళ్ళకు సవాలక్ష మొక్కులు మొక్కడం మా అమ్మవాళ్ళు అయ్యో ఎప్పుడూఎవరినీ బాధ పెట్టని నా కూతురికి ఇన్ని బాధలు ఎందుకు అని ఏడవడం ఆ ఏడుపు చూసి నా ధైర్యం ఇంకా దిగజారడం బాబోయ్ ఆ పరిస్థితి పగవాళ్లకు కూడా రాకూడదు.

ఇక్కడ చివర్లో ట్విస్ట్ ఏంటి అంటే మేము జాయిన్ అవదానికి వారం రోజుల ముందే ఆ హాస్పిటల్ మానేజిమెంట్ మారిపోయి కొత్తవాళ్ళ చేతుల్లోకి వచ్చింది అంట, అందుకే ముందు పనిచేసిన సీనియర్ డాక్టర్స్ కానీ ,నర్సులు కానీ ఎవరు లేరు. అందరూ జూనియర్స్ ఆ విషయం మాకు చెప్పకుండా వాళ్ళు జాయిన్ చేసుకున్నారు. చివరికి డిశ్చార్జ్ సమ్మరీ ఇవ్వదానికి కూడా వాళ్ళ దగ్గర ఫార్మ్స్ లేవు. సో చివరికి నాకు ఇన్సూరెన్సు కవరేజ్ కూడా దక్కలేదు.

నాలుగు రోజుల తర్వాత ఈ విషయం తెలుసుకున్న మా వారు హాస్పిటల్ మేనేజిమెంట్ తో గొడవ పెట్టుకొని అప్పటికప్పుడు నన్నుదిశ్చార్జ్ చేయించుకొని ఇంటికి తీసుకొచ్చారు.వాళ్ళువాడిన మందుల ఎఫెక్ట్ కి నా ఒంట్లో ఓపిక మొత్తం నశించిపోయి చివరికి కూర్చోదానికి కూడా ఓపిక లేకుండా తయారయ్యాను.

'సొమ్ము పోయి శని పట్టే' అన్నట్లు డబ్బులకు డబ్బులు వదిలించుకొని రోగం ఇంకొంచెం ఎక్కువ చేసుకొని వచ్చాను ఇంటికి.నా చేతులు అయితే కనీసం వాటర్ బాటిల్ పట్టుకోవదానికి కూడా పనికిరాకుండా తయారయిపోయాయి. మా అత్తగారు అన్నం కలిపి ఇస్తే స్పూన్ వేసుకొని తినే పరిస్థితి. మళ్ళీ తిండి విషయంలో కూడా అన్నీ రెస్ట్రిక్షన్స్.ఒకరు ఒకటి తినమంటే ఇంకొకరు అది తినకూడదు అని చెప్పడం ఇక చివరికి నాకు పెడుతున్న డైట్ చట్నీ లేకుండా ఇడ్లీ, పల్చని చారు పోసిన అన్నం. టాబ్లెట్స్ కిలోల్లో,తిండి గ్రాముల్లో.

మావారు తన ఫ్రెండ్స్ ను అందరినీ కనుక్కొని సీనియర్ డాక్టర్ ఒకరి దగ్గరకు తీసుకెళ్తే ఆయన రిపోర్ట్స్ అన్నీ చూసిఇన్ఫెక్షన్ ఉంది అది తగ్గడానికి టైం పడుతుంది కానీ ఈ మెడిసిన్

వాడకూడదు అని ఆయన మెడిసిన్ మొత్తం మార్చి ఇచ్చారు. ఆ మార్చిన మెడిసిన్ వాడిన తర్వాత నాకు దగ్గు కొంచెం తగ్గి పదిహేను రోజుల తర్వాత రెండు మూడు గంటలు సుఖంగా నిద్రపోగలిగాను.

ఒకప్పుడు వైద్యో నారాయణో హరి అనేవాళ్ళు అంటే వైద్యుడిని దేవుడితో సమానంగా కొలిచేవాళ్ళు. కానీ ఇపుడు అది ఒక వృత్తి అయిపోయింది. హాస్పిటల్ కు వచ్చే రోగుల మానసిక ఆందోళన గురించి కానీ ,వారితోపాటు వచ్చే బంధువుల భావోద్వేగాలతో కానీ ఈ హాస్పిటల్ మేనేజిమెంట్ కు ఎటువంటి సంబంధం ఉండదు. ఒక పేషెంట్ దగ్గరనుండి ఎంత డబ్బు వసూలు చేద్దామా అనే ఆలోచన తప్ప ఇంకొకటి ఉండట్లేదు. అందరు అలాగే ఉన్నారని నేను చెప్పట్లేదు కానీ ఎక్కువమంది అలానే ఉన్నారు. హాస్పిటల్ నుండి డిశ్చార్జ్ అయ్యేలోపు ఆ మానసిక ఒత్తిడికి ఇంట్లోవాళ్ళకు కూడా ఆరోగ్యం పాడవుతోంది.

హాస్పిటల్ కు వెళ్ళాలి అని ఎవ్వరూ కోరుకోరు. కానీ ఈ యాంత్రిక జీవితంలో అనుభవిస్తున్న ఒత్తిడులకు ప్రతి ఒక్కరికి ఏదో ఒక సందర్భంలో హాస్పిటల్ కు వెళ్ళాల్సిన పరిస్థితి అనివార్యం అయిపోతోంది. అలా వెళ్ళాల్సి వచ్చినపుడు ముందుగానే ఒకటికి రెండుసార్లు ఆ హాస్పిటల్ గురించి విచారించి అందులో చేరితే ఇన్స్యూరెన్స్ కవరేజీ వస్తుందా లేదా అని కూడా చూసుకొని వెళ్ళండి. అందరికీ మాలాగే అవుతుంది అని కాదు, చదువుకొని ఉద్యోగాలు చేస్తూ కూడా మేము పప్పులో కాలు వేసాము .మరి చదువుకొని వాళ్ళు లేదా పిల్లలు తోడులేని పెద్దవాళ్ళ పరిస్థితి ఏంటి? అందుకే నా అనుభవం కొందరికి అయినా ఉపయోగపడుతుంది అని ఇలా అక్షరీకరించి కస్తూరి విజయం వారికి పంపిస్తున్నాను. వారిద్వారా ఈ సమాచారం చాలామందికి చేరువ అవుతుంది అని నమ్మకంతో ఈ వ్యాసాన్ని/ నా అంతరాత్మ ఘోషను ఇక్కడితో ముగిస్తున్నాను.

కొసమెరుపు :

ఈ కొసమెరుపు లో ఇంకోరకం యాత్రల గురించి చెప్పాలి మీకు అవే ఓదార్పు యాత్రలు. ఒకప్పుడు ఎవరికి అయినా బాగాలేకుంటే చుట్టాలు పక్కాలు వచ్చి మీకు మేమున్నాము, ఏమీ కాదు అని ధైర్యం చెప్పేవాళ్ళు, ఇపుడు ఎక్కడ వస్తే ఆర్థికంగా సహాయం అడుగుతారో అన్నట్లు ఆ ఓదార్పు కూడా ఫోన్ లలో కురిపించేస్తున్నారు. నాకు అసలే దగ్గుతో మాట రాకపోతుంటే ఈ ఫోన్ లు ఒకటి, ఫోన్ రావడం ఆ ఫోన్ తీసుకెళ్ళి నేను మా అత్తగారికి ఇవ్వడం మా అత్తగారు అరిగిపోయిన క్యాసెట్ లాగా నాకు దగ్గు ఏరోజు మొదలయింది ఏమి తింటే మొదలయింది దగ్గరనుండి హాస్పిటల్ నుండి ఇంటికి వచ్చేవరకు మొత్తం ఏకరువు పెట్టడం. వాళ్ళు మొత్తం విని అది పెట్టకండి ఇది పెట్టకండి అని ఉచిత సలహాలు ఇచ్చి ఫోన్ పెట్టేయడం. ఒక్క క్షణం ఎదురుగా వచ్చి మేము మీకు తోడున్నాము అని భరోసా ఇవ్వలేనిబంధాలు, బంధుత్వాలు ఉండి ఏమి ఉపయోగం? అలా అని ఆ ఫోన్ లు చేసేవాళ్ళు

దూరపు బంధువులు కాదు ఒకప్పుడు మా నుండి అన్ని సహాయాలు పొందిన దగ్గరి బంధువులు.మేము ఉండే సిటీ లోనే ఉంటున్నవాళ్ళు. ఇలాంటివి చూసినప్పుడే మానవ సంబంధాలన్నీ ఆర్థిక బంధాలే అన్న కార్ల్ మార్క్స్ మాటలు నిజం అనిపిస్తాయి.

మీ

శ్రీరఘా

★★★

మాయదారి మంగీలాల్

(ఉత్తరాది వాళ్ళ వివక్షత)

– కొయిలాడ రామ్మోహన్ రావు

'ఎంత దగా!! ఎంత మోసం !!' అనుకుంటూ పళ్ళు నూరుకున్నాడు ధర్మవీర్. పట్టరాని కోపం అతని ముఖంలో ప్రస్ఫుటమౌతోంది. కళ్ళు ఎరుపెక్కాయి. ముఖం జేవురించి, కందగడ్డలా మారింది. శ్రీనగర్ కి బుక్ చేసుకున్న బస్సు, ఉత్తరాది వాళ్ళకిచ్చి, ధర్మవీర్ ని దగా చేశాడు, ఢిల్లీ కి చెందిన ట్రావెల్ ఏజెంట్, మంగీలాల్. అందుకే ధర్మవీర్మండిపడుతున్నాడు.

"మాస్టారినెప్పుడూ ఇలా చూడలేదు "అన్నాడు సాకేత్. "అవును మరి. పరిస్థితి అలా ఉంది. ఈ ఉత్తరాది వాళ్ళందరూ అంతే. మొన్న మా చిన్నన్నకి షిరిడీలో చేదు అనుభవం ఎదురయింది. శని సింగనాపూర్ చూడాలని అప్పటికప్పుడు ప్లాన్ చేసుకుని, షిరిడీలో ఒక వేన్, వెయ్యి రూపాయలకు మాట్లాడుకున్నాడు మా చిన్నన్న. శని సింగనాపూర్ చూపించేసి, సాయంత్రం షిరిడీ రైల్వే స్టేషన్ లో దింపేయాలని ఒప్పందం చేసుకుని, లగేజ్ అంతా వేన్ లోకి ఎక్కించి ఫ్యామిలీతో బయల్దేరాడు. ఆ ఊరి ప్రత్యేకత తెలుసుకదా? అక్కడ శనీశ్వరుడి దేవాలయం ఉంది. అక్కడ ఎవరయినా దొంగతనం చేస్తే, శని పట్టి పీడిస్తాడన్న నమ్మకం ఉంది. అందుకే కాబోలు ఎవరూ,పగలు రాత్రి తమ ఇళ్ళకు తాళాలు వేసుకోరు.

మా వాళ్ళను ఆలయం దగ్గర దింపి, టాక్సీ స్టాండ్ లో వేచి ఉంటానని చెప్పి, అభిషేకం కోసం నూనె, కొబ్బరి కాయ, పూలు, పళ్ళు తీసుకోమని, ఒక దుకాణం చూపించాడు డ్రైవర్. 'అబ్బే! అంత సమయం లేదు. గుడి చూసి దర్శనం చేసుకొని వస్తాం' అనేసి గుడిలోకి వెళ్ళిపోయాడు మా చిన్నన్న ఫ్యామిలీతో. ఓ గంట తర్వాత వేన్ దగ్గరకు వచ్చి, బయల్దేర్దామని డ్రైవర్ తో చెప్పాడు. మూడొందలు అదనంగా ఇస్తేనే బండి తీస్తానని నిర్లక్ష్యంగా చెప్పాడు డ్రైవర్. మా చిన్నన్న ఒప్పుకోలేదు. ముందుగా ఒప్పందం చేసుకున్న వెయ్యే ఇస్తానని మొండికేసాడు. 'నువ్వు పూజ సామాను తీసుకోలేదు. అందులో నా కమీషన్ పోయింది. నేను నష్టపోయాను' అంటూ వాడూ మొండికేసాడు. వాడితో గొడవ పెట్టుకుంటూ కూర్చుంటే, ట్రైన్ మిస్ అయిపోయే అవకాశం ఉంది. ఆ బలహీనతను వాడు వాడుకున్నాడు. పాపం మా చిన్నన్న అదనంగా డబ్బు చెల్లించాల్సి వచ్చింది. మన దక్షిణాది

వాళ్ళంటే వాళ్ళకి బాగా లోకువని మరోసారి రుజువయింది" అన్నాడు అనిల్ కోపంతో. ధర్మతో సహా అందరూ అనిల్ చెప్పింది విన్నారు. అందరికీ మంటగానే ఉంది. కానీ ఏం చేయగలరు?

బస్సు దగ్గర, తన పరిచయస్తులతో చలోక్తులు విసురుతూ హుషారుగా మాట్లాడుతున్న మంగీలాల్ ని తీక్షణంగా చూస్తూ ఉండిపోయాడతను. అతనొక్కడే కాదు, అక్కడున్న అరవై మంది స్టూడెంట్లు మంగీలాల్ నేకసిగా చూస్తున్నారు.

నిన్న ఉదయం ఢిల్లీలో తన ఎన్.సి.సి. స్టూడెంట్ లతో దిగాడు లెక్చరర్ ధర్మవీర్.నెల రోజుల క్రితమే పక్కా ప్లాన్ తో కాశ్మీర్ ట్రిప్ ప్లాన్ చేసాడు.రానుపోనుట్రైన్ రిజర్వేషన్లు అయిపోయాయి. ఢిల్లీ నుంచి శ్రీనగర్, జమ్మూ చూడ్డానికి బస్ కోసమూ, హోటళ్ళ కోసమూ, మంగీలాల్ తో డీల్ మాట్లాడుకొని, అడ్వాన్స్ కూడా చెల్లించాడు. ఢిల్లీ చేరగానే మంగీలాల్ తో ఫోన్లో మాట్లాడటంతో, మంగీలాల్ వెంటనే మర్నాడు ఉదయం, బస్సు కోసం వేచియుండాల్సిన చోటు, సమయం, బస్సు నంబర్, డ్రైవర్ ఫోన్ నంబర్ మెసేజ్ చేసాడు. దాన్ని చూడగానే అతనికి ప్రయాణం గురించి ఉన్న కాస్తంత చింత మాయమైంది. ఆ రోజంతా ఢిల్లీ చూసి, మర్నాడు బస్సు కోసం అరగంట ముందే, అంటే ఉదయం ఐదు గంటలకు చేరుకున్నారు, ధర్మవీర్, అతని స్టూడెంట్లు. అప్పటికే ఒక బస్సు పట్టే జనం అక్కడ వేచి ఉన్నారు. వాళ్ళంతా ఉత్తరాది వాళ్ళలా ఉన్నారు. ఆ జనంలో కలిసిపోయిన మంగీలాల్ ని గుర్తుపట్టాడు ధర్మవీర్. మిగిలిన బేలన్స్ అమౌంట్ తీసుకొని, టూర్ ప్రోగ్రామ్ అంతా వివరంగా చెప్పడం మొదలు పెట్టాడతను. ధర్మవీర్ కి హిందీ కొద్దిగా వచ్చుగాని, ధారాళంగా మాట్లాడడం రాదు. అదీగాక మంగీలాల్ స్పీడ్ గా మాట్లాడడం, దానికి తోడు యాసగా మాట్లాడడంతో, అతను చెప్పేది ధర్మవీర్ కి పూర్తిగా అర్థం కాలేదు. మంగీలాల్ కేమో ఇంగ్లీష్ రాదు. అతను చెప్పేదేమిటో అర్థం చేసుకానే లోపుగా, ఎవరో పిలవడంతో ఆ గుంపులో కలిసిపోయాడు మంగీలాల్. ఆలోచించి చూస్తే, ప్రోగ్రామ్లో ఏదో మార్పు ఉందేమో అని అతని మాటలను బట్టి అర్థమైనా స్పష్టత రాక అయోమయంలో పడిపోయాడు ధర్మవీర్.

ఆ ఉత్తరాది బృందం మంగీలాల్ కి బాగా పరిచయమైంది కాబోలు, 'దాదాజీ, దాదీ, మౌసీ, చాచా, కాకా, బాభీజీ...'.ఇలా వరసలు పెట్టి పిలుస్తూ, చనువుగా మసులుతూ వాళ్ళలో కలిసిపోయాడు. ఇచ్చిన టైం దాటి అరగంట అయినా బస్సు రాకపోయేసరికి, ధర్మవీర్ లో అసహనం పెరగడం మొదలయింది. మంగీలాల్ నిపిలిచి వాచీ చూపించాడు.

"అరే భాయ్ సాబ్...తోడా ఇంతజార్ కరో..." అంటూ నవ్వాడు. తల ఊపి బస్సు కోసం ఎదురుచూడ సాగాడు ధర్మవీర్. మరో ఇరవై నిమిషాలకు బస్సు వచ్చింది. బస్సు నంబర్ చెక్ చేసుకొని,

"బాగుంది...కొత్త వాల్లో బస్సు...పదండి ..పదండి" అంటూ అడుగులు ముందుకేస్తూ, అక్కడే ఆగిపోయాడు. బస్సు, ఆ బృందం దగ్గర ఆగడం, మంగీలాల్ స్వయంగా వాళ్యని ఆ బస్సు ఎక్కించడం చూసిన ధర్మవీర్ కి కోపం వచ్చినా ఎక్కడో ఏదో పొరపాటు జరిగి ఉంటుందని, తమాయించుకొని, మంగీలాల్ నిఅడిగితే, 'ఇందాకే చెప్పాను కదా? ప్రోగ్రాం మారింది మీకుమరో బస్సు వస్తుందని' అన్న మాట ఈసారి స్పష్టంగా అర్థమైంది ధర్మవీర్ కి. "ఎందుకలా మార్చారు?ఇచ్చిన మాట ప్రకారంఈ బస్సులోనే మమ్మల్ని పంపండి" అంటూ గొడవ పెట్టాడు. ఆ గొడవకు, ఎక్కే వాళ్యుసందేహిస్తుంటే, వాళ్యను ఎక్కమన్నట్టుగా చేయి ఊపి, ధర్మవీర్ ని కన్విన్స్ చేసే ప్రయత్నంలో పడ్డాడు మంగీలాల్. స్టూడెంట్లకు పరిస్థితి అర్థమైంది. వాళ్యు రెచ్చిపోబోతుంటే, వూరుగాని చోట ఏ సమస్యలొస్తాయోనని భయపడి, వాళ్యను ఆపి, మంగీలాల్ తోతనొక్కడే గొడవకు దిగాడు. మంగీలాల్ కి ఇలాంటివి మామూలే కాబోలు, ఆవేశపడకుండా, ఒక మెట్టు కూడా దిగకుండా, ఒక వైపు మాట్లాడుతూనే, వాళ్యందర్నీ బస్సు ఎక్కించేసాడు. టక టకా సెల్ ఫోన్ బటన్లు నొక్కి,

"మరో బస్సు రెండు నిమిషాల్లో వచ్చేస్తుంది. డ్రైవర్ నంబర్, బస్ నంబర్ మెస్సేజ్ చేసాను. డోంట్ వర్రీ భయ్యా.." అంటూ అతను బస్సెక్కగానే, బస్ బయల్దేరిపోవడంతో,చేసేదేమీ లేక, కోపంగా చూస్తూ ఉండిపోయాడు ధర్మవీర్.

మరో గంట తర్వాత గానీ రెండో బస్సు రాలేదు. గంట తర్వాత వచ్చిన బస్సు చాలా ఆర్డినరీ గా ఉంది. 'దానిలో సుదీర్ఘ ప్రయాణం చేయగలమా?' అని అనుమానం పట్టుకుంది. డ్రైవర్ మీద కేకలేసాడు 'ఇలాంటి చెత్త బస్సు తెస్తావా? అంత డబ్బు గుంజి?' అంటూ. ఆ డ్రైవర్ ఒక పంజాబీ. పేరు అజయ్ సింగ్. చాలా నెమ్మదస్తుడి లాగా ఉన్నాడు. ఆవేశపడకుండా నిదానంగా సమాధానమిచ్చాడు. అతని హిందీ సరళంగానూ, అర్థమయ్యే రీతిలోనూ ఉంది.

"సాబ్ జీ.. ఇది నా తప్పు కాదు. మంగీలాల్ సాబ్, అప్పటికప్పుడు ఏ బస్సు ఉంటే అది పట్టుకొని అర్జెంట్ గా రమ్మంటే, నేనిలా రావాల్సి వచ్చింది. ప్రయాణికులకు ఇబ్బంది కలగకూడదని చిన్న చిన్న రిపేర్ లు చేయించుకొచ్చాను. అందుకే కొంచెం లేట్ అయ్యింది. మాఫ్ కరో సాబ్. మీరేమీ వర్రీ అవకండి బండి పాతదేగాని మంచి కండిషన్లో ఉంది" అని అనేసరికి ఇంకేమీ మాట్లాడ లేకపోయాడు, ధర్మ. స్టూడెంట్లు అందరూ మంగీలాల్ కి శాపనార్థాలు పెట్టారు. స్టూడెంట్లు ఆవేశంతో ఊగిపోయారు. అప్పుడుగానీమంగీలాల్ వాళ్లకు దొరికితే, ముక్కలు ముక్కలుగా నరికేసేవారేమో!

సింగ్ చెప్పినట్లు బస్సు కండిషన్ బాగానే ఉంది. డీలా పడిపోయిన పిల్లలకు మంచి సరదా విషయాలు చెపుతూ వాళ్ల మూడ్ మార్చాడు ధర్మ. అతనుమంచి మాటకారి, హాస్యంగా మాట్లాడడం, అనేక విషయాలను ఆసక్తికరంగా చెప్పడం అతనికి వెన్నతో పెట్టిన విద్య.

"నిన్నంతా ఢిల్లీ చూశాం కదా? మరి మీకు బాగా నచ్చినవి ఏమిటి?" అని ధర్మ అడగ్గానే అందరూ ముందుగా 'అక్షర్ ధామ్' గురించే చెప్పారు. నిజమే నాకు కూడా బాగా నచ్చింది. అక్కడ ఆర్కిటెక్చర్ ఎంత గొప్పగా ఉందో కదా? ప్రతి చోటా అద్భుతమయిన శిల్పాలే.మీరు విన్నారో లేదో? కొంతమంది యాత్రికులు అంటున్నారు, తాజ్ మహల్ కన్నా ఇదే గొప్పగా ఉందని. అలా అని తాజ్ మహల్ ని తీసిపారేయలేం. దేని గొప్పతనం దానిదే. అక్షర్ ధామ్‌లో నాకు బాగా నచ్చినవి, వాళ్ళు ఏర్పాటు చేసిన షోలు. ముఖ్యంగా కల్చరల్ రైడ్ నాకు బాగా నచ్చింది. ఒక పడవలో కూర్చోబెట్టి, అనేక స్టాల్స్ మీదుగా తిప్పుతూ, మన సంస్కృతిని గురించి తెలియజేసే విధానం నాకు బాగా నచ్చింది" అంటుంటే, ఒక కుర్రాడు 'మ్యూజికల్ ఫౌంటెన్' గురించి గుర్తు చేశాడు.

"అది గొప్పగానే ఉంది గానీ , అలాంటి ఫౌంటెన్ లు చాలా చోట్ల ఉన్నాయి. మిగిలినవి మాత్రం ఎక్కడా ఉండవు. అందుకే అక్షర్ ధామ్ ప్రత్యేకంగా ఉంటుంది. ఇది స్వామి నారాయణ శిష్యులు, ట్రస్ట్ నిర్మిస్తే, లోటస్ టెంపుల్ 'బహాయ్' మతానికి చెందిన వారు నిర్మించారు. అది కూడా చాలా విలక్షణంగా ఉంది కదా? మరి మనం ఇంకేమి చూశాం అనగానే, లాల్ కిలా, ఇండియా గేట్, జంతర్ మంతర్ ... ఇలా చెపుతుంటే, వాటి విశేషాలు వివరించి, పిల్లల్లో ఉత్సాహాన్ని నింపాడు.

బయటకు చూస్తూ, "మీరు గమనించారా? చాలా సేపటినుంచి మనం పంజాబ్ రాష్ట్రంలో ఉన్నాం" అనగానే అందరూ తలలూపారు. మన రూట్ తెలుసుకదా? ఢిల్లీ తర్వాత పానిపట్. అక్కడే మూడు పానిపట్టు యుద్ధాలు జరిగాయి. ఆ తర్వాత చండీఘర్ రావడంతో పంజాబ్ లోకి వచ్చి పడ్డాం. ఆ తర్వాత లూధియానా వచ్చాం. మనం వాడే స్వెట్టర్లు ఇక్కడినుంచే వస్తాయి. కాస్సేపటిలో పఠాన్ కోట్ చేరతాం. హిమాచల్ ప్రదేశ్ కి అక్కడి నుంచి ఎక్కువమంది వెళ్తారు. చూసారా? ఇప్పుడు మన బస్సు ఘాటెక్కుతుంది. చలి పెరుగుతుంది. అందరూ స్వెట్టర్లు, మఫ్లర్లు, జాకెట్ లు బయటకు తీయండి" అంటుండగాఅందరూ బయటకు చూడడం మొదలుపెట్టారు.

అందరూ లోతైన లోయలు, పచ్చని కొండలు చూస్తూ ప్రకృతి అందాలను ఆస్వాదిస్తుంటే, సింగ్ ఆయా ప్రదేశాల విశిష్టత వివరిస్తూ, ఫొటోలు తీసుకోవడానికి అనువైన ప్రదేశాలలో బండిని ఆపుతూ, అందరికీ తక్కువ సమయంలోనే ప్రీతి పాత్రుడయ్యాడు.

" పదకొండు గంటలు ప్రయాణం చేసినా టైం తెలియలేదు. ఎంత భయపడ్డాం? ఎంత హాయిగా సాగుతోంది మన ప్రయాణం ?" అని ఎవరో పక్కవానితో అంటుండగా సడన్ బ్రేక్ తో కీచుమనే శబ్దంతో బస్సు ఆగేసరికి, మాటల్లో మునిగిపోయిన వారంతా, ఎందుకు బస్సు ఆపాడో తెలుసుకోవాలనుకుంటుండగా, ఎదురుగా నాలుగైదు వాహనాలు ఆగి ఉండడం, ట్రాఫిక్ నిలిచిపోయి ఉండడం గమనించారు. "ఏదో ఎక్సిడెంట్ అయినట్లుంది" అనుకుంటూ సింగ్ కిందకు దిగేసరికి, దాదాపు అందరూ కిందకు దిగారు.కాస్త ముందుకెళ్ళి చూసి, నోళ్ళు

వెళ్ళబెట్టారు.పెద్ద ఎక్సిడెంటే అది. బస్సు లోయల్లో పడిపోయింది. ప్రయాణికులు సహాయం కోసం ఆర్తనాదాలు చేస్తున్నారు.లోయ బాగా లోతుల్లో ఉంది. ఎవరూ సాయం చేసే స్థితిలోలేరు. అందరూ నిలబడి చూస్తున్నారే గానీ, ఎలా సాయం చెయ్యాలో ఎవరికీ అర్థం కావడం లేదు. కొందరు ఫొటోలు, వీడియోలు తీస్తుంటే, సింగ్ వాళ్ళ మీద కోపంగాఅరిచాడు, "సాయం చెయ్యడానికి చూడండి, వీడియోలు తీసే టైం కాదిది" అంటూ. ఆ సమయంలో ఒక స్టూడెంట్ ఆవేశంతో అరుస్తూ "అదిగో మంగీలాల్ గాడు" అంటూ లోయల్లో గాయపడి సాయం కోసం ఎదురుచూస్తున్న మంగీలాల్ ని చూపించి,"బాగా అయ్యింది. వాళ్ళ బస్సే అది. మోసం చేస్తే ఏమవుతుంది? మంచి పనే జరిగింది" అన్నాడు కసిగా. సింగ్ తో సహ అక్కడున్న ఉత్తరాది వాళ్ళకుఆ కుర్రాడి మాటలు అర్థం కాలేదు. తెలుగు అర్థం కాకపోయినా, మంగీలాల్ మీద వాళ్ళకున్న కసిని గుర్తించాడు సింగ్.ప్రమాదంలోఇరుక్కున్న వారిమీద అతనికెంతో జాలి కలిగింది. తలుచుకుంటే ధర్మ, అతని స్టూడెంట్లు మాత్రమే రక్షించగలరనే నమ్మకం కలిగిందతనికి. అయితే వాళ్ళు ఒప్పుకోరని అతనికి ఖచ్చితంగా తెలుసు. అయినా తన ప్రయత్నం మానలేదు. " సాబ్ జీ ..మనమే వాళ్ళను కాపాడాలి" అంటూ ధర్మను బతిమాలాడు. అలా అడుగుతాడని ధర్మ ఊహించలేదు. విస్మయంగా సింగ్ వైపు చూస్తుంటే, వద్దు వద్దంటూ స్టూడెంట్లు కేకలు వేసారు. అయినా సింగ్ వదల్లేదు. బతిమాలుతూనే ఉన్నాడు. కేవలం తన ఉత్తరాది వాళ్ళనే కాపాడుకోవాలని అతను ప్రయత్నించడం లేదని, అతని అభ్యర్ధనలో మానవత్వం ఉందని గ్రహించాడు. కానీ స్టూడెంట్లు ఎట్టి పరిస్థితి లోనూ దానికి సహకరించరని అతనికి తెలుసు. వాళ్ళను ఒప్పించడం కష్టమే గాని, అసాధ్యం కాదని తెలిసినా, ధర్మ, సాయం చేయడానికి ముందుకు రాలేదు.

"మీరేమీ వర్రీ అవకండి సింగ్ జీ, పోలీసులకు ఫోన్ చేసారట, కాస్సేపటిలో రెస్క్యూ టీం వస్తుంది. అంతా వాళ్ళే చూసుకుంటారు" అంటూ ధైర్యం చెప్పాడు. "లాభం లేదు సర్. రెస్క్యూ టీం వచ్చేసరికి మరో రెండు గంటలు పైనే పడుతుంది. చూసారుగా? పరిస్థితి. కాస్సేపటిలో చీకటి పడేటట్లుంది. చీకటి పడితే,వాళ్ళను కాపాడటం చాలా కష్టం. అక్కడుండే పాముల్లో, విషపురుగుల్లో లేదా అడవి జంతువుల్లో వాళ్ళను పొట్టన పెట్టుకుంటాయి. ఆ లోయ ఎంత ప్రమాదమైనదో నాకు తెలుసు. ప్లీజ్ ఏదో ఒకటి చెయ్యండి. టైం లేదు. మీరు, మీ ఎన్. సి. సి స్టూడెంట్లే ఆ పని చెయ్యగలరు. ఇలాంటివెన్నో మీరు గతంలో చేసే ఉంటారు. దయచేసి నా కోరిక మన్నించండి" అంటూ బతిమాలుతుంటే కాదనలేక, స్టూడెంట్ లను అతికష్టం మీద ఒప్పించాడు గాని, ఎలాసహాయం చెయ్యాలో అతనికి అర్థం కాలేదు. వాళ్ళందరినీ రక్షించాలంటే, చాలా పెద్ద సాహసమే చెయ్యాలి. ఇందులో రిస్క్ లేకపోలేదు. స్టూడెంట్స్ కి ఏమైనా అయితే, తనే పెద్ద బాధ్యత వహించాల్సి ఉంటుంది. ఇలాంటి సందర్భాల్లో, ముందుగాకాలేజ్ ప్రిన్సిపాల్ లేదా యాజమాన్యం అనుమతి తీసుకోవాలి. కానీ అదిప్పుడు జరిగేపని కాదు. అంత టైం లేదు. అంతేకాక, వాళ్ళు అనుమతి

ఇవ్వరు. 'నీకెందుకొచ్చినతలనొప్పి' అంటూ వెనక్కి లాగుతారు. 'ఇలా ఆలోచించుకుంటూ కూర్చుంటే, ఇంతే సంగతులు. ప్రయాణీకుల ప్రాణాలు గాల్లో కలిసిపోతాయి. ఏది ఏమైతేనేం? ఏదో ఒకటి చెయ్యాలి. వాళ్ళ ప్రాణాలు కాపాడాలి' అనుకున్నాడు ధర్మ. ఎలాగయినా వాళ్ళను కాపాడాలనే నిర్ణయమయితే తీసుకున్నాడు గానీ, అంత లోతులో ఉన్న ప్రయాణికులను బయటకు తేవడానికి, అవసరమైన తాళ్ళు, పనిముట్లు లేకపోవడం వల్ల, అతను అశక్తుడయ్యాడు. అలా కొట్టు మిట్టాడుతున్న సమయంలో, అక్కడికి వచ్చి ఆగిన లారీని చూడగానే అతని కళ్ళు మెరిసాయి. అది గోధుమల బస్తాల లోడ్ ను వేసుకొచ్చిన భారీ లారీ. బస్తాలకు కట్టిన తాడు విప్పి ఇస్తే, ప్రయాణికులను రక్షించ వచ్చుననీ ఆ లారీ డైవర్ ని కోరాడు. దానికతను సుతరామూ ఒప్పుకోలేదు. బస్తాలు పడిపోతాయని, తిరిగియధాతథంగా లోడ్ పేక్ చెయ్యడం కష్టమని, చీకట్లో అది అసాధ్యమని, తన ఉద్యోగం పోతుందని తేల్చి చెప్పేసాడు ఆ లారీ డైవర్. తనకు ఏ నష్టమూ కలిగించమని, వాళ్ళ ప్రాణాలు కాపాడడం అందరి బాధ్యత అని, చిన్న పిల్లలున్నారు, జాలిచూపమని ధర్మ, సింగ్ విడవకుండా బతిమాలేసరికి ఆ డైవర్ ఒప్పుకోవలసి వచ్చింది. వెంటనే ఒక్క క్షణం కూడా ఆలస్యం చేయకుండా తన బృందాన్ని రంగంలో దింపాడు ధర్మ. సహాయకార్యక్రమాలు మొదలయ్యాయి. లోయలోకి దిగిన స్టూడెంట్లు అక్కడి పరిస్థితి ప్రత్యక్షంగా చూసి విచలితులయ్యారు. ముందు మూర్ఖంగా నిరాకరించినందుకు సిగ్గుపడ్డారు. అందరికన్నా ఎక్కువగా గాయపడింది మంగీలాలే. అతనికి సాయం చేసే అవకాశమివ్వకుండా ఇతర ప్రయాణికులు ఎగబడుతుంటే, 'వీళ్ళేనా? వరసలు పెట్టి పిలుస్తూ, వాళ్ళతో కలిసిపోయి, మాకు అన్యాయం చేసాడు' అనుకున్నారు స్టూడెంట్లు. ప్రయాణికులే అవకాశం ఇవ్వలేదో, స్టూడెంట్ లే కావాలని వదిలేసారో ధర్మకు తెలియలేదు. పైకి తెచ్చిన వాళ్ళలో మంగీలాల్ లేడు. ఆ విషయమే అడిగితే, తమకు తెలియదని కొందరు అబద్ధమాడితే, ఇప్పటికే బాగా చీకటి పడింది. ఇప్పుడు అతన్ని తీసుకురావాలని ప్రయత్నించడం చాలా ప్రమాదమని కొందరు చేతులెత్తేసారు. వాళ్ళు కావాలనే నాటకమాడుతున్నారని తెలిసిపోయింది అతనికి. వాళ్ళను బతిమాలదలుచుకోలేదు. వాళ్ళు వద్దని వారిస్తున్నా, తనే ముందడుగు వేసి, టార్చ్ లైట్ పట్టుకొని, తాడు అందుకున్నాడు కోపంగా. అతని కోపం చూసి స్టూడెంట్లు వెనకడుగు వేసారు భయంతో. ' నేనూ వస్తాను సాబ్' అంటూ అతని వద్ద టార్చ్ అందుకున్నాడు సింగ్. స్టూడెంట్లు అన్నట్లు, ఆ చీకటిలో లోయలోకి దిగడం నిజంగా సాహసమే. ఆఖర్లో లోయనుంచి పైకి వచ్చిన విద్యార్ధులు పాములు, తేళ్ళు రావడం చూసామని, ఇప్పుడు లోయలోకి దిగడం చాలా ప్రమాదమని చెప్పినా, ధర్మ వినలేదు.

ఇద్దరూ కిందకు దిగేసరికి, మంగీలాల్ దయనీయమైన పరిస్థితిలో ఉన్నాడు. వాళ్ళిద్దరినీ చూసి నీరసంగా నవ్వాడు. "నన్నిలా వదిలేస్తారని అనుకున్నాను..మీరొస్తారని ఊహించలేదు...." అంటూ...హఠాత్తుగా పెద్ద కేక పెట్టాడు. ఆ అరుపుకి అదిరిపడ్డారు ఇద్దరూ. " మై గాడ్ కింగ్

కోబ్రా!!" అని అరిచాడు సింగ్, అప్పటికే మంగీలాల్ ని కాటేసి జారుకుంటున్న కాలనాగు పై టార్చ్ ఫోకస్ చేస్తూ. ధర్మకు ఏడుపొచ్చింది. కింగ్ కోబ్రా కాటేస్తే ప్రాణాలు దక్కవని అతనికి తెలుసు. హుటాహుటిన మంగీలాల్ దగ్గరకు చేరారిద్దరూ. " త్వరగా సాయం పట్టండి. ఇతన్ని బతికించుకుందాం. ముందు అర్జంట్ గా ఇతనికి ఫస్ట్ ఎయిడ్ చెయ్యాలి" అంటుంటే, పేలవంగా నవ్వాడు మంగీలాల్. "సాబ్ నేను బతకను. మీరేమీ బాధపడకండి. నేను చేసిన తప్పుకి భగవంతుడిలా శిక్ష వేస్తాడనుకోలేదు..." అంటుంటే అడ్డు తగిలాడు " అరరే... మీరు అంతపెద్ద తప్పేమీ చెయ్యలేదే? వ్యాపారంలో ఇది సహజమే. భయపడకండి. మీకేమీ కాదు" అంటూ ధైర్యం చెపుతుండగా, సడన్ గామంగీలాల్ముఖంలో వెలుగు వచ్చింది. ఇద్దరూ ఆశ్చర్యంగా మంగీలాల్ వైపు చూసారు.

"తప్పు చేసానన్న బాధతో చచ్చిపోతున్నానని ఇంతవరకూ అనుకున్నాను. మీకే కాదు అందరికీ మేలే చేసాను సాబ్. లేకపోతే బస్సు ప్రమాదంలో మీరు ఇరుక్కునేవారు. మీలా కాపాడడానికి ఎవరూ ఉండేవారు కాదు. ఇప్పుడు మీరూ సేఫ్...అందరూ సేఫ్ అంటూ ప్రాణాలు వదిలాడు మంగీలాల్. అతన్నే చూస్తూ కన్నీరు కార్చారిద్దరూ.

మీ

కొయిలాడ రామ్మోహన్ రావు

★★★

ప్రయాణంలో ...పదనిసలు...తకధిమిలు!

– దినవహి సత్యవతి

ముంబై, భారతదేశ ఆర్థిక రాజధానిగా, విశ్వ విఖ్యాతి చెందిన మహానగరం. పేద ధనిక వర్గాలకు సమాన భృతి అవకాశాలు కలిగించే సర్వజన ప్రియ మహానగరం. మా పెళ్ళైన తరువాత, మాజంట, ముంబై నగరానికి చేసిన ప్రప్రథమ ప్రయాణం, ఒక మరపురాని ప్రయాణంగా నా స్మృతులలో నేటికీ నిలిచి ఉంది.

అది మేము మొదటిసారి ముంబై వెళ్ళినప్పుడు జరిగిన సంఘటన.

ఆ కథలోకి వెళ్ళేముందు ముఖ్యమైన విషయాలు రెండు ఇక్కడ తప్పక చెప్పాలి...

మొదటిది ముంబై నగరాన్ని అప్పటికింకా బొంబాయి అనే పిలుస్తుండేవాళ్ళుకనుక అలాగే ఉటంకిస్తాను ఈ కథలో!

ఇక రెండవది మన దేశంలో అప్పటికింకా సెల్ ఫోన్ ల వాడకం ఆరంభం కాలేదు...!

అప్పుడు మేము, మనోహర్(శ్రీవారు) ఉద్యోగ రీత్యా, గుజరాత్ రాష్ట్రం లోని బడౌదా (ఇప్పటి వడోదరా) పట్టణంలో ఉండేవాళ్ళము. ఆ సమయంలో, అనుకోకుండా, ఒకసారి బొంబాయిలో జరుగుతున్న ఆటోమొబైల్ పరికరాల ప్రదర్శన (సింపోజియం) కి వెళ్ళాల్సి వచ్చింది మనోహర్ కి.

"సుజీ నువ్వు కూడా వస్తావా సరదాగా వెళ్ళొద్దాము ఎప్పుడూ బొంబాయి చూడలేదన్నావుగా" అన్నారు.

నా పేరు సృజన తను ప్రేమగా 'సుజీ' అని పిలుస్తారు.

"ఓ తప్పకుండా" ఆనందంతో ఎగిరి గంతేసాను.

మనోహర్ జీవితంలో ముఖ్యమైన భాగాన్ని ఆక్రమిస్తుంది ఆఫీస్. అందుకే నాకంటూ శ్రీవారితో గడపడానికి చిక్కే సమయమే చాలా తక్కువ కనుక తనతో ఎక్కడికైనా వెళ్ళడం అంటేనే నాకు ఉత్తేజకరంగా ఉత్సాహంగా అనిపిస్తుంది!

వడోదరానుంచి బొంబాయి వెళ్ళే రైలులో ఫస్ట్ క్లాస్ కూపేలో టిక్కెట్లు కొన్నారు. కూపేలో

రెండు బెర్తులు ఉండి ప్రయాణీకుల ప్రైవసీకి భంగం కలగకుండా తలుపు కూడా ఉంటుంది.

రైలులో ఫస్ట్ క్లాసులో ప్రయాణం చేయడం జీవితంలో అదే మొదటిసారి. కూపేలో భలే మజాగా అనిపించింది. వేడి వేడి టీ కొనుక్కుని త్రాగుతూ బాతాఖానీ మొదలుపెట్టాము. వడోదరా నుంచి బొంబాయి, సుమారు ఆరుగంటల ప్రయాణం, కబుర్లలో తెలియకుండా గడిచిపోయింది.

రైలు మార్గంలో ప్రకృతి పచ్చదనం, సుందర దృశ్యాలు మనసుకి ఆహ్లాదం కలిగించాయి. బొంబాయి చర్చి గేటు స్టేషన్లోదిగాము. బస కోసం ముందే ఏర్పాటు చేసుకున్న హోటల్ కి చేరుకుని విశ్రమించాము.

బొంబాయిలో ఒక చోటునుంచి మరొక చోటుకి వెళ్ళాలంటే అతి చవకైన, సులువైన ప్రయాణ మార్గం స్థానిక రైళ్ళు (లోకల్ ట్రైన్లు – ఈ పదమే వాడతాను ఇకపై).

ప్రతి రోజూ లక్షలమందిని గమ్య స్థానాలకి చేర్చే జగద్విఖ్యాతమైన అద్భుత ప్రయాణ సౌకర్యం బొంబాయి లోకల్ ట్రైన్స్. ప్లాట్ఫార్మ్ను నిలబడితే చాలు, కించిత్తెనా మన ప్రమేయం లేకుండాలేశమాత్రమైనా కష్టపడ్డక్కర లేకుండా ఆ జనమే మనల్ని రైలు ఎక్కించేస్తుంది దింపేస్తుంది కూడానూ!

ఆ మర్నాడు మేము వెళ్ళవలసిన సింపోజియం దాదర్ ప్రాంతంలో. ఉదయమే లేచి తయారై చర్చిగేటు లోకల్ ట్రైన్ స్టేషన్ కి వచ్చి దాదర్ వెళ్ళే ఎం.ఎం.టి.ఎస్. రైలు వచ్చే ప్లాట్ ఫార్మ్ కి వెళ్ళేటప్పటికి జనం పలచగా ఉన్నారు.

"చాలా మంది జనం ఉంటారు జాగ్రత్తగా ఉండాలన్నారు?" అక్కడక్కడా విసిరేసినట్లు అరకొరగా ఉన్న ప్రయాణీకుల్ని చూసి అన్నాను.

"తొందరపడకు సుజీ! అలా చూస్తూ ఉండు నీకే తెలుస్తుంది. పొరపాటున కూడా నా చెయ్య వదలకు. అసలే నీకు కొత్త ఇదంతా" అంటూనేనా చేయి తన చేతిలో బిగించి పట్టుకున్నారు.

రైలు వస్తున్నప్రకటన వినిపించింది. అంతే అప్పటిదాకా ఎక్కడున్నారో తెలియదు కానీ రైలు ప్లాట్ ఫార్మ్ మీదకి వస్తుండగానే బిలబిలమంటూ ఉప్పెనలా వచ్చేసారు జనం. మా ముందూ జనమే వెనుకా జనమే. మా ప్రమేయం లేకుండానే రైలు తలుపు వైపుకి కదిలాయి మా శరీరాలు.

మనోహర్ చెయ్య పట్టుకుని తనతో పాటే రైలెక్కుదామని నిలబడ్డ నేను జనం త్రోపిడిలో ముందుకి వెళ్ళిపోయాను. ఆ తోపులాటలో ఎప్పుడు నా చేయి తన చేతినుంచి విడివడిందో తెలియనే లేదు.

ఆ జన ఘోషలో వెనుకనుంచి "సుజీ సుజీ" అంటూ మనోహర్ ఆందోళనగా పిలిచిన పిలుపు లీలగా నా చెవులకి సోకింది!

నా పరిస్థితి అయోమయంగా గందరగోళంగా మారింది.ఏం జరుగుతోందో తెలిసే లోపే నేను రైలులో ఎక్కించేయబడడం తను ప్లాట్ ఫాం మీదే ఉండిపోవడం జరిగిపోయాయి. పోనీ నేను దిగేద్దామనుకుంటే, ఎక్కడా గాలి దూరే సందే లేదు చుట్టూరా జనం ఒకరినొకరు త్రోసుకుంటూ.పైగా అప్పటికే రైలు కదిలిపోయింది!

ఇక చూడాలి నా కంగారూ! మాటల్లో వర్ణించలేను...ఏం చేయాలో తెలియలేదు. బయట వాతావరణం చల్లగా ఉన్నా నా ఒళ్ళంతా ముచ్చెమటలు! జనం మధ్యలో ఉన్నానేమో బయటేమీ కనపడలేదు. ఏ స్టేషన్ వస్తోందో తెలియదు. కొంతలో కొంత నయమేమిటంటే చిన్నప్పటినుంచి హిందీ ధారాళంగా మాట్లాడడం వచ్చి ఉండడంవల్ల నాకు భాష ఒక సమస్య కాలేదు!

(క్రింద వ్రాసినది...నాకూ తోటి ప్రయాణీకులకీ హిందీలో జరిగిన సంభాషణకి తెలుగు అనువాదం)

"అన్నా దాదర్ స్టేషన్ రాగానే కొంచెం చెప్తారా?" చుట్టు ప్రక్కల ఉన్నవాళ్ళని అడిగాను.

"అలాగే నేనూ అక్కడే దిగాలి" ఒక సహృదయుడు బదులిచ్చాడు.

అంతే అప్పటినుంచీ నా దృష్టిని అతడి పైనుంచి సెకను పాటైనా చెదరనివ్వలేదు!

సుమారు నలభై ఐదు నిమిషాల తర్వాత "అక్కా వచ్చేదే దాదర్ స్టేషన్" చెప్పి చురుకుగా తలుపు వైపు కదిలాడు. వెనకే నేనూ సన్నద్ధమయ్యాను.

రైలు ఆగగానే యథా ప్రకారం గుంపుతో గోవిందా, ఎవరో ఎత్తుకుని దింపినట్లుగా, నన్నూ నాలాంటి ఎందరినో, ప్లాట్ ఫాం మీద దింపేసారు ప్రియ బొంబాయి జనం.

రైలు దిగి ఏం చేయాలో పాలుపోక అటూ ఇటూ చూస్తున్న నన్ను గమనించిన ఒక పెద్దాయన "ఏమమ్మా ఏదైనా సమస్యా" అని అడిగారు.

ఆ పెద్దాయన తెలుగు తెలిసిన వ్యక్తి కావడంతో ప్రాణం లేచి వచ్చి విషయం వివరించి చెప్పాను.

"అయితే మీరు ప్లాట్ ఫార్మ్ఖైన రైళ్ళ రాకపోకలను తెలియజేసే ప్రకటనా విభాగానికి వెళ్ళి సహాయం కోరండి" "సమయానికి దేవుడిలా కనిపించారు" ధన్యవాదాలు చెప్పి ఆయన చెప్పిన చోటికి వెళ్ళాను.

"ఎవరు మేడమ్ మీరు? ఏం కావాలి" అక్కడ పని చేస్తున్న ఒక ఉద్యోగి అడుగగా, విషయం క్లుప్తంగా తెలిపి "నా పేరు చెప్పి ఇక్కడ ఉన్నానని వచ్చి కలుసుకోమని దయచేసి మైకులో ప్రకటించగలరా?" అని అడిగాను.

నా అభ్యర్ధన మన్నించి ప్రతి ఐదు నిమిషాలకీ ప్రకటన చేయసాగారు. ఒక అరగంట తరువాత నన్ను వెతుక్కుంటూ వచ్చిన మనోహర్ ని అల్లంత దూరంనుంచీ చూడగానే ప్రాణం లేచి వచ్చింది. ఒక్క పరుగున దగ్గరికి వెళ్ళాను.

"సుజీ" ఆర్తిగా దగ్గరకు తీసుకున్నారు.

ఆ పిలుపులోనే, గత అరగంటనుంచీ నా గురించి తను పడుతున్న ఆదుర్దా అంతా వ్యక్తమైంది. చూసే వాళ్ళుఏమైనా అనుకుంటారోనని కూడా లెక్కచేయకుండా మనోహర్ చేతులలో గువ్వలా ఒదిగిపోయాను.

మనోహర్ చెప్పినదేమంటే...నేనెక్కిన రైలు కదిలాక వెనువెంటనే వచ్చిన మరో లోకల్ రైలెక్కి దాదర్ లో దిగి నా కోసం వెతుకుతుండగా ప్రకటన వినిపించి నన్ను వెతుక్కుంటూ వచ్చారని.

అలా బొంబాయి నగరం, అక్కడి లోకల్ రైల్లో నాప్రథమప్రయాణం, అవి మిగిల్చిన తీపి చేదు కలగలిసిన అనుభవాలు, ఇప్పటికీ ఏ లోకల్ రైలు చూసినా స్ఫురణకు వచ్చి, మనోహర్ నేనూ కలిసి గడిపిన అమూల్య క్షణాలను జ్ఞప్తికి తెస్తాయి.

మీ

దినవహి సత్యవతి

★★★

నా అమెరికా యాత్ర

– మహాలక్ష్మి రావిరేల.

నా పేరు మహాలక్ష్మి. నా అమెరికా యాత్ర గురించి విశేషాలు, మీ అందరితో పంచుకోవడానికి, ఈ కథ రాస్తున్నాను.

★★★

ఏదో శాస్త్రం చెప్పినట్లు 'కొత్తొక వింత పాతొక రోత' అన్నట్లు! కొత్తగా వెళ్ళినప్పుడు అన్నీ వింతగానే ఉంటాయన్నది సహజం.

మన దేశంలో ఒక ప్రదేశం నుంచి ఇంకొక చోటుకి వెళ్ళాలంటేనే ఒకింత భయం ఉంటుంది. అలాంటిది! దేశము విడిచి, సముద్రాలు దాటి, ఆకాశం లో గగన విహారం చేస్తూ, అమెరికా దేశం వెళ్ళాలంటే మాటలా చెప్పండి.

ఉన్నత చదువులు చదవడం కోసం అమెరికా వెళ్ళిన నా కొడుకు సాయి ప్రవీణ్ అక్కడ ఉండడం, వాళ్ళకు మా అవసరం ఉండడం కూడా, మా ప్రయాణానికి దోహదం చేసింది. అది ఏమిటో చెప్తా చదవండి.

అమెరికా వెళ్ళాలి అంటే ముందు పాస్పోర్ట్, వీసా ఉండాలి కదా.

మా నాన్నగారు ప్రభుత్వ పాఠశాలలో పనిచేస్తూ ఉండేవారు. నా పేరు మా నాయనమ్మ గారి పేరు. ఆమె మీద ఉన్న ఎనలేని ప్రేమా గౌరవాలతో, నా పేరు మహాలక్ష్మమ్మ అంటూ స్కూల్ రిజిస్టర్లో రాశారు. నేను బి.ఎ, బి.ఎడ్ చేసిన అన్ని సర్టిఫికెట్స్ లో నా పేరు మహాలక్ష్మమ్మ అనే ఉన్నది.

అయితే పెండ్లి అయిన తర్వాత మహాలక్ష్మమ్మను, మహాలక్ష్మి గా మార్చి, ఆధార్ కార్డు, బ్యాంకు ఎకౌంటు, ఇలా అన్నింటిలోనూ అత్తగారి ఇంటి పేరు అయిన 'రావిరేల మహాలక్ష్మి' గా, నా పేరు అన్ని ఫైల్స్ లోకి ఎక్కిపోయింది. ఇక్కడే వచ్చి పడింది పెద్ద చిక్కు.

పాస్పోర్ట్, కార్యాలయంలో సర్టిఫికెట్ ప్రకారం కొప్పరపు మహాలక్ష్మమ్మ అని ఉంటే, మిగిలిన అన్ని పత్రాలలోనూ రావిరేల మహాలక్ష్మి అని ఉంది. అలా ఎందుకు ఉంది? ప్రశ్నించారు.

"పెండ్లి అయిన తరువాత ఇంటి పేరు మారడం వల్ల అలా జరిగింది" అని నా సమాధానం. "కానీ ఇంటి పేరు ఒక్కటే మారాలి కానీ 'మహాలక్ష్మమ్మ', మహాలక్ష్మి గా ఎలా మారుతుంది?" అంటూ ఒక కొత్త ప్రశ్న లేవదీశారు.

నాకు ఏమి సమాధానం చెప్పాలో తెలియక, "మహాలక్ష్మమ్మ అని మొరటుగా ఉన్నదని 'మహాలక్ష్మి' గా మార్చుకున్నాను..." అంటూ సమాధానం చెప్పాను.

అది విన్న అధికారి ఒక చిరునవ్వు విసిరి, "అయితే మీపేరు మార్చుకున్నట్లు, మీ ఊరిలో నుండి రెండు వార్తా పత్రికలలో వేయించి, అవి తీసుకు వచ్చి, ఇక్కడ చూపించండి "అన్నారు.

"అయ్యో రామ! ఇదేమి తంటారా బాబు! ఇప్పుడు నా పేరు పేపర్లో వేయించాలా? ఓరి భగవంతుడా! ఈ పాస్పోర్ట్ కాదు కానీ, నేను పేపర్ కు ఎక్కుతున్నానా!" అని మనసులో బోలెడంత ఆశ్చర్యంతో నవ్వుకొని, బ్రతుకు జీవుడా అంటూ ఊరికి పరిగెత్తాము.

ప్రస్తుతం మేము ఉండడం, పాస్పోర్టు అప్లై చేసింది హైదరాబాదే, కానీ, మా స్వగ్రామం ప్రకాశం జిల్లా లో 'కొప్పరం' అనే చిన్న గ్రామం. నరసరావుపేటకు దగ్గర.సరే! ఈ రూపేణా పుట్టి పెరిగిన ఊరు ఒకసారి చూసి రావచ్చు అని వెళ్ళాము.

అక్కడ ఒక విలేఖరిని పట్టుకుని, పేపర్లో పేరు మార్చి వేయించాము. అయితే ఆ విలేఖరి అతి తెలివితేటలతో, రెండు పేపర్లు అక్కర్లేదు! ఒక్క పేపర్ చాలు, అనదంతో ఒక పేపర్లో వేయించి, ఆ ఒక్క వార్త పత్రిక పట్టుకుని మళ్ళీ పాస్పోర్ట్ కార్యాలయానికి చేరాము.

రెండు కావాలంటే ఒకే పేపర్ తెచ్చారు! అంటూ మళ్ళీవాళ్ళు కొర్రీ వేశారు. బ్రతుకు జీవుడా! అంటూ మళ్ళీ ఇంకొక పేపర్లో కూడా మేము పేరు వేయించి తీసుకువచ్చి జమ చేస్తే గాని నా పాస్పోర్ట్ జారీ కాలేదు.

పాస్పోర్ట్ వచ్చిన తర్వాత వీసా చిక్కులు మొదలయ్యాయి. వీసా కోసం దరఖాస్తు పెట్టుకున్న కార్యాలయం ఇంటర్వ్యూకు కూడా జరుగుతుంది. సరి అయినసమాధానాలు చెప్పకపోతే, వీసా ఇవ్వరు.

అందుకోసం ఆ అబ్బాయి ఎక్కువగా ఇంటర్వ్యూలో అడిగే ప్రశ్నలు కొన్ని మాకు పంపించాడు. రెండు రోజులు బాగా సాధన చేసి వెళ్ళాం. కానీ అక్కడ అధికారి నన్ను మా వారిని ఒకసారి ఎగా దిగా చూసి!,మమ్మల్ని ఎక్కువ ప్రశ్నలు అడగకుండా నిరుత్సాహ పరిచాడు.

బయటికి వచ్చి మా వాడు టెన్షన్ గా సరైన జవాబులు చెప్పారా! లేక తడబడ్డారా అడుగుతుంటే! చాలా నవ్వు వచ్చింది.

"ఏమొరా! బాబు నువ్వు ఇన్ని ప్రశ్నలు మా చేత చదివించావు.కనీసం రెండు మూడు అన్నా అడగలేదు వాళ్ళు.అన్నాను".వాడు ఫక ఫకా నవ్వి" సరేలే, వీసా అప్రూవల్ అయింది కదా ! అన్నాడు తేలిగ్గా.

అలా వీసా ప్రహసనం కూడా అయిపోయింది.ఏడు సంవత్సరాలకు ఒకసారి వీసా వచ్చేసింది మాకు.

ఆ తరువాత మా వాడికి పెళ్ళి చేసి భార్యతో సహా అమెరికా పంపించటం, మా కోడలు రెండు నెలలకు మాకు ఒక శుభవార్త చెప్పటం, చాలా సంతోషం గా అనిపించింది.

మా కోడలు తల్లిదండ్రులకు వీసాలు అప్లై చేసినా రాలేదు.ప్రసవం సమయానికిఅందుకని మేమే అక్కడికి వెళ్ళాలి.అప్పుడు అనిపించింది పాస్పోర్ట్ వీసాల కోసం ఎన్నోతిప్పులు పడ్డా , ఇప్పుడు పిల్లలను చూడడానికి మన ఇష్టమైనప్పుడు వెళ్ళే అవకాశం దొరికింది కదా!. నాకైతే ఏనుగు ఎక్కినంత సంబరంగా ఉంది.

మనవడిని ఎత్తుకోవాలని బలమైన కాంక్ష మమ్మల్ని అమెరికా యాత్రకు పురి గొలిపింది.

రెండవసారి కరోనా తగ్గుతున్న కాలం అది.ఇంకా కొన్ని కేసులు అక్కడక్కడ ఉంటూనే ఉన్నాయి అది ఒక భయం.అంత దూరం దేశం కాని దేశం మొదటిసారి వెళ్ళడం అంటే ఎవరికైనా భయమే కదండీ!

నా ప్రయాణం ఎలా జరిగిందో ఇప్పుడు చెబుతున్నాను.

చాలాఉత్సాహంగా ఉన్నది.అప్పటికే మా అమెరికా యాత్ర గురించి తెలిసిన బంధుమిత్రులు,' క్షేమంగా వెళ్ళి రండి ' అని శుభాకాంక్షలు తెలిపారు

2021డిసెంబర్ 24 వేకువనే మా విమానం. రెండు పెద్ద బ్యాగ్స్, రెండు చిన్న బ్యాగులు ఇలా మొత్తం సర్దేశాం.. ఒక్కొక్కరికి 23కేజీ లు లగేజ్ అనుమతి ఉంది.

ఏమైనా మర్చిపోతామేమో! అని ఒక పక్క భయం, ఇంకొక పక్క కరోనా భయం, మరొక పక్క అక్కడికి వెళ్ళిన తరువాత ఎలా సర్దుకుంటామో!,పిల్లల్ని చూస్తాము! అనే సంతోషం. అన్ని రకాల అనుభూతులు మేళవించి, కొత్త ఆలోచనలు మొదలయ్యాయి.

పిల్లలకి ఎంతో ఇష్టమైన కొన్ని తినుబండారాలు, అలాగే మాకు కావలసిన ముఖ్యమైన మందులు ఆరు నెలలకు సరిపడా పెట్టేసుకున్నాము. మమ్ములను విమానాశ్రయానికి తీసుకువెళ్ళి, వీడ్కోలు చెప్పడానికి మా వియ్యాలవారు వచ్చారు.

అక్కడ తనిఖీ విభాగములో మా టికెట్స్ చూపించి, చక్రాల కుర్చీ సౌకర్యమును కూడా పొందాము. అదేమిటి వికలాంగులకు, పెద్దవళ్లకు అవసరం అయ్యే చక్రాల కుర్చీ మీరు ఎందుకు పెట్టుకున్నారు! అనే కదా మీ అనుమానం...

చెప్పన్నా తొందర పడకండి మరి!దూర ప్రాంతానికి వెళ్ళేటప్పుడు మన సౌకర్యము కోసం, ఏ విధమైన ఇబ్బంది పడకుండా, చక్రాల కుర్చీ (వీల్ చైర్) యాక్సెస్ మన విమాన రవాణా వారు ఏర్పాటు చేశారు.

దీని వలన భాష రాకపోయినా, ఎటువంటి తడబాటు లేకుండా మనం ఆ కుర్చీలో కూర్చుంటే, రక్షణ తనిఖీలతో సహా అన్ని విషయాలలోనూ వాళ్ళే చూసుకుని, మనలను ఎక్కవలసిన విమానం ప్రవేశద్వారం దగ్గరికే పంపిస్తారన్నమాట.

దేవుని దయ వలన విజయవంతంగా అవన్నీ పూర్తి చేసుకొని విమానం ముఖ ద్వారం వద్దకు వచ్చేసాం. అప్పటికే కొంచెం ఆదుర్దా తగ్గింది. ఇంకొద్ది సేపటిలో విమానంలో ప్రవేశించబోతున్నాము. విమానం లో ఎక్కి కూర్చున్నాము.

ఆకాశంలో పయనం చాలా ఉత్సాహంగా అనిపించింది.మనసంతా దూది పింజ లా ఎగిరింది. విమానంనేల మీద కొద్ది సేపు పరిగెత్తి, ఆ తరువాత ఒక్కసారి ఉపందుకొని, యానొంపుగా పైకి లేచింది.

అందరం సీట్ బెల్ట్ పెట్టుకున్నాము.ముందుగానే విమానం పైకి లేచేటప్పుడు కొంచెం ఒత్తిడిగా అనిపించింది.అది కొంతసేపే!' గాలిలో ఊగుతున్న భావన ...అంటే ఉయ్యాల ఊగేటప్పుడు ఉండే ఉద్వేగం లాంటిది కలిగింది. '

కొంతసేపటికి తర్వాత అంతా నార్మల్ గా అయిపోయింది. విమానంలో ముందుగా మాకు ఉదయం ఫలహారం తెచ్చారు. అందులో ఒక చిన్న రొట్టె (బ్రెడ్) , తీపి పెరుగు (స్వీట్ యొగర్ట్), చిన్న ముక్కలుగా కట్ చేసిన చపాతీ, మంచి నీళ్ల సీసా ఇచ్చారు.

అవి తిని,సీటు ముందు ఉన్న చిన్న సైజు టీవీలో ఏదో సినిమా పెట్టుకుని చూస్తూ కూర్చున్నాను. మధ్యాహ్నం లంచ్ లో కూడా పేరు తెలియని ఏవేవో పదార్థాలు పెట్టారు. మధ్య మధ్యలో టీ, కాఫీ, పళ్ళ రసం ఏమి కావాలంటే అవి ఇస్తున్నారు. కాఫీ అడగగానే డికాషన్ ఇచ్చారు.

పాలతో కలిపిన కాఫీ అని అడగాలంటా... లేకపోతే డికాషన్ మాత్రమే ఇస్తారు అని, మా అబ్బాయి అంతకుముందే చెప్పాడు. అది గుర్తుకు వచ్చి' కాఫీ విత్ మిల్క్ ' అని చెప్పాము. సాయంత్రం బిస్కట్స్ ఇచ్చారు.

ఫ్లైట్ బాగా ఆలస్యం అవటంతో అనుకున్నటైం కన్నా రెండు గంటలు లేట్ గా ల్యాండ్ అయింది.

ఒకవేళ లింక్ విమానం వెళ్ళిపోతే, వసతివాళ్ళే చూపించి,తర్వాత విమానం కి పంపిస్తారు అని చెప్పారు. కానీ లండన్ లో కరోనాకేసులుఎక్కువగా ఉన్నాయి. అక్కడ ఎక్కువ సేపు ఉండటం మాకు ఇష్టం లేదు. ఏం చేయాలా అని ఆలోచిస్తూ, భగవంతుని మీద భారం వేసి కూర్చుండిపోయాము.

ఇంతలో మా బాబు ఫోన్ చేసిఆ విమానం కూడా లేట్ అయింది కాబట్టి , మీకు అందుతుంది. వెంటనే లింక్ విమానం గేటు దగ్గరికే వెళ్ళండి ... అని చెప్పాడు.

మేము విమానందిగి బయటికి వచ్చి , వీల్ చైర్ సౌకర్యం వలన. రక్షణ తనిఖీ దగ్గరికి వచ్చాము. అక్కడలండన్లో వీల్ చైర్ బదులు, చిన్నఆటోలు తిరుగుతూ ఉన్నాయి. లిఫ్ట్ లోకి కూడా వాటిల్లోనే వెళ్ళే సౌకర్యం ఉంది. దానిని నడిపే వ్యక్తి చాలా ఎత్తుగా బలంగా ఉన్నాడు. చూడటానికి నీగ్రో లాగా ఉన్నాడు .కానీ చాలా మంచివాడు. ఎంతో మందికి ఇన్ఫర్మేషన్ చెప్పి దారి చూపిస్తూ ఉన్నాడు.

కానీ అక్కడ వాళ్ళు కూడా విమానం వెళ్ళిపోయింది, మీరు వేచి ఉండాలి, అని చెప్తున్నారు. కొద్దో గొప్పో ఇంగ్లీష్ మాట్లాడటం, అర్థం చేసుకోవడం తెలిసినప్పటికీ వారు మాట్లాడేది మాకు ఏమీ అర్థం కాలేదు.

ఎంత చెప్పినా …. వాళ్ళు వినిపించుకోవడం లేదు. సరే అక్కడ ఎయిర్‌పోర్టులోనే వైఫై ఆన్ చేసుకొని మా బాబుతో మాట్లాడాము. విమానం ఆలస్యం అయింది అని మెసేజ్ వచ్చింది, అని వాళ్ళకు చెప్పండి. అని మా బాబు చెప్పాడు.

కానీ వాళ్ళకి అర్థమయ్యేట్లు మేము చెప్పలేకపోయాము. అందుకే మా బాబు మాట్లాడుతుంటే ఫోను వాళ్ళ కి ఇచ్చాము. మొత్తానికి వాళ్ళు అర్థం చేసుకున్నారు.

వీల్ చైర్ అతను మమ్మల్ని సూటిగావిమానముఖ ద్వారం దగ్గరకు తీసుకుని వెళ్ళాడు. విమానం గంట ఆలస్యంగా వచ్చింది కాబట్టి ,వెయిట్చేయవలసి వచ్చింది. అంత సేపు అతను మాతోనే ఉన్నాడు. కానీ మాకు ఇంకా శంక గానే ఉంది.

ఎందుకంటే!విమానం లేటవటం వలనఫినిక్స్ వెళ్ళవలసినవిమానంఇదేనా? లేక వెళ్ళి పోయిందా?, ఇతను మనలను సరి అయిన చోటుకే తెచ్చి కూర్చో బెట్టాడా? అన్నీ అనుమానాలే.

మా దగ్గర డాలర్స్ లేవు. అప్పటి దాకా మాతోనే ఉన్న అతనికి ఇవ్వటానికి. కానీ అతడు చాలా హానెస్ట్ గా ఉన్నాడు.

ఎందుకంటే మా బాబు ఈ విషయం చెప్పి డబ్బు వేసేందుకు ఇంకేదైనా మార్గం ఉందేమో అని అడిగాడు కూడా. కానీ అతడు "తన డ్యూటీ ఇదే అని, డబ్బు అవసరం లేదని "స్పష్టం చేశాడు. లండన్ లో ఇంత మంచి వాళ్ళు కూడా ఉన్నారా! అని నాకు అనిపించింది.

అసలు అన్యాయం గా మన భారత దేశాన్ని పాలించిన ఇంగ్లీషు వారంటే! నాకు కొంచెం అయిష్టం ఉండేది. కానీ లండన్ లో జరిగిన ఈ అనుభవంతో,'ఇంగ్లీషు వారంతా చెడ్డ వాళ్ళు కారు' అని స్పష్టమైంది.

మొత్తానికి ఫ్లైట్ లో ఎక్కి కూర్చున్నాం.టెన్షన్ పడిపోయాం కదా, అందుకేబాగా అలసిపోయి ఉన్నాము.
వెంటనే మేము తెచ్చుకున్న పులిహోర బాక్స్ తీసి తిన్నాం.మా అమ్మాయి, నేను పులిహోర ప్యాక్ చేస్తుంటే (ముందు రోజున) చాలా నవ్వింది.ఎందుకంటే , ఫ్లైట్ లో కూడా నీ పులిహోర ఎందుకు? వాళ్ళు మంచి ఫుడ్ ఇస్తారు. కాబట్టి, నువు ఇది వేస్ట్ గా ప్యాక్ చేస్తున్నావ్ అని. కానీ అది పడి ఉంటుంది లే అని తెచ్చాను. తిని, తినగానే నిద్ర ముంచుకొచ్చింది. అలా ఒక కునుకు తీసి లేచాం. మళ్ళీ విమానం లో పెట్టిన ఆహారం ఏదో కొద్దిగా తిని ,మళ్ళీ ఓ కునుకు తీసే సరికి, ఫినిక్స్ వచ్చేసింది.

వీల్ చైర్ వాళ్ళే మా బ్యాగ్స్సేగుచేసిమమ్ముల్ని గేట్ దగ్గరకు తెచ్చి వదిలి పెట్టారు.గేట్ దగ్గరమ్ కొడుకు కోడలు వచ్చి రెడీ గా ఉన్నారు.వాళ్ళని చూస్తుంటే

అప్పటిదాకా చేసిన ప్రయాణ బడలిక తగ్గిపోయినట్లయింది. కానీ ఒమిక్రన్ భయం వల్ల వాళ్లను మనసారా ఆలింగనం చేసుకోలేని బలహీనత.

ఇందులో కాస మెరుపు ఏమిటంటే! ఒవైపు విమానాశ్రయం లో ఆదుర్దా పడుతూనే! ఫొటో లు తీసి ఫేస్ బుక్ లో పెడుతున్న మా వారు......

★

అమెరికా వెళ్ళ్యం అంటే మనంపడమరకు వచ్చానన్న మాట. భూమిపడమర నుండి తూర్పుకు తిరుగు తుంది కదా!

అమెరికా లోని ఆరిజోనాలో కసా గ్రాండ్ అనే ఊళ్ళో ఉన్నాను. ఇక్కడ వాతావరణము ఇప్పుడు బాగానే ఉంది. కాని మొన్నమొన్నటి దాకా చలి,

ఇప్పుడు ఎండా కాలం మొదలైంది.

చలికాలం అయినా ఎండా కాలం అయినా!, సూర్య రశ్మి లో ఉండే అతి నీల లోహిత కిరణాలు, మన శరీరంలోకి ప్రవేశించ కుండా జాగ్రత్త పడాలి, బయటికి వెళ్ళినపుడు. ఎందుకంటే ! ఇక్కడ ఓజోన్ పొర బాగా దెబ్బతిని పోయింది.

ఇక్కడ ఇళ్లు అన్నీ విశాలంగా ఉంటాయి.అన్ని చెక్కలతో కడతారు. చలి కి, ఇసుక తుఫాన్ ల ను బాగా ఎదుర్కుంటాయని. క్రింద మాత్రం కాంక్రీట్ వేస్తారు. కట్టేటప్పుడు 'గోడలు కూడా చెక్కలే క్రింది (ఫ్లోర్) కూడా. నిర్మాణం లో ఉన్న ఇల్లు ఫొటో తీసాను.

ఇది అరిజోనా ... ఎడారి ప్రాంతం కాబట్టి, సహజంగా పెరిగే నాగ జెముడు, బ్రహ్మ జెముడు, కాక్టోస్ లాంటి చెట్లు, ఇళ్ల ముందు అందంగా పెంచారు.ఇంకా కొబ్బరి , ఈత లాంటి చెట్లు కూడా ఉన్నాయి. చిన్న చిన్న చెట్లకే కాయలు కాస్తాయి.

కమలా పండ్లు కింద పడి పోయి ఉన్న కూడా పట్టించుకోరు. నాకు చాలా బాధేసింది.

మన పురాణాల్లో ఒక కథ ...

తన కొచ్చిన పాండిత్యం ఎవరికీదానం చేయని పండితుడు, బ్రహ్మరాక్షసుడయినట్లు! ధనం ఉండి దానం చేయని ధనవంతుడు,తన పండ్లనుఎవ్వరూ తినలేని విరగకాసిన మామిడి చెట్టు లాగా పుట్టినట్లు!

విద్యా దానం చేయడం, ధనాన్ని పేదలకు పంపిణీ చేయడం, అనేవి మనకు ఈ కథల ద్వారా తెలియచేశారు.

ఇక్కడి వాళ్ళు చెట్టుకే కాయలు, అంకితం చేసేసారేమో!ప్రతి రోజు వాకింగ్ కి వెళ్ళి చూస్తాం. ఒక రోజుధైర్యం చేసి ఒకఫొటో తీశాం. ఒక బుట్ట తీసుకువెళ్ళి అన్ని ఏరి, వాళ్ళకు వద్దంటే! డబ్బు ఇచ్చి తెచ్చు కుందామనుకున్నా!

కానీ పింజారి వెధవలు ఇంట్లో నుంచి బయటికి వచ్చి "గీకర బాకర దోకురుబార.."... అంటూ అర్ధం కానీ భాష లోవెంబటి పడ్దారనుకొండి! అప్పుడు ఏమిటి పరిస్థితి?

మన్మధుడు సినిమా లో బ్రహ్మానందం లాగా పరిగెత్తి, కసా గ్రాండ్ .. ఇంత పెద్దదా!

అనుకొని, మా ఫ్యాన్ ఫాలోయింగ్ చూసి నా కొడుకు బిత్తర పోవలసి వస్తుందని, వదిలేశాము. నవ్వాస్తే నవ్వుకోండి, ఆపుకోకండి.

★

మాకు మనుమడు కలిగాడు. మొదటిసారి వాడిని నా చేతులలోకి తీసుకొని, బుల్లి బుల్లి కళ్ళతో వాడు నన్నే చూస్తుంటే! నా కళ్ళు ఆనందం తో మసకబారి, వాడి రూపం సరిగా కనబడలేదు. ఆనందంతో చేతులు వణికాయి. బంగారు తండ్రి... ఎంత బాగున్నాడో!

వేల వేల కిలోమీటర్లు ప్రయాణం చేసి, ఎంతో శ్రమపడి నాకోసం వచ్చావా బామ్మా! అన్నట్లు ఉన్నాయి వాడి చూపులు. 24 గంటలు చాలడం లేదు. పసివాడితోనే లోకం అయిపోయింది. మూడు నెలలు ఇట్టే గడిచిపోయాయి.

పిల్లవాడి పేరు మీద నవగ్రహ శాంతి హోమం చేస్తే బాగుంటుందని పండితుల సూచన మేరకు, అక్కడికి దగ్గర లోనే ఉన్న మహా గణపతి దేవాలయానికి వెళ్ళాము.

అమెరికాలోని అరిజోనా రాష్ట్రంలో ...ఫీనిక్స్ నగరానికి దగ్గరగా మహా గణపతి దేవాలయం ఉంది. ఇక్కడవెంకటేశ్వర స్వామి, మహాశివుడు తో పాటుగా నవగ్రహాలు కూడా ఉన్నాయి.చాలా పెద్ద ప్రాంగణములో కట్టి ఉన్నది. ఇంకా అటువైపు ఆలయం కొంత నిర్మాణములో ఉన్నది.

అందుకోసం అక్కడకొన్ని ఇటుకలను ఉంచారు. నిర్మాణంలో భాగంగా ఇటుకలు మనము డబ్బు చెల్లిస్తే, మన పేరు ఆ ఇటుక మీద లిఖితపూర్వకంగా ఇస్తారు. తద్వారా మన పేరు మీద కూడా ఒక ఇటుక దేవాలయ నిర్మాణంలో భాగంగా ఉంటుందన్న మాట.

నవగ్రహ శాంతి హోమానికి పురోహితుడు ఇండియాలో లాగా నవ ధాన్యాలను ఉపయోగించలేదు. ఎందుకోతెలియదు, ఎక్కువగా జీడిపప్పుతో హోమాన్నినిర్వహించారు. ఒక కేజి జీడిపప్పు హోమానికి సరిపోయాయి. నెయ్యి తో పాటుగా జీడిపప్పులను హోమగుండంలో వేస్తూ హోమాన్ని జరిపించారు.

మా కుటుంబము, మా బంధువుల కుటుంబము.. అందరమూ కలిసి అరిజోనా లోని గ్రాండ్ కేనియన్ అనే ప్రాంతానికి వెళ్ళాము.అటువంటి ప్రదేశమే ఈ గ్రాండ్ కేనియన్. అమెరికాలోని అరిజోనా లో ఎన్నో వందల కిలోమీటర్లు పొడవు విస్తరించి ఉంది. కాలరాడో నది పరివాహక ప్రాతం లోకొన్ని వందల కిలోమీటర్ల దూరం వరకు ఇలాగే కొండలన్ని పొరలు పొరలుగా, వాటికవే అందంగా అలంకరించబడి, ... భగవంతుడి సృష్టి ఎంత విచిత్రం'. మానవమాత్రుడు ఎవరూ చేయలేని, అంత అద్భుతమైన ప్రకృతి సౌందర్యాన్ని, దానికదే ఏర్పాటు చేయించాడు.

★

అమెరికాలోని అరిజోనా లో ఎన్నో వందల కిలోమీటర్లు పొడవు విస్తరించి ఉంది .

కొలరాడో నది పరివాహక ప్రాంతం లో కొన్ని వందల కిలోమీటర్ల దూరం వరకు ఇలాగే కొండలన్నీ పొరలు పొరలుగా, వాటికవే అందంగా అలంకరించబడి,కొన్ని కొన్ని ఆకారాలు గా ఉంటాయి. ఎత్తని రాతి పలక లాంటి ప్రదేశం లో మెట్లు మెట్లు గా ఉండి, కొండలు ,లోయలు మెట్లుమెట్లుగా ఏర్పడి ,చూపరులను ఆకర్షిస్తూ ఉంటాయి.

అక్కడ ఒక నీటి పాయ ప్రవహిస్తూ ఉంటుంది. అప్పటి ప్రెసిడెంట్ రుజ్వెల్ట్ నినిపర్యాటక ప్రాంతంగా బాగా అభివృద్ధి చేశారు.ఇక్కడి వాతావరణం లోని ప్రశాంతత బాగా నచ్చటంతో! ఎక్కువ సార్లు వేటకు వచ్చేవారు.

ఈ గ్రాండ్ కానీయన్లో ఎప్పుడు పడితే అప్పుడు పర్యటన చేయలేము. ఉష్ణోగ్రతలు మారిపోతూ ఉంటాయి. అడుగు భాగములు విపరీతమైన వేడి ఉంటే, దక్షిణ భాగంలో విపరీతమైన చలిగాలి, నీరు గడ్డకట్టే అంత తక్కువ ఉష్ణోగ్రతలు ఉంటాయి.

ఇక్కడ అనేక రహస్య గుహలు ఉన్నప్పటికీ ఒక్కటి మాత్రమే పర్యాటకులు చూడటానికి వీలుగా ఉన్నది. భౌగోళిక విచిత్రాలు ఒకటిగా పేరుపొందిన ఈవిచిత్రాలు చూడాలే కానీ ఎంత వర్ణించినా తక్కువే.

320 కిలోమీటర్ల పొడవున ఉన్న ఈ గ్రాండ్‌క్న్యాన్ ప్రాంతం పర్యటన చేయాలంటే కష్టంతో కూడుకున్న పనే. అయినా సరే ఆసక్తి ఉన్న పర్యాటకులు ప్రయత్నం చేస్తూనే ఉంటారు.

ఈ రాతి పొరలు ఒక్కసారిగా ఏర్పడినవి కావు.కొన్ని వేల మిలియన్ల సంవత్సరాల క్రితం ఏర్పడినవి కొన్ని అయితే! ఆ తర్వాత ఏర్పడినవి కొన్ని. పెక్కు శిలాజాలాలతోనిండి ఉన్న ఈ అందమైన రాతి పొరల ప్రకృతి కట్టడాలు చూస్తుంటే! ఎంతో ఆహ్లాదంగా ఉంటాయి.

పూర్వకాలంలో నీటి పాయ అరిజోనా వరకు లేదు. కొంతమంది మనుషులు ప్రత్యేకంగా దానికోసం శ్రమించి, కాలువను, పైన ఉన్న రాష్ట్రాల నుంచి, దిగువకు ఆ కొండల లోనే తవ్వుకుంటూ... పోయారట. వారి కృషి అమోఘం.

అందువల్ల ఎడారి ప్రాంతం గా ఉన్న ఆరిజోనా లో మనుష్య సంచారం మొదలయ్యాయి.ఇప్పుడు బాగా ప్రాచుర్యం లోకి వచ్చింది. అరిజోనా ఎడారిని మనుష్య రహదారి గా మార్చారు.

ఈ గ్రాండ్ కేనియన్ విహారం చూడటానికి వీలుగా 10 ప్రదేశాలు ఏర్పాటు చేశారు.

అందులో మేము మూడు ప్రదేశాలు చూసాము. ఎంతో అందంగా ఉండే ఈ ప్రదేశానికి వెళితే ఎంత సేపైనా అలా చూస్తూనే ఉండిపోతాం. మళ్ళీ తిరిగి రావాలి అనిపించదు. కళ్ళు వాటిని చూసి చూసి ,అలసి పోవలసిందే కానీ, తనివి తీరదు .ఒక్కక్క చోట ఒక్కక్కఆకారం గా చేసుకాని ,ఎంతో అందంగా ఉంటాయి కొండలు.

మానవ కృషితో ఇలాంటి అద్భుతాన్ని సృష్టించాలంటే, చాలా కష్టం. భూమి ఏర్పడి నప్పుడే, ఇలాంటి అద్భుతం జరిగి పోయిందట. ఈ టవర్ ఎక్కి చూస్తే ,గ్రాండ్ కాన్యన్ అందాలు ఇంకా బాగా కనిపిస్తాయని, చాలా ఏళ్ల క్రితమేకట్టారట.

కానీ ఇప్పుడు ఎవరిని ఎక్కడానికి అనుమతించటం లేదు.

★

మా మనుమడుకొడుకు కోడలు వచ్చి మమ్మల్ని విమానం ఎక్కించారు.

కానీ ఈ సారి ప్రయాణం లో చాలా ఇబ్బందులు పడ్డాము. విమానం నేల మీదికి దిగినప్పటికి, ఎంతసేపటికి వీల్ చెయిర్ వాళ్ళు రాకపోవటం వల్ల అనుబంధ విమానం వెళ్ళిపోతుంది ఏమోనని, చాలా ఒత్తిడి అయింది.

కేవలం అనుబంధ విమానం వచ్చే ప్రదేశానికి వెళ్ళే బస్సులో కి మమ్ములను చేర్చి, చేతులు దులుపుకున్నారు, వీల్ చైర్స్ సిబ్బంది. అక్కడ నుండి మాపాట్లు మొదలయ్యాయి.

టెర్మినల్ ఏదు నుంచి , రక్షణ తనిఖీ విభాగంకి ఎటు వెళ్ళాలో తెలియదు!

కనపడిన వారినందరినీ అడుగుతూ, ఎలాగో అక్కడికి వెళ్ళాము. కాలికి ఉన్న బూట్ల తో సహ ప్లాస్టిక్ ట్రేలలో పెట్టి ,వాటిని తీసుకుని అన్నిటినీ ధరించి బయటికి వచ్చి, మళ్ళీ ఎటు వెళ్ళాలో తికమక పడి మెల్లిగా ... విమానంఏ వాకిలి దగ్గర ఉంటుందో తెలుసుకొని, ఒక ఎస్కలేటర్ దిగి పరిగెత్తుకుంటూ వెళుతూ ఉన్నాము.

చాలా దాహం వేసింది. మంచినీళ్ల సీసా కొనుక్కునే సమయము కూడా లేదు.

అక్కడ నుంచి ఒక లిఫ్టులో ఎక్కి దిగి, ఇంకొకమెట్రో ట్రైన్ ఎక్కి దిగి, పరిగెత్తుకుంటూ వెళ్ళేసరికి మేమే చివరి ప్రయాణికులము.అక్కడ బోర్డింగ్ పాస్ టికెట్స్ చూపించి, పాస్ బుక్ చూపించి ...బ్రతుకు జీవుడా అంటూ ఫ్లైట్ దగ్గరికి వెళ్ళాము ...

ఫ్లైట్ ముఖద్వారము దగ్గరికి చేరుకునేసరికి, మా టెపిక అంతా హరించుకుపోయింది.

ఈ అనుభవము వల్ల ఇంకొకసారి వెళ్ళినప్పుడు ఈజీగా ఉంటుంది కదా! అని కూడా అనిపించింది అనుకోండి.

వీల్చెయిర్ వాళ్ళే చూసుకుంటారు కదా!అని ఏమీ పట్టించుకోకుండా ,ఏమీ తెలుసుకోకుండా, విమానంఎక్కం... అనుకోండి ! ఇలాంటి అనుభవా లే జరుగుతాయి మరి.

మీరు కూడా వెళ్ళేప్పుడు అన్నీ తెలుసుకుని మరీ ,ఫ్లైట్ ఎక్కండి. లేకపోతే అలాగే టెన్షన్ పడవలసి వస్తుంది సుమా!

వెళ్ళి సీట్లో కూర్చోగానే రిలీఫ్ గా అనిపించింది ... హాయిగా వెనక్కు ఆనుకొని రిలాక్స్ అవుదామని అనుకుంటే .... నా సీటు వెనక్కు పోకుండా మొరాయించింది .

విమాన సిబ్బంది వచ్చి చూసి , మీకు ఇంకో సీటు ఇస్తాము కూర్చుంటారా? అని అడిగారు ....వద్దులే !ఎలాగో ఇక్కడే కూర్చుంటాను అని చెప్పాను. కానీ వీపు మెడ భాగం అంతా నొప్పి పుట్టింది

రొట్టె,కోక్ లు, ఆపిల్ రసాలు, తాగి తాగి విసుగు పుట్టింది ... మా కోడలు మాకు బ్రోకలీ తో ఓట్స్... ఇంకా పెరుగన్నం... కొద్దిగా పొంగల్... తయారు చేసి ఇచ్చింది....

నాకు కిటికీ పక్క కుర్చీ రావడంతో కిటికీ లో నుంచి కనిపిస్తున్నప్రకృతి దృశ్యాలను చూస్తూ, పడిన శ్రమ అంతా మర్చిపోయాను.

దూది పింజలు లాగా గాలిలో ఎగురుతున్న తెల్లని మేఘాలు ,వాటి మధ్య నుంచి దూసుకు వెళుతున్న విమానం ,కింద బొమ్మరిల్లు లా కనిపిస్తున్న ఇళ్ళు, చిన్న చిన్న నీటి గుంటల్లా కనిపిస్తున్న ,పెద్ద పెద్ద సముద్రాలు.... ఇవన్నీ చూస్తూ! నా ఫోను లోని కెమెరా లో వీడియో తీశాను.

తెల్లవారకముందే హైదరాబాదులో ల్యాండ్ అయ్యాము. నేనుఇండియా వచ్చేశాను.జన్మస్థలాన్ని చూసిన ఆనందంలో, చాలా హాయిగా అనిపించింది.మా అల్లుడు కూతురు మా కోసం రిసీవ్ చేసుకోవడానికి వచ్చారు. 5 నెలల తరువాత వారిని చూసి ఆనందంతో మాటలు రాలేదు.

ఇంటికి చేరి ...ముందుగా నా పూజామందిరములో ని సాయినాథుని కళ్యారా చూసుకున్నాను. దుమ్ము ధూళితో నిండిపోయి ఉంది. క్షమించమని వేడుకని ... దేవుని మందిరాన్ని శుభ్రం చేసుకునే పనిలో పడ్డాను.

ఇంకా అమెరికాలోనే ఉన్నాం ఏమో అని భ్రాంతిలో ఉన్నాను. నేను ఇంకా నిద్ర పోలేక పోతున్నాను. ఎందుకంటే..... అమెరికాలో అది పగటి సమయం కాబట్టి ....

మీ

మహాలక్ష్మి రావిరేల

★ ★ ★

భక్తుడే అలిగితే

– గోవిందరాజుల నాగేశ్వర రావు గారు

ఈ కథ రాయడానికి కారణం నేను అనుభవించినది...పిల్లలతో వచ్చిన భక్తులు పడ్డ యాతన కళ్ళతో చూసినది. భక్తులతో ప్రవర్తించిన తీరు చూసి బాధపడుతూ ఇది ఇలాగే జరిగితే భవిష్యత్తు లో దేవుడి మీద భక్తి పోతుందేమోనని బాధతో రాసినకథ. కుబేరుడు – శ్రీనివాసుల సంవాదం కథకి సపోర్టు గా తీసుకున్నది మాత్రమే. అంతే గాని దేవుడిని కించ పరచాలని గాని, ఎవరినీ ఉద్దేశించి గాని రాసినది కాదని దీనివల్ల ఎవరివైనా గాని, భక్తులకు గానిమనోభావాలు దెబ్బతింటే మనస్ఫూర్తిగా మన్నించమని కోరుతూ..వైకుంఠం లో శ్రీనివాసుడు దిగులుగాఉన్నాడు. లక్ష్మీ దేవి అక్కౌంటు బాలెన్స్ నిల్ అయ్యే పరిస్థితి వచ్చిందని చాలా చిరాగ్గా ఉంది.

ఇంతలో కుబేరుడు 'శ్రీనివాసా..శ్రీనివాసా...' అంటూ వచ్చాడు.

శ్రీనివాసుడు కుబేరుడుని చూసి 'రండి...స్వామీ.. చాలా కాలానికి వచ్చారు. రండి' అన్నాడు.

'నేను మీ మర్యాదల కోసం రాలేదు. ఇంత కాలం సమయానికి వడ్డీ కడుతున్నారని నేను వచ్చే అవసరం లేకపోయింది. ఈ మధ్య మీరు వడ్డీ కట్టడం కూడా మానేశారు. అందుకే నేను రావాల్సి వచ్చింది.

'స్వామి భూలోకంలో పరిస్థితి మీకు తెలుసుగా. భక్తులు చాలామంది కరోనా మహమ్మారితర్వాతతిరుపతి రావడం మానేశారు. దాంతో హుండీలో డమ్మిడీ పడటం లేదు. ఆదాయం తగ్గి మీకు వడ్డీ కట్టడం ఆలస్యం అయింది.' అన్నాడు శ్రీనివాసుడు.

'అదంతా నాకనవసరం. ఇప్పుడు వడ్డీ కట్ట లేని వారు, రేపు అసలు ఏం కడతారు. మీకు వారం రోజులు టైం ఇస్తున్నా.. అసలు, వడ్డీ రెండు వెంటనే కట్టే ఏర్పాటు చెయ్యండి' అన్నాడు కుబేరుడు.

'ఇక్కడ వడ్డీ కట్టడానికే నడ్డి విరుగుతోంది. అసలు కూడానా.. అది వారం లోనా... కష్టం.' అన్నాడు.

'సరే.. మీరు ఏడు కొండల వారు కనక ఏడు వారాలు టైం ఇస్తున్నా.. ఈ లోగా సగమయినా ఏర్పాటు చెయ్యండి' అంటూ వెళ్ళి పోయాడు కుబేరుడు. ఇదంతా చూస్తున్న లక్ష్మీదేవి 'స్వామీ అసలేం

జరిగింది' అంటూ అడిగింది.

శ్రీనివాసుడు 'నేను చెప్పడం ఎందుకు నువ్వే చూడు' అంటూ కిందకి చూపించాడు. తిరుపతి కొండ మీద ఒక్క భక్తుడు లేడు. ఖాళీ గా వుంది. ఆ వెంకటేశ్వర స్వామి దర్శనం చేసుకోవడానికి ఒక్కడూ రావడం లేదు. కొండమీదకి కిందకి బస్సులు తిరగడం లేదు. తిరుపతి దేవస్థానంలో కొంతమందిని ఉద్యోగాలనుంచి తీసేశారు. మిగిలిన ఉద్యోగులకు జీతాలు లేవు. పూజారులు పూజలు చేస్తున్నారు కాబట్టి ఏదో కొద్దో, గొప్పోఇస్తున్నారు.

లడ్డాల తయారీ, ఇతర ప్రసాదాల తయారీ ఆగిపోయింది. పోటు గదిలో తయారు చేస్తున్న ప్రసాదంలో వాటాలు లేవు. పని లేని పూజారులకి, పంతుళ్ళకి జీతాలు లేవు. టి.టి.డి. కాలేజీలు, కాటేజీలు, హాస్పటల్స్ , ఒకటేమిటిదేవస్థానం నిర్వహిస్తున్న అన్ని సంస్థలు మూతపడే పరిస్థితి వచ్చేసింది. టి.టి.డి వ్యవస్థ అతలా కుతలమై పోతోంది. ఆదాయం లేదు.

దీనికంతటికి కారణం ఒకకథ.

నిజానికి అదికథ కాదు. ఒక భక్తుని వ్యధ. కడుపు మండి కలానికి పదును పెట్టి తన అనుభవాన్ని కథగా రాసి అందరి కళ్ళు తెరిపించిన వెంకట రమణకథ.

అసలేం జరిగిందంటే .... కథలోకి వెళదాం.

వెంకట రమణ గవర్నమెంటు ఆఫీసులో సీనియర్ క్లర్క్. ఆరునెలల క్రితమే వెంకటేశానికి తండ్రి అయ్యాడు. పుట్టు వెంట్రుకలు తీయించడానికి తిరుపతి వెళ్లాలని ప్రోగ్రాం ఫిక్స్ చేసి రాను..పోనూ రిజర్వేషన్ కూడా చేసాడు. తిరపతి బయలుదేరే రోజు వచ్చింది.

వెంకట రమణ గారు.. వెంకట రమణగారు.' అంటూ కాశీపతి పంతులు వచ్చాడు.

'రండి పంతులు గారు. మీ కోసమే చూస్తున్నాం.' అన్నాడు రమణ.

'ఏమిటి సంగతి అర్జెంటు గా రమ్మన్నారు' అడిగాడు కాశీపతి.

'ఇవాళ సాయంత్రం మా అబ్బాయి వెంకటేశానికి పుట్టు వెంట్రుకలు తీయించడానికి మేం తిరుపతికి వెళ్తున్నాం. వెంకటేశ్వర స్వామి దీపారాధన చేసుకుని బయలు దేరాలనుకుంటున్నాం. కాస్త దీపారాధన చేయిస్తారని కబురు పెట్టాను.' అన్నాడు రమణ.

'ఓ దానికేం భాగ్యం. అలాగే కానివ్వండి. అంతా సిద్ధం చేసుకున్నారా; అడిగాడు కాశీపతి.

'ఆ. అన్నీ సిద్ధంగానే ఉన్నాయి. మీదే ఆలస్యం.. అలివేలు.. పంతులు గారు వచ్చారు. అన్నీ సిద్ధంచెయ్య' అంటూ చెప్పాడు వెంకట రమణ.

కాశీపతిఇద్దరితో దీపారాధన చేయించాడు. ఇద్దరూ నిష్టగా, భక్తిగా పూజ చేసుకున్నారు. చుట్టు పక్కల వాళ్ళని పిలిచి భోజనాలు పెట్టాడు. అందరూ తృప్తిగా భోజనాలు చేసి వెళ్ళారు.

పంతులు కూడా భోజనం చేసి 'ఎన్నింటికి రైలు' అడిగాడు కాశీపతి.

'ఆరు గంటలకి. తిరుపతి ఎక్స్ ప్రెస్' అంటూ దక్షిణ ఇచ్చి పంపించాడు.

'ఏవండీ ఓ పది లడ్డులు ఎక్కువ తీసుకుని చుట్టు పక్కల వాళ్ళకి ప్రసాదం పంచి పెడదాం. అలా చేస్తే పుణ్యం కూడానట' అంటూ ఆనందంగా చెప్పింది అలివేలు.

'అలా అయితే పదేంటి పాతిక తీసుకుందాం' అన్నాడు హుషారుగా వెంకటరమణ.

ఇద్దరూ ప్రయాణానికి కావలిసినవి సర్దుకోవడం మొదలు పెట్టారు. సాయంత్రం అయిదు గంటలయింది.

'ఇంకా ఎంత సేపు తెమలడం. నువ్వు తెమిలే సరికి రైలు కాస్తా వెళ్లి పోయేట్టు ఉంది.

'పిల్లల తో ప్రయాణం అంటే మాటలా.. ఎన్ని సర్దు కోవాలి.. అయిపోయింది. పదండి. అంది అలివేలు.

'నేను ఆటో పిలుచుకు వస్తాను. రెడీగా ఉండు' అంటూ వెళ్ళాడు రమణ.

అలివేలు సామానులన్నీ బయట పెట్టి తలుపు తాళం పెట్టి పిల్లాడ్ని చంకన వేసుకుంది.

ఇంతలో రమణ ఆటో తో వచ్చాడు.

ముగ్గురూ ఎక్కి సికింద్రాబాద్ స్టేషన్ కి చేరుకున్నారు. ఆటోదిగి సామానులన్నీ దింపి లెక్క పెట్టుకుని మీటరు చూసాడు రెండు వందలఅరవై అయింది. జేబులోంచి పర్సు తీసి అయిదు వందల నోటుతీసి ఇచ్చాడు.

ఆటో డ్రైవర్ తీసుకుని 'చిల్లర లేదు' అన్నాడు.

'చిల్లర లేదు అంటే ఎలా. చూడు' అన్నాడు రమణ.

'లేదు సార్. ఉంటే ఇవ్వనా' అన్నాడు.

స్టేషన్ లోంచి 'సికింద్రాబాద్ నుంచి తిరుపతి వెళ్ళవలసిన తిరుపతి సూపర్ ఫాస్ట్ ఎక్స్ ప్రెస్ మరి కొద్ది నిముషములలో ఒకటవ నంబరు ప్లాట్ ఫాం మీద బయలుదేరుటకు సిద్ధముగా వున్నది'.అంటూ అనౌన్స్ మెంటు వినిపించింది.

'ఏవండీ రైలు రెడీగా ఉందిట' అంది అలివేలు కంగారుగా.

'త్వరగా చిల్లర ఇవ్వవయ్యా. ఆవతల రైలు టయిమయింది.' అన్నాడు చిరాగ్గా రమణ.

'చిల్లర లేదు. ఏం చెయ్యమంటారు.' అన్నాడు ఆటో డ్రైవర్.

'నన్నేం చెయ్యమంటావు 'అన్నాడు రమణ

'చిల్లర తెచ్చుకోవాలి.' అంటూ రెండు వందలు ఇచ్చి 'ఉండండి ట్రై చేస్తాను' అంటూ వెళ్ళాడు ఆటో డ్రైవర్.

మళ్ళీ అనౌన్స్ మెంటు వినిపించింది.

'అటో డ్రైవర్ వచ్చేలా లేడు' అంది అలివేలు.

'ఎక్కడికి వెళ్ళాడు. ఆటో ఇక్కడే వుంది గా' అన్నాడు రమణ.

'అంత వరకు రైలు ఉండదు. పదండి' అంది అలివేలు ఓ చేత్తో సంచీ తీసుకుంటూ.

రమణ ఆటో డ్రైవర్ కోసం చూసాడు. ఎక్కడా వచ్చేట్టు కనిపించలేదు.

స్టేషన్ లోంచి 'సికింద్రాబాద్ నుంచి తిరుపతి వెళ్ళవలసిన తిరుపతి సూపర్ ఫాస్ట్ ఎక్స్ ప్రెస్ ఒకటవ నంబరు ఫ్లాట్ ఫాం మీద బయలుదేరుటకు సిద్ధముగా ఉన్నది'.అంటూ ఇంకోసారి అనౌన్స్ మెంట్ వినిపించింది.

'ఎక్కడికి పోయాడో..' అంటూ సామానులు తీసుకుని రమణ వెళ్ళి పోయాడు.

రమణ లోపలికి వెళ్ళగానే పక్కనే కారు వెనకాల నిలబడి వున్న ఆటో డ్రైవర్ వచ్చి ఆటో తీసుకుని వెళ్ళి పోయాడు.

అది చూసి రమణషాకయ్యాడు. 'చిల్లర తెచ్చుకోని పాపానికి నలభై క్షవరం' అనుకున్నాడు.

గబా గబా సామానులతోరైలు ఎక్కాడు. వెంటనే రైలు బయలు దేరింది.

తిరుపతి లో దిగి అక్కడి నుంచి బస్సు ఎక్కి తిరుమల చేరారు వెంకట రమణ, అలివేలు.

తిరుమలలో రూమ్ తీసుకుని ఫ్రెష్ అయ్యి అన్నీ సర్దుకుని దర్శనానికి బయలు దేరారు.

వెంకటేశానికి ఆరు నెలలు. తెల్లగా బొద్దుగా అందంగా ఉంటాడు. జుట్టు కూడా ఎక్కువేమో వంకీలు తిరిగి వుంది. టైం తొమ్మిదయింది.

వెంకటేశం పుట్టు వెంట్రుకలు తీయించడానికి కళ్యాణ కట్ట కి బయలు దేరారు.

'ఎక్కడండీ కళ్యాణ కట్ట దూరమా' అడిగింది అలివేలు.

'ఇది వరకు ఇక్కడే ఉండేది. ఇప్పుడు ఎక్కడికి మార్చారో' అంటూ చుట్టూ చూసాడు. ఎదురుగా కళ్యాణ కట్టకి దారి అని బోర్డు కనిపించింది.

'అదిగో బోర్డ్.. అలా వెళ్ళాలి. రా' అంటూ తీసుకు వెళ్ళాడు. కొంత దూరం వెళ్ళాక ఇంకో బోర్డ్ కనిపించింది. అలా ఓ పది బోర్డులు దాటుకుంటూ వెళ్ళగా ఓ పెద్ద బిల్డింగు కనిపించింది.

'హమ్మయ్య.. ఇదే కళ్యాణ కట్ట. పద.' అంటూ లోపలికి వెళ్ళబోయారు.

అక్కడే ఉన్నగార్డు 'ఏయ్! ఇటెక్కడికి, ఇలా లోపలికి వెళ్ళకూడదు. బయట లైను ఉంది దాంట్లో వెళ్ళండి.. పోండి.'.. అంటూఎంతో అ..గౌరవంగా, అ..మర్యాదగా చెప్పాడు. ఆ లైను ఎక్కడ

ఉందా అంటూ వెతుక్కుంటూ అలా తిరిగి తిరిగి మొత్తానికి లైనులో నిలబడ్డారు.

'హమ్మయ్య లైనులోకి వచ్చేసాం' అనుకుని టైం చూసుకున్నాడు రమణ, పదిన్నర అయింది.

ఒక నిముషం నిలబడి వెనక్కి చూసే సరికి వెంకట రమణ వెనకాల ఓ వంద మంది నిలబడ్డారు. 'అమ్మో ఒక నిముషం లేటయి వుంటే అంతమంది వెనకాల ఉండేవాడిని' అనుకుంటూ వెంకట రమణ ఆశ్చర్య పోయాడు.

ఇంతలో వెంకటేశంకి ఆకలి వేసినట్టుంది. ఏడవడం మొదలు పెట్టాడు.

'ఏవండి వీడిని కాసేపు.ఎత్తుకోండి .ఆకలి వేస్తున్నట్టుంది పాలు కలుపుతాను' అంటూ వెంకటేశాన్ని రమణకి ఇచ్చింది. రమణ ఎత్తుకున్నాడు.

ఫ్లాస్కు లోంచి పాలు తీసి గ్లాసులో పోసి పంచదార కలిపి సీసాలో పోసింది. ఫ్లాస్క్ వెంకటరమణ కి ఇచ్చి పిల్లాడిని తీసుకుని పాలు పట్టించింది. వెంకటేశానికి కడుపు నిండటంతో ఏడుపు మాని ఆట మొదలు పెట్టాడు.

ఇంతలో "గోవిందా....గోవింద..' కొంత మంది భక్తులు అరిచారు. లైను కొద్దిగా ముందుకు కదిలింది.

వెంకట రమణ 'లైన్ బాగానే కదిలింది' అనుకున్నాడు.

'పుట్టు వెంత్రుకలా?ఎక్కడి నుంచి వస్తున్నారు'. అంటూ అలివేలుని అడిగింది ముందుగా ఉన్నావిడ.

'అవునండి. హైదరాబాద్ నుంచిమీరెక్కడినుంచి' అడిగింది అలివేలు.

'మేం వైజాగ్ నుంచి' అని చెప్పింది ఆవిడ. అలా కాసేపు కబుర్లతో గడిచింది.లైను కదలడం లేదు.

'ఏమయింది. లైను కదలడం లేదు.' అడిగాడు పక్క వాడిని.

'మీకెంత తెలుసో, నాకు అంతే తెలుసు' అన్నాడు ఆ వ్యక్తి. వెంకట రమణ ఫీలయ్యాడు. ఇంతలో ఓ గార్డు అటు వెళుతున్నాడు.

'హలో' అంటూ పిలిచాడు వెంకట రమణ. ఆ గార్డు వచ్చాడు.

'ఇంకా ఎంత సేపు పడుతుంది' అడిగాడు.

'ఎంత సేపయింది మీరు నిలబడి' అడిగాడు గార్డు

'ఓ అరగంట' అయింది

'లోపల ఆరు గంటల నుంచి నిలబడ్డ వాళ్ళు ఉన్నారు.' అన్నాడు గార్డు

ఆశ్చర్య పోయి 'ఆరు గంటల నుంచా' అన్నాడు.

'అవును. లోపల పది కంపార్ట్మెంటులు ఉన్నాయి. అవి వదిలిన తర్వాత మిమ్మల్ని వదులుతారు.' అన్నాడు గార్డు.

'పదా..ఎంత సేపు పడుతుందో' అడిగాడు రమణ.

'ఒవేడు ,ఎనిమిది, తొమ్మిది, పది గంటలు పడుతుంది.' అంటూ వెళ్లి పోయాడు.

వెంకట రమణ షాక్ అయ్యాడు.

'తొమ్మిది పది గంటలా.'.అంటూ టైం చూసు కుంటూ ఉన్నాడు. మూడు అరగంటలు గడిచాయి. లైను మూడు అంగుళాలు కూడా కదలలేదు.'బయటికి పోదామా' అంటూ వెనక్కి చూసాడు.

ఎటూ దారి లేదు. ఏం చెయ్యాలో తెలీక అలాగే నిలబడ్డారు.

ఇంతలో మళ్ళీ కొంత మంది ' గోవిందా ... గోవింద' అంటూ అరిచారు. లైను ముందుకు కదిలింది.

అక్కడ ఎమర్జన్సీ గేటుని చూసాడు. అక్కడ వున్న గార్డుని పిలిచి ఇద్దరూ బయటికి వచ్చారు. అప్పటికేరెండయింది.

'అమ్మో ... ఇదేమిటండీ ఇంతమంది ఉన్నారు. పది గంటలా.. ఇప్పుడు ఎలాగా' అడిగింది అలివేలు.

'నేను అదే ఆలోచిస్తున్నా' అంటూ చుట్టూ చూసాడు.

అక్కడే ఉన్న వరాహ స్వామి కాటేజ్ దగ్గర కూడా తల నీలాలు తీస్తారని బోర్డు కనిపించే సరికి 'కొండ మీద ఎక్కడయితేనే అక్కడే తీయిద్దాం పద'అంటూవెళ్ళారు.

అప్పటికే రెండున్నర అయింది. అక్కడే ఉన్న కాంటీన్ లో కాస్త టిఫిన్ తిని వెంకటేశానికిసిరిలాక్ తినిపించి వరాహ స్వామీ కాటేజ్ కి వెళ్ళారు. అక్కడ కూడా చాంతాడు అంత లైను వుంది. మొత్తానికి వెంకటేశానికి తల నీలాలు తీయించి, వెంకట రమణ గుండు చేయించుకోడానికి, అలివేలు మూడు కత్తెరలు ఇవ్వడానికి ఓ మూడు గంటలు పట్టింది. నీలాల కార్యక్రమం పూర్తయ్యే సరికి నింగిలో సూర్యుడు కిందకి దిగిపోయాడు. ఇంక ఇప్పుడు పిల్లవాడితో రాత్రి దర్శనం కష్టమని కాటేజ్ కి బయలుదేరారు. తెల్లవారు ఝామున నాలుగు గంటలకి సెల్ లో అలారం మోగుతోంది. వెంకటరమణ లేచి అలారం ఆపి అలివేలుని లేపాడు. రమణ ముఖం కడుక్కుని బకెట్ తీసుకుని వేడి నీళ్ళ కోసం బయటికి వెళ్ళాడు.

ఇంతలో అలివేలు ముఖం కడుక్కుని వేడినీళ్ళ కోసం చూస్తోంది. రమణ వేడినీళ్ళ బకెట్ తీసుకొచ్చి లోపల బకెట్ లో పోసి మళ్ళీ ఇంకో బకెట్ కోసం వెళ్ళాడు. ఈ లోగా అలివేలు స్నానం చేసి తయారయింది. వెంకటేశాన్ని లేపింది.రమణ ఇంకో బకెట్ తీసుకు వచ్చాడు. దాంతో

వెంకటేశానికి స్నానం చేయించింది. రమణ ఇంకో బకెట్ తో నీళ్ళు తెచ్చుకుని స్నానం చేసి తయారయ్యాడు. టైం ఆరయ్యింది.

ఇద్దరూ కాఫీ తాగి, వెంకటేశానికి పాలు పట్టించారు. వెంకటేశానికి కావాల్సిన పాలు, సిరిలాక్ తీసుకున్నారు. 'ఏవండీ సెల్ ఫోను తీసుకున్నారా' అడిగింది అలివేలు.

'లోపల సెల్ ఫోను తీసుకెళ్ళ నివ్వరు. నీ ఫోను కూడా సైలెన్స్ లో పెట్టి పెట్టెలో పెట్టెయ్య.అంటూ ఇద్దరి ఫోనులు సైలెన్స్ మోడ్ లో పెట్టి సూట్ కేసు లో పడేసాడు. పర్సు తీసి అందులోంచి డబ్బులు తీసుకుని జేబులో పెట్టుకున్నాడు.

'అదేంటి పర్సు పెట్టు కోరా' అడిగింది అలివేలు.

'పర్సు ఉండి ఎత్తుగా కనపడితే ఆ రష్ లో ఎవడయినా జేబు కొట్టేస్తాడు.' అంటూ పర్సు కూడా సూట్ కేసులో పడేసాడు.అలివేలుదర్శనానికి బయలు దేరారు.

అక్కడే ఉన్న సమాచార కేంద్రం లో 'దర్శనానికి ఎంత సేపు పడుతుంది' అడిగాడు.

'ఫ్రీ దర్శనం అయితే ఆరేడు గంటలు పడుతుంది. మూడు వందలు టికట్ శీఘ్ర దర్శనం అయితే రెండు మూడు గంటలలో అయిపోతుంది.' అంటూ చెప్పాడు.

'మూడు వందలు టికట్ తీసుకుని వెళ్దాం. మూడు గంటల్లో అయిపోతుందిగా' అంది అలివేలు.

'అవును. అసలే నిన్నంతా నీలాలతోనే సరిపోయింది. సాయంత్రం నాలుగు గంటలకిట్టైను. ఇప్పుడు ఏడవుతోంది. పన్నెండు గంటల కల్లా బయటికీ వచ్చేయ్యచ్చు. మూడువందల టికట్ కి వెళదాం.' అన్నాడు రమణ.

'టికట్ ఎక్కడ ఇస్తారు' అంటూ కేంద్రం లో అడిగాడు రమణ.

'వెళ్ళి లైనులో నిలబడండి.. మధ్యలో టికట్ కౌంటర్ ఉంది. అందులో ఇస్తారు.' అన్నాడు.

'దారి ఎటు..' అడిగాడు రమణ.

'అదిగో బోర్డు' అంటూ చూపించాడు.

రమణ చూసాడు.

'శీఘ్ర దర్శనం.. మూడు వందలు టికట్ కి దారి' అంటూ బాణం గుర్తు గల బోర్డు కనిపించింది.

ముగ్గరూ ఆ బోర్డు చూసుకుంటూ వెళ్ళారు. కొంత దూరం వెళ్ళిన తర్వాత మరో బోర్డు. అలా నాలుగయిదు మలుపులు, ఒక అర కిలోమీటరు వెళ్ళిన తర్వాత వైకుంఠం కాంప్లెక్స్ వచ్చింది. అది దాటి వెళ్ళిన తర్వాత కొంత దూరం లో ఒక చోట ఒక గేటు కనిపించింది. దాని మీద 'శీఘ్ర దర్శనానికి దారి' అనిరాసి ఉంది. వెంకట రమణ చూసాడు.

'అదిగో అక్కడ గేటు ఉంది పద' అంటూ వెళ్ళాడు.

దగ్గిరకి వెళ్ళే సరికి దాని తలుపులు వేసి అడ్డంగా చెక్కలూ, ఏవో పెట్టారు.

'ఇదేంటి.. తలుపులు వేసి ఏవో పెట్టారు. ఇప్పుడు ఎలా వెళ్ళాలి' అనుకున్నాడు.

ఇంతలో వెనకాల నుంచి ఓ నలుగురు వచ్చి 'ఏమిటండి తలుపు వేసి ఉంది. ఎలా వెళ్ళాలి' అడిగారు

'మీ కెంత తెలుసో నాకు అంతే తెలుసు' అన్నాడు.

నలుగురు మాట్లాడకుండా వెళ్లి పోయారు.

'అదేమిటండి అలా అన్నారు' అంది అలివేలు.

'ఆ గుండు లైనులో వాడెవడో నన్ను అనలేదా' అన్నాడు రమణ.

'మనం ఇప్పుడు ఎలా వెళ్ళాలి' అడిగింది అలివేలు.

కొంచెం దూరం లో సమాచార కేంద్రం కనిపించింది.

వెళ్లి 'సార్ .. ఆ బోర్డుల ప్రకారం వస్తే గేటు మూసివుంది. మూడువందల శీఘ్ర దర్శనానికి ఎలా వెళ్ళాలి.' అంటూఅడిగాడు.

'అవన్నీ పాత బోర్డులు. శీఘ్ర దర్శనానికి ఇండియా కాఫీ హౌస్పక్కన గేటు ఉంది వెళ్ళండి.' అన్నాడు.

'ఇండియా కాఫీ హౌస్ ఎక్కడ' అడిగాడు రమణ

'అలా వెనక్కి వెళ్లి కుడిచేతి వైపుకి తిరిగితే అక్కడ వుంది.' అన్నాడు.

ఈసురో మంటూ ఓ కిలోమీటరు వెతుక్కుంటూ వెళ్ళాడు. కడుపులో కాస్త కరకరమనే సరికి అక్కడే పక్కనే ఇడ్లీలు అమ్ముతంటే కాస్త టిఫిన్ తిని వెతకడం మొదలు పెట్టారు.

వెతగ్గా.. వెతగ్గా ఇండియా కాఫీ హౌస్కనిపించింది. దాని పక్కనే గేటు కనిపించింది.

వెంకట రమణ ఆనందంతో'అదిగో గేటు దొరికింది. పద' అంటూ వెళ్ళాడు.

ఇద్దరూ గేటులో కి వెళ్ళారు. ఖాళీ గా ఉంది. అమ్మో ఎంత ఖాళీగా ఉందో. శీఘ్ర దర్శనం కదా డైరెక్టుగా వెళ్లి పోవటమే' అంటూ వెళ్ళారు. కొంత దూరం వెళ్ళే సరికిలైనులో జనాలు కనిపించారు. లైను ఆగి పోయింది. కొంతమంది తీరుబడిగా కూర్చుని ఉన్నారు.

'ఇదేంటి ఆగి పోయింది. ఏంటి అలా కూర్చున్నారు.' అడిగాడు వెంకట రమణ.

'దర్శనానికి తొమ్మిదిన్నరకి వదులుతారట.' అన్నాడు ఓ వ్యక్తి. టైం చూసుకున్నాడు రమణ. ఎనిమిది అయింది. 'ఇంకా గంటన్నర' అనుకున్నాడు.

అలివేలు పిల్లాడిని ఎత్తుకోలేక లైనులో కూర్చుండి పోయింది. మెల్లిగా ఫ్లాస్క్, ఓ కప్పు తీసుకుని కొంచెం సిరిలాక్ కలిపి వెంకటేశానికి తినిపించింది. కాసేపటికి వెనక వున్న ఖాళీ లైను మొత్తం భక్తులతో నిండిపోయింది. కొందరు ఏవో కబుర్లు చెప్పు కుంటున్నారు.

కొందరు ఉండుండి ఒక్కసారి 'ఏడుకొండల వాడా.. వెంకట రమణా ..గోవిందా..గోవిందా..' అంటూ అరుస్తున్నారు.

వెంకటరమణ గడియారం చూసుకున్నాడు. 'ఎనిమిదిన్నర.. ఇంకా గంటా' అనుకున్నాడు.

ఇంతలో బయట ఒకతను 'న్యూస్ పేపర్.. తెలుగు, తమిళ్ , కన్నడ, హిందీ, ఇంగ్లిష్' అంటూ అన్ని బాషల పేపర్లు అమ్ముతున్నాడు.

'బాబూ .. ఈనాడు ఇయ్యి' అంటూ పిలిచాడు. ఆ కుర్రాడు పేపరు ఇచ్చాడు. వెంకట రమణ ఐదు రూపాయలు ఇచ్చాడు.

'ఐదు కాదు.. ఏడు రూపాయలు' అన్నాడు పేపరు కుర్రాడు.

'పేపరు అయిదు రూపాయలేగా..' అన్నాడు వెంకట రమణ.

'ఆ పేపరు ఇలా ఇచ్చి బయటికి వెళ్లి తెచ్చుకో' అన్నాడు పేపరు కుర్రాడు.

పరిస్థితులని బట్టి రేట్లు మారుతుంటాయి . అనుకుని రెండు రూపాయలు తీసి ఇచ్చి చదవడానికి పేపరు ఓపెన్ చేసాడు.

ఇంతలో పక్కతను 'సార్ .చిన్న పేపర్ ఓసారి ఇస్తారా' అంటూ అడిగాడు. వెంకట రమణ ఇచ్చాడు.

మెయిన్ పేపరు చదువు తున్నాడు.

అందరూ నిలబడలేక కూర్చుని వెంకటరమణ కొన్న పేపరు చదువుతున్నారు.

ముందున్న వ్యక్తి పేపర్ చూసి 'సార్ లోపలి పేపరు ఇస్తారా' అంటూ అడిగాడు. వెంకట రమణ కోపంగా చూసాడు.

'ప్లీజ్' అన్నాడు.

ఏమీ అనలేక లోపలి పేజీలు ఇచ్చాడు. చేతిలో ఉన్న పేపరు చదివి తరువాతి పేపరు చదువుదామని చూసే సరికి తన పేపరు ని ముందు నలుగురు, వెనకాల పది మంది తలో పేపరు తీసుకుని చదువుతున్నారు. ముందు వ్యక్తి వెంకట రమణ ని చూసి ఓ నవ్వు నవ్వి తన చేతిలో పేపరు వెంకటరమణ కి ఇచ్చి వెంకటరమణ చేతిలో పేపరు తీసుకున్నాడు. వెంకటరమణఏడవలేక నవ్వుతూ పేపరు తీసుకుని చదువుతున్నాడు. ఇంతలో ఒక్కసారిగా 'ఏడుకొండల వాడా.. వెంకట

రమణా ..గోవిందా..గోవింద..' అంటూ అరుపు వినిపించే సరికి ముందున్న అందరూ గబా గబా లేచి నిలబడ్డారు.

వెంకట రమణ టైం చూసుకున్నాడు. తొమ్మిదిన్నర అయ్యింది.

'కరెక్ట్ టైం' అనుకున్నాడు.

అలివేలు కూడా వెంకటేశాన్ని ఎత్తుకుని నిలబడింది. వెంకట రమణ బ్యాగ్ తీసుకుని నిలబడ్డాడు.

వెనకాల కూడా అందరూ లేచి నిలబడ్డారు. లైను కదలడం మొదలయింది.

ఆ తోపులాటకి కొందరు వెనకా ముందు అయ్యారు. వెంకటరమణ అలివేలు వెనకాలే నడుచుకుంటూ కదిలాడు. కాస్త దూరం వెళ్లి లైను మళ్ళీ ఆగింది. వెంకట రమణ పేపరు కోసం చూసాడు. ఆ పేపరు తీసుకున్న వాళ్ళు ఎక్కడున్నారో కనపడలేదు.

'పేపరు నా కోసం కొన్నానా.. వాళ్ళ కోసంకొన్నానా.. ఖర్మ రా..' అనుకున్నాడు.

మళ్ళీ లైను కదలటం మొదలయింది. అందరూ గోవిందా అంటూ నడుస్తున్నారు.

'భక్తులు దయచేసి గమనించగలరు. సెల్ ఫోనులు, కెమెరాలు ఆలయం లోకి తీసుకు వెళ్లడానికి అనుమతి లేదు. భక్తులు వాటిని తమ లాకర్ల లో గాని, గదులలో గాని, బయట వున్న డిపాజిట్ కౌంటర్ లలో గాని పెట్టుకుని రాగలరు. ఒకవేళ తీసుకువచ్చిన యెడల స్కానింగులో దొరికిన వస్తువులను స్వామివారి హుండీలో వేయబడును' అంటూ స్పీకర్ లో నుంచి ఎనౌన్స్ మెంటు అన్ని బాషలలో వస్తోంది.

'మనం తీసుకురాకపోవడం మంచిదయ్యింది' అంది అలివేలు.

'అందుకే గా రూమ్ లో పెట్టింది' అన్నాడు వెంకట రమణ.

దాని పర్యవసానం ఏం జరుగుతుందో అప్పుడు అర్థం కాలేదు వెంకట రమణకి.

లైను కొంచెం కొంచెం జరిగి మూడువందల టికెట్ కౌంటర్ దగ్గరకి వచ్చాడు వెంకట రమణ. కౌంటర్లో రెండు టికెట్ లు తీసుకుని ముగ్గురూ ముందుకి కదిలారు.ముందు లైను అంతా ఖాళీ గా ఉంది.

'అందరూ టికెట్లు తీసుకోవాలిగా.. అందుకే అంత స్లో గా నడిచింది. పద..పద' అంటూ గబా గబా వెళ్ళారు.

అలా వైకుంఠం కాంప్లెక్స్ లోకి వెళ్ళారు. అక్కడ కొంచెం ముందుకి వెళ్ళే సరికి మళ్ళీ లైను ఆగిపోయింది.

అక్కడ కొంత మంది టికెట్లు చెక్ చేస్తున్నారు. ఎవరి ముఖాల్లో శాంతం గాని, ప్రేమ గాని, దేవుడి యందు భక్తి గాని, ఎంతో దూరం నుంచి ఎంతో సేపటినుంచి లైనులో నిలబడి అలసిపోయిన భక్తుల గురించి జాలి గాని, తాము చేస్తున్నా ఉద్యోగం అదేకదా.. అలా అని ఉద్యోగ ధర్మం గాని లేకుండా

'ఏయ్.. టికెట్లు..తియ్యండి.. ఇవ్వండి.. ఎంత మంది......ఆ.. వెళ్ళండి..' అంటూ పశువులని అదిలించినట్టు అరుస్తూ అక్కడి ఉద్యోగులు టికెట్లు చెక్ చేసి లోపలికి పంపారు. అలాగే వాళ్ళ ఈసడింపులతో టికెట్లు చెక్ చేయించుకుని వెళ్ళారు వెంకటరమణ దంపతులు. కాస్త ముందుకి వెళ్ళగానే కంపార్టుమెంటులు కనిపించాయి. 18–25 అని బోర్డు రాసి ఉంది. అలా మూడు నాలుగు కంపార్ట్ మెంట్లు దాటుకుని ముందుకి వెళ్ళారు.వెంకట రమణ దంపతులు వెళ్ళే సరికి పంతొమ్మిది కంపార్ట్ మెంటు నిండిపోవడం తో దాని తలుపు వేసి ఇరవై కంపార్ట్ మెంట్ తలుపు తీసి 'వెళ్ళండి లోపల కూర్చోండి' అంటూ లోపలికి పంపించారు. ఇరవై కంపార్ట్ మెంటు లోకి ముందుగా వెళ్ళింది వెంకట రమణ దంపతులు. వెల్లి ముందు ఒక బెంచి వుంటే దాని మీద కూర్చున్నారు.

తర్వాత ఒక్కొక్కళ్ళు వచ్చి కూర్చుంటున్నారు. అయిదు నిముషాల తరువాత బిల బిల మంటూ చిన్న పిల్లలు, పెద్దవాళ్ళూ అందరూ ఒకర్నొకరు తోసుకుంటూ ఓరెండు వందల మంది లోపలికి గోల గోలగా వచ్చారు. ఆ గోలకి చిన్న పిల్లలు భయపడి బిక్కు బిక్కు మంటూ చూస్తున్నారు. ఇరవై కంపార్ట్ మెంట్ నిండిపోవడం తో తలుపు వేసి ఇరవై ఒకటి ఓపెన్ చేసారు. ఆ జనాన్ని చూసి అలివేలు భయపడింది. 'ఇదేంటండి ఇంత మంది జనం' అంది 'అదే తిరపతి దేవుడిమహత్యం' అన్నాడు.

టైం చూసుకున్నాడు. పదకొండున్నర అయ్యింది. 'లైనులో నిలబడి అప్పుడే మూడు గంటలు అయింది అనుకున్నాడు. అందరూ అలా కంపార్ట్ మెంట్ లో కూర్చుని కబుర్లు చెప్పుకుంటున్నారు. చిన్నపిల్లలు ఏడుస్తున్నారు.వాళ్ళ తల్లులు ఊరుకోబెడుతున్నారు.

గడియారం పన్నెండున్నర అయింది. ఎక్కడా తలుపు తీసే జాడ కనిపించ లేదు. వెంకటేశం ఏడుపు మొదలు పెట్టాడు. అలివేలు ఫ్లాస్క్ తీసి సిరిలాక్ కలుపుతోంది. ఇంతలో గార్డు తలుపు దగ్గరికివచ్చాడు. కొంత మంది ఒక్కసారిగా గోవింద.. గోవిందా అంటూ ఒకరి నొకరు తోసుకుంటూ అలివేలు కలుపుతున్న సిరిలాక్ కప్పుని , ఫ్లాస్క్ ని తన్నుకుంటూ తలుపు దగ్గరికి పరుగెత్తారు. మొత్తం సిరిలాక్, ఫ్లాస్క్ లో వున్న పాలు నేల పాలయ్యాయి. వెంకటేశం భయపడి ఇంకా ఏడుపు లంకించు కున్నాడు. అలివేలు కి ఏం చెయ్యాలో తోచలేదు. తలుపు దగ్గర తోపులాట మొదలయింది. తలుపు దగ్గర గార్డు తలుపు తియ్యకుండా వెళ్ళిపోయాడు. అందరూ అక్కడే నిలబడి వున్నారు. పక్కనే వున్న ఒకావిడ తన దగ్గరున్న రెండు బిస్కట్లు అలివేలు కి ఇచ్చింది. వాటిని చిన్న ముక్కలు చేసి వెంకటేశానికి తినిపించింది.

కంపార్ట్ మెంటుల్లలో వున్న కటకటాలలోకి ఒకతను సమోసాలు ఓ అట్టపెట్టలో పెట్టి అమ్మడానికి తీసుకువచ్చాడు. వెంటనే జనాలు అందరూ గుంపుగా చేరి ఒకరి మీద ఒకరు

తోసుకుంటూ కొనటానికి పోటీ పడ్డారు. అమ్మో అతను కనక ఆ కటకటాల లో లేకపోతే అతన్ని తొక్కి పచ్చడి చేసేవారు. అయిదు నిముషాల్లోపే ఆ పెట్టె ఖాళీ అయిపోయింది.

కంపార్ట్ మెంట్లోసొల, ప్రసాదంఫ్రీ గా ఇస్తారన్నారు.'అనుకుంటూ ఆమాట పైకే అన్నాడు.

'అవి ఇదివరకు. ఇప్పుడు కాదు. ఎప్పుడో ఒకసారి. దానికీ మనకి ప్రాప్తం ఉండాలి' అన్నాడు ఒకాయన

ఇంతలోగార్డు వచ్చి తలుపు తీసాడు.

జనాలు అందరూ లైనులోకి వెళ్ళడానికి ఒకర్నొకరుతోసుకుంటున్నారు కొంతమంది పిల్లలు నలిగి పోయి ఏడుస్తున్నారు. కుర్రాళ్ళు అదేమీ పట్టించుకోవడం లేదు. తోస్తూనే వున్నారు.ఆడపిల్లలు కూడా వాళ్ళ మధ్యలో పడి నెట్టలేక, బయటికి రాలేక నలిగి పోతున్నారు.బలవంతులు తోసుకుని లైనులోకి వెళుతున్నారు. బలం లేనివాళ్ళు బలం తెచ్చుకుని తోస్తున్నారు.నిజం చెప్పాలంటేపశువులు కూడా అలా తోసుకు వెళ్ళవు.

అది భక్తా...బలప్రదర్శనాలఅర్థం కాలేదు. అలివేలుకి , వెంకట రమణకి. అలివేలుకి ఆ దృశ్యం చూసి భయం వేసింది. 'అందరు వెళ్ళాక వెళదాం, అంటూ అలాగే కూర్చుంది. కాసేపటికి అందరూ వెళ్ళి పోయారు. ఆఖర్న వెంకటరమణ దంపతులుమెల్లిగా వెళ్ళారు.

వాళ్ళు లైను లోకి వెళ్ళిన వెంటనేయాబై రూపాయలసర్వ దర్శనంకంపార్టు మెంటువాళ్ళని వదిలారు. వాళ్ళు గుంపుగావచ్చివీళ్ళ మీద పడ్డారు. దాంతో వెంకటరమణ దంపతులుమధ్యలో నలిగిపోయారు.వెంకటేశం ఏడుపు మొదలు పెట్టాడు. అందరూ తోస్తున్నారు. లైను మెల్లిగా కదులు తోంది. తోసుకోవడాలుఎక్కువ అయ్యాయి.

అలివేలు ఇంక పిల్లాడితో నిలబడ లేకవెంకటేశాన్ని వెంకటరమణ కి ఇచ్చింది. వెంకట రమణ వెంకటేశాన్ని భుజాలమీదకి ఎక్కించు కున్నాడు.కాస్త గాలి తగలడంతో వెంకటేశం ఏడుపు ఆపాడు.

ఓ పది నిముషాలు లైను కదిలి ఆగిపోయింది.

గంట... అరగంట...గంట..రెండు.. గంటలు.. లైను ఆగి పోయింది.

అలివేలు 'ఏవండి దర్శనం వద్దు,ఏమీ వద్దు.. బయటికి పోదాం' అంది.

వెంకట రమణకి బయటికి వెళ్ళే ఛాన్సే లేదు. వెనకా.ముందూ..వేలమంది లైనులో నిలబడి ఉన్నారు. కాలు కదిపే చోటు లేదు. మధ్యలో తోసుకోవడాలు. ఇంతలో ఓ లావుపాటి ఆయన అలివేలు కాలు తొక్కాడు.

అలివేలు 'కెవ్వు' మంటూ అరిచింది.

'సారీ' అన్నాడు.

అలివేలుకి కళ్ళ వెంట నీళ్ళు వచ్చాయి.

'ఏం మొక్కో...జన్మలో తిరుపతి రాకూడదు.' అనుకుంది.

వెంకట రమణ భుజాల మీదనుంచి వెంకటేశాన్ని దింపిఅలివేలుకి ఇచ్చాడు. అలివేలు కాలి నొప్పి తో అలాగే ఎత్తుకుంది. ఇంతలో గోవిందా అంటూ ఒక్క సారి కదిలింది లైను.అక్కడే ఓ మలుపు   వచ్చింది.

సరిగ్గా ఆ మలుపు దగ్గరేశీఘ్ర దర్శనం, యాభై రూపాయలదర్శనం, సర్వ దర్శనం, అన్నిదర్శనాల వాళ్ళందరినీ ఒకే లైనుగా కలుపుతారు.అక్కడి నుంచి కొంత దూరం వెళ్ళాక మళ్ళీ ఆ లైను రెండుగా విడి పోతుంది.అక్కడ పరిస్థితి మరీ భయంకరంగా వుంది. చంటి పిల్లలఏడుపులతో, పెద్దవాళ్ళ చిరాకులతో, కుర్రకారు గోలలతో, భక్తుల గోవింద నామం తో ఆడవాళ్ళచిరాకులతో,లైనుని కంట్రోల్ చేసే వాళ్ళు లేక నానా బీభత్సంగా ఉంది.అలా తోసుకుంటూ అలివేలు, వెంకటరమణఅక్కడికి చేరు కున్నారు. ఇంతలోవెనక నుంచి జనం ఒక్కసారిగా గోవిందా అంటూ ముందుకి తోసారు. దాంతో అలివేలు, వెంకట రమణ, ఇద్దరూ చెరో లైనులోకి కొంత దూరం వెళ్ళి పోయారు. అలా తోపులాటలోఅలివేలులైను ఆగిపోయింది.వెంకటరమణ లైను ముందుకి సాగి పోయింది. వాళ్ళ తో పాటే వెంకట రమణనికూడా వాళ్ళు తోసుకుంటూ పోయారు.

అలివేలు కి వెంకట రమణకనిపించక పోవడంతోఏడుపు వచ్చినంత పనయింది.

లైనులో ఉన్న వాళ్ళు'భయ పడకమ్మా.. మేం ఉన్నాం ..నీ కెం భయం లేదు.మీ వారు నీ కోసం ముందు ఆగి వెయిట్ చేస్తూ ఉంటారు లే.'అంటూధైర్యం చెప్పారు.

'మీరు మాత్రం ఎక్కడి వరకు ఉంటారో ఎవరికి తెలుసు.' అంది

'చూడమ్మా దర్శనం అయ్యాక బయటికి వెళ్ళి మీ వారికి ఫోన్ చెయ్యి.' అన్నాడు ఒకాయన.

'ఫోనా.. లోపలి తీసుకు రాకూడ దన్నారనిరూమ్ లో పెట్టాం.' అంది అలివేలు

'పోనీ ఎవరి దగ్గరయినా అడిగి చేసుకోవచ్చు లేమ్మా'. అన్నాడుఒకాయన.

'ఎవరి దగ్గరయినా ..నాకు నెంబరు కూడా గుర్తు లేదు.' ఎంతో కంగారు పడింది అలివేలు.

'మీ ఆయన సెల్ నెంబరు గుర్తు లేకపోతేఎలాగమ్మా.' అంది ఒకావిడ.

'మీరు చెప్పండి మీ ఆయన సెల్ నెంబరు' అంది అలివేలు.

ఆవిడ మా ఆయనసెల్ నంబరు..నైన్..టు ..ఫోర్....నైన్..టు ..ఫోర్..'. అంటూ ఆగిపోయింది.

'అలాగే ఉంటుంది.' అంది అలివేలు.

'అవునండి బాబు ఇదివరకు మాన్యువల్ ఫోనులున్నప్పుడయితే నలభై..యాభై నెంబర్లుగుర్తుకిఉండేవి. వేలుఆటోమేటిక్ గా డయల్ చేసేది. ఇప్పుడు ఈ సెల్ఫోన్

వచ్చాకాఎవడినెంబరయినామెమెరీచూసి కాల్ చెయ్యడమే గాని ఒక్క నెంబరుతెలీదు. గుర్తికి కూడా రావడం లేదు .' అన్నాడు ఒకాయన.

'ఏ కాటేజీ లోదిగారు' అంటూ అడిగింది ఒకావిడ.

'ఏమో .. తెలీదు.' అంది అలివేలు.

'తెలీక పోతే ఎలాగా. ఇక్కడ కలుసుకో లేకపోతే అక్కడయినా కలవచ్చు. ఇప్పుడెలాగా ' అంది ఒకావిడ.

దాంతో భయపడ్డఅలివేలుకిఏడుపు ఆగలేదు. వెంకటేశం తల్లి నిచూసి ఏడవడం మొదలు పెట్టాడు.

'ఊరుకోమ్మా.. మేం ఏదో ఒకటి చేసి మీ వారిని కలుపుతాం . సరేనా' అంటూఊరుకో బెట్టారు.

ఇంతలో లైను కదిలింది. అందరూ ముందుకి కదిలారు.

అక్కడ వెంకట రమణ ఆ లైనులో వెళ్లి వెళ్లి మలుపు లు తిరిగిట చోట నిల బడి పోయాడు.చుట్టూ చూసాడు. లైను తప్ప ఏమీ కనపడలేదు. ఎక్కడున్నాడో తెలీదు.

బయట ఏం జరుగుతోందో తెలీదు. సాయంత్రం నాలుగుగంటలకి ట్రైను. అలివేలు పిల్లాడి తో ఎక్కడుందో తెలీదు. ఛీ అనవసరంగా మొక్కు కున్నాను.ఇప్పుడు తిరుపతి రావడం అవసరమా. దేవుడు అన్ని చోట్లా ఉంటాడు అని అంటారు. హైదరాబాద్ లోచిక్కడపల్లిగుడి లోనో, బిర్లా టెంపుల్ లోనో, చిల్కూరు లోనోతీయిస్తేబాగుండేది. ఈ గుండు గొడవ లేక పోతే నిన్నెనే దర్శనం జరిగేది. హాయిగా కిందకి వెళ్ళిపోయేవాళ్ళం. అలివేలు ఎక్కడున్నావే.. ఏం చేస్తున్నావే.. పిల్లాడితో ఎంత అవస్థలు పడుతున్నావో... అంటూ తనలో తానే తిట్టు కుంటూ పిచ్చాడిలా ప్రవర్తిస్తున్నాడు .

అది చూసిన ఓ పక్కాయన 'ఏవయింది మాస్టారూ' అంటూ అడిగాడు.

'నా బొంద అయింది. నేను మా ఆవిడావిడి పోయాం.' అన్నాడు.

'పిల్లలున్నారా' అడిగాడు ఆ వ్యక్తి.

'ఆ ఒక అబ్బాయి' అన్నాడు రమణ .

' అబ్బాయి ఎక్కడున్నాడు' మళ్ళీ అడిగాడా వ్యక్తి.

'తల్లి దగ్గరే' అన్నాడు విసుగ్గా రమణ.

'పోనీ లెండి పిల్లలు తల్లి దగ్గర ఉండటమే ఉత్తమం. మగవాళ్యం మనం పెంచలేం.' అంటూ ఆగాడు.

అర్థం కాక వెంకట రమణ అతన్ని చూసాడు.

'అవునండి రేపు మీరు మరో పెళ్లి చేసుకుంటేపిల్లలు అడ్డేగా. మీ ఆవిడ మీ అబ్బాయిని తీసుకెళ్ళి మీకు రూటు క్లియర్ చేసింది. యు ఆర్ లక్కీ' అన్నాడు నవ్వుతూ.

అసలు సంగతి అర్థం ఆయిన వెంకట రమణ అసలే చిరాగ్గా ఉన్నాడేమో కోపం ఎక్కువయి ఏమీ అనలేక 'మీరు కాస్త నోరు మూస్తారా...మేం విడిపోయింది జీవితాల లోంచి కాదు. ఈ లైనులోంచి. మైను లైను దగ్గరతోసేసేసరికిఇద్దరంచెరో లైనులోకి పోయాం.' అన్నాడు.

'అలా జరిగిందా...సారీ..' అన్నాడు నాలిక కరుచు కుంటూఆ వ్యక్తి.

'అసలు మనం ఇప్పుడు ఎక్కడున్నాం' అడిగాడు పక్క వ్యక్తి.

'లైనులో' అన్నాడు మరో వ్యక్తి. అందరూ నవ్వారు.

వెంకటరమణఆ జోక్ కి నవ్వ రాలేదు కదా తిక్క నషాళానికి అంటింది. అక్కడే నిలబడి పోయి గంటఅయింది. ముందు కొంత మంది భక్తులు 'ఓం..నమో..నారాయణా... ఓం..నమో..నారాయణా... ఓం..నమో..నారాయణా...' అంటూ భజన చేస్తున్నారు.

అది వెంకట రమణ వున్న పరిస్థితికి భజనలా వినిపించడంలేదు. వాళ్ళ మీదతను తనకి తెలీకుండానే చిరాకు పడుతున్నాడు. 'వీళ్ళు ఆ భజన ఆపితే బాగుండేది' అనుకున్నాడు.

ఇంతలో లైను కదిలింది. అలా కదులుతూ గాలి గోపురం వరకు వచ్చింది.

అక్కడ చెకింగు అయిపోయినతర్వాత ఆలయ ద్వారం నుంచిలోపలి వెళ్ళాడు.

ఇదివరకు అక్కడ ద్వారం దగ్గర నీళ్ళు పారుతూ ఉండేవి. ఆటోమేటిక్ గా భక్తులు కాళ్ళు కడుక్కోవటానికా అన్నట్టు.ఆరోజు నీళ్ళు లేవు.

'అరె ఇక్కడ నీళ్ళు లేవే' అన్నాడు ఓ వ్యక్తి.

'ఇక్కడ స్వామి వారికి కూడా వాటర్ ప్రోబ్లం ఉందన్నమాట ' అంటూ ఒకవ్యక్తి కొంటరు వేసాడు.

అందరూ తోసుకుంటూవెళ్ళారు.లోపలికివెళ్ళ గానే అందర్నీ ఆపేసాడు.వెండి వాకిలి ముందుమూడు లైనులున్నాయి.రెండు లైనులుడైరెక్ట్ గావాకిలి కి రెండు వైపులనుంచి ఉన్నాయి. ఇంకోక లైనుగోదావర చుట్టూ తిరుగుతూ వెండి వాకిలి ద్వారం దగ్గర కలుస్తోంది. అంత వరకు ఓర్పు గా లైనులో నిలబడ్డ భక్తులకి బల పరీక్ష అక్కడినుండే మొదలవుతుంది. ఎవరికి బలం వుంటే వాళ్ళు తోసుకు ముందుకి వెళ్ళి పోవడమే.

ఇదంతా అక్కడున్న సెక్యూరిటీ స్టాఫ్, గార్డులు చూసి సంతోషిస్తూ ఉంటారు. కొంత మంది అయితే వాళ్ళని బలవంతంగా లైనుల్లోకి తోసేస్తూ ఆనందిస్తూ ఉంటారు.

అలా ఒక్కసారివదిలే సరికి జనంతోసుకుంటూ ముందుకి వచ్చారు. మూడు లైనులలో ఏ లైనులోకి వెళ్ళాలో తెలీకతికమక పడి ఇక్కడ నిలబడితే అలివేలు కనిపించవచ్చు అనుకుంటూ ఏ లైనులోకి వెళ్ళకుండా పక్కన నిలబడ్డాడు.

ఇంతలోసెక్యూరిటీ గార్డ్ వచ్చి ఇక్కడ నిలబడ కూడదు వెళ్ళు అంటూ లైనులోకి తోసాడు. వెంకట రమణ గోడవార లైనులో పడ్డాడు. ఆ లైను గోడవార అలామలుపులు తిరుగుతూఎప్పటికి వెండి వాకిలి చేరతామో ఆ వెంకటేశ్వర స్వామికి కూడా తెలిదు. అలా ఆ మలుపులో నిలబడి పోయాడు.

ఇంతలో వి.ఐ.పి. బ్రేక్ దర్శనం టైం అయ్యింది. అంతే లైనులన్నీమళ్ళీ ఆగిపోయాయి.

ఓ గంట తర్వాత మళ్ళీ కదిలాయి.

అలివేలు కూడా అలా లైనులో వస్తూ వెంకటేశాన్ని ఎత్తుకుని వెండి వాకిలి ముందు ఆగింది. ఒక్కసారి అందరూ తొయ్యడంతోఅలివేలు పిల్లాడితో సహ కింద పడిపోయింది.అందరికీ లోపలి వెళ్ళాలనే తప్ప ఎవ్వరికీ పడిపోయిన అలివేలుని పైకి లేవ తియ్యాలని లేదు. అలాగే పక్కనుంచి తప్పించుకుంటూ వెళ్ళి పోతున్నారు. వెంకటేశం ఏడుస్తున్నాడు.

ఇంతలో ఒకపెద్దాయన అలివేలుని లేపి 'జాగ్రత్తగా వెళ్ళమ్మా' అంటూ వెళ్ళాడు.

అలివేలు కట్టుకున్న పట్టు చీర నలిగి పోయి. బొట్టు, జుట్టు చెదిరి పోయి, వెంకటేశం నలిగిపోయి తుఫానులో కొట్టుకు వచ్చినదానిలా ఉంది. అలాగే ఎక్కడయినావెంకటరమణ కనబడతాడేమోనని చూసింది. ఎక్కడా కనబడలేదు.

ఇంతలోఇంకో ట్రూపుముందుకి తొయ్యడం తోఎదురుగా వున్న లైనులో వెళ్ళి పడింది. చుట్టూ జనం ఉండటంతో కింద పడకుండాతన ప్రమేయం లేకుండావెండి వాకిలి దాటింది. అక్కడ స్వామి వారి ఆనంద నిలయం దగ్గరికి చేరింది.

అక్కడఅసలు బల పరీక్ష. నిజాయితీ గా, మెల్లగా లైనులోవెళితేస్వామి దర్శనం జరగదు. కాళ్ళు మూసుకుని ఆ జనం లో తోసుకుంటూ కింద పడకుండా రాకెట్ లా దూసుకు పోవడమే. కింద పడ్డామా స్వామిని చూడడం కాదు. డైరెక్టు గా స్వామిలో ఐక్యం అవ్వడమే.అందుకే భక్తులందరూ మానసికంగా, శారీరకంగాతోసుకోవడానికి రెడీ గా ఉంటారు.

పాపం పిల్లల మీద, పిల్లలని ఎత్తుకున్న తల్లుల మీద గాని, ముసలి వాళ్ళ మీద గాని ఎవరికీఆఖరికి ఆలయ అధికారుల కి కూడా దయ లేదు. అందుకే గుంపుల్లో గోవింద అన్న నానుడి అక్కడే పుట్టింది అనుకుంటా ...

పాపం అలివేలు అలాగే దేవుడిని చూసి, వెంకటేశాన్ని వెంకటేశ్వరస్వామికి చూపించాలని, వెంకటేశ్వర స్వామిని వెంకటేశానికి చూపించాలనే తాపత్రయం తోభర్త వెంకట రమణ ఎక్కడ ఉన్నాడో చూసుకుంటూ అలాగే వెళ్ళి నిలబడింది. అందరూ తోసుకుంటూ వెళుతున్నారు.

వెండి వాకిలి ఎదురుగా వున్నద్వారంతీసి ఉంటేతిన్నగావెళ్ళిఎక్కువ శ్రమ లేకుండా స్వామి వారి దర్శనం చేసుకోవచ్చు. కానిఆనంద నిలయం ద్వారం పక్కగాఉండటం వల్ల భక్తులు తోసుకుంటూ

గోదవార వస్తున్న భక్తులను గోడకు నెట్టివాళ్ళు మధ్యలో దూరి ఎవరు బలంగా ఉంటే వాళ్ళు ముందుకు దూసుకు పోవడమే. పాపం అలివేలు ఏడుస్తున్న వెంకటేశాన్ని ఎత్తుకుని మధ్యలోదూరిపోయింది.

జనాల తోపులాటలో మజ్జిగ కవ్వంలా ముందుకు వెనక్కి తిరుగుతూ మొత్తానికి ఆనంద నిలయంలోకి వెళ్ళింది.భక్తులు గోవిందా... గోవిందా అంటూ ముందుకి తోసుకుంటూ వెళ్తున్నారు. అలివేలు ముందు ఒకతను తన పిల్లాడిని భుజాల మీదకి ఎక్కించుకుని గోవిందా అంటూ వెళ్తున్నాడు. అలివేలు కి అతని వీపు, పిల్లాడి వీపు తప్ప ముందు ఏమీ కనిపించడం లేదు.అలాగే వెంకటేశాన్ని ఎత్తి పట్టుకుని

'చూడు నాన్నా..జేజి..చూడు' అంటూ ముందుకు కదిలింది. ఆ వ్యక్తి వెనక వాళ్ళకి కనబడితే నాకే, కనబడక పోతే నాకే అంటూ అలాగే ముందుకి వెళ్తూస్వామికి దండం పెట్టు కుని వెళ్తున్నాడు.మహా లఘు దర్శనం కావటం వల్ల ముందు వాకిలి వద్దేలైనుతిప్పేసారు.అలివేలు ముందు వున్నవ్యక్తిని 'జరగండి' అంటూ లాగేశారు.

'హమ్మయ్య స్వామీ కనబడతాడు. దర్శనం చేసుకుందామని అనుకునిస్వామిని చూసే లోగా జరుగమ్మా.. జరుగు.. ఎంత సేపు చూస్తావు అంటూ బయటికి లాగేశారు.

అలివేలు అవాక్కయి పోయింది. ఈ మాత్రం దానికిఅంత దూరం నుంచి వచ్చి ఇంతదూరం, ఇంతసేపు లైనులో నిలబడి ఇన్ని కష్టాలకి ఓర్చిచివరకి తను దర్శనం చేసుకున్నట్టా. లేనట్టా? తెలీకఒక్కసారి ఉడుకుమొత్తనం తోఏడుపు వచ్చేసింది.

'స్వామీ... నువ్వుసర్వాంతర్యామివి. నన్ను క్షమించు. ఇంకా జన్మలో తిరుపతి రాను. ఇదే నా మొక్కు' అంటూవెంకటేశాన్నితీసుకుని బయటికివెళ్ళి పోయింది.

పాపంఅలివేలుకి, వెంకట రమణకి జరిగిన అనుభవం ఒకటే. అయినా మగవాడు కనుక ఏడవలేక సతీ సమేతంగా దర్శనం చేసుకుందామనుకుంటే ఇలా చేశావేంటి స్వామీ అని ..నీ అలివేలు మంగమ్మ నీతోనే ఉంది. నా అలివేలు ఎక్కడుందో అనుకుంటూ వెతుక్కుంటూ బయటికి వచ్చాడు.

అక్కడ ఉచితప్రసాదాలు పంచి పెట్టే లైనులు నాలుగు ఉన్నాయి. ఒక లైనులో ఖాళీ గా ఉందని కొంత మంది ఆ లైనులో వెళ్ళారు. ఆ వెనకే వెంకట రమణ కూడావెళ్ళాడు. అక్కడ ఇంకో లైనులో ఒక స్వామిలావుగా వొంటి నిండాజుట్టుతో ఉన్నాడు.అక్కడ ఆ లైనులోపులిహోరప్రసాదం పంచుతున్నాడు.వెనక నుంచి ఇంకో లైను రావడం చూసి ' ఎవడ్రా.. ఈ లైను వదిలింది. ఇలా అయితేప్రసాదం పంచనుఅంటూఉపంచు తున్న పులిహోరప్రసాదాన్నివదిలి లేచి వెళ్ళి పోయాడు.

ఇంతలో బక్కగా వున్న ఇంకో స్వామి వచ్చి రెండు లైను లో వాళ్లకి పులిహోర ప్రసాదం పంచుతున్నాడు.

వెంకట రమణ కి 'ఈ స్వామిఎవడి కోసం ప్రసాదం పంచుతున్నాడు.దేవుడి కోసమా.. భక్తుల కోసమా.. తను చేస్తున్న ఉద్యోగం కోసమా...వీడి సొంత ఆస్తి పంచి ఇస్తున్నట్టు ఆ ఫీలింగు' ఏంటో అర్థం కాలేదు.ఆ స్వామి..సొమ్ము తింటూ .. ఆ స్వామీ మీద భక్తి లేక, ఆయన్నే నమ్ముకుని వచ్చిన భక్తులకు, సేవలు కాదు సదుపాయాలూ కూడా చూడకుండాచీదరించుకుంటూ ఉన్న వాళ్ళని చూసి వెంకట రమణకి చిరాకు కలిగింది.

యుద్ధం లో పిల్లాడిని ఎత్తుకుని యుద్ధం చేసిన ఝూన్సీ లక్ష్మీ భాయి లా ఓటమో, గెలుపో తెలియని స్థితిలో వీరనారి గాగుడి బయటికి వచ్చింది.

ఎప్పుడో చిన్నపుడువాళ్ళ అమ్మ, నాన్నలతో వచ్చింది.ఏమీ గుర్తు లేదు. ఎక్కడికి వెళ్ళాలో? ఎలా వెళ్ళాలో తెలీదు. ఫోన్ చేద్దామంటేఫోన్ లేదు. ఏం చెయ్యాలో తెలియక దిగాలుగా ఓ చోట కూర్చుని ఉంది.

బయటికి వచ్చిన వెంకట రమణ బట్టలు నలిగి పోయి, జుట్టు చెదిరి పోయి పిచ్చివాడిలా ఉన్నాడు. గడియారం చూసుకున్నాడు.మూడు నలభై అయింది.ఇప్పుడు కిందకి వెళ్ళినా రైలు వెళ్ళి పోవటం ఖాయం.ఇంకా అలివేలు కనిపించలేదు. ఎక్కడుందో.. ఏమైందో . అలివేలు కోసం పిచ్చి పిచ్చి గాఆ పరిసరాలు అన్నీ వెతికాడు.ఎక్కడా కనిపించ లేదు. ఆలోచించాడు.ఓఐడియా వచ్చింది. ఒకవేళ తను ఎక్కడుందోవాళ్ళ అమ్మ నాన్నలకి ఫోన్ చేసి చెప్పిందేమోననిఇంటికి ఫోన్ చెయ్యాలనుకునిఅక్కడ వున్న ఒకాయన్ని ' సార్ మా మిసెస్మిస్సయ్యింది. ఒక్క కాల్ చేసుకోవాలి. ప్లీజ్ ' అంటూ ఫోన్ అడిగాడు.

'తీసుకోండి.' అంటూ ఇచ్చాడు ఆయన.

వెంకట రమణ ఫోన్ తీసుకుని నెంబరు డయల్ చెయ్యబోయాడు. కాని నెంబరు గుర్తుకి రాలేదు.ఆ నెంబరు కాదు ఏ నంబరు గుర్తుకి రాలేదు. 'తీసుకోండి' అంటూ తిరిగి ఇచ్చేసాడు.

'ఏమయింది' అడిగాడు ఆ వ్యక్తి.

'నెంబరు గుర్తుకి రావడం లేదు' అన్నాడు.

'అవునండి బాబు. ఈ సెల్ ఫోన్ వచ్చాకా మన మెమొరీ దొబ్బింది. దీని మెమొరీ మీదే బతుకుతున్నాం.' అంటూ వెళ్ళి పోయాడు.

'ఛీ ఒక్క నెంబరు గుర్తుకి రావడం లేదు.. ఛీ .. సెల్ ఫోన్ లోపలి ఎలో చేస్తేఏళ్ళ సొమ్మెం పోయింది.

జరగాల్సింది ఎలాగూ జరుగుతుంది. సెల్ ఫోన్ ఆపేస్తే ఆగుతుందా...ఛీ వెధవ బ్రెయిన్..నెంబరు గుర్తుకి రానందుకు తనని తానే తిట్టుకున్నాడు వెంకట రమణ.

అలివేలు కోసం వెతుకుతున్నాడు.

అలా వెళుతూ ఒక చోట చూసాడు.ఒక పిచ్చిది కూర్చుని ఉంది. చేతిలో పిల్లాడు ఉన్నాడు. వెంకటేశం వయసే ఉంటుంది. ఏడుస్తున్నాడు.ఆ పిచ్చి దానికి కోపం వచ్చింది. ' ఏడవరా.... ఏడూ.. మనం ఏడుకొండలకి వచ్చింది ఏడవడానికే. అసలు ఇదంతా నీ వల్లె వచ్చింది'. అంటూ వాడిని బాదుతోంది.

వెంకట రమణకి జాలేసింది. 'ఎందుకమ్మా వాడిని అలా కొడతావు.ఎం చేసాడు' అంటూ అడిగాడు.

ఆ పిచ్చిదివెంకట రమణ వంక చూసి ఒక్కసారి బావురు మంది. వెంకట రమణ కూడా ఆ పిచ్చిదాన్ని చూసి అలివేలు...అంటూబావురు మన్నాడు. అలా ముగ్గురూ ఒకళ్ళని పట్టుకుని ఒకళ్ళుఏడ్చారు.

'ఏవండీ ఇక్కడ మనం ఒక్క క్షణం కూడా ఉండద్దు.ఈయన ఆపద మొక్కులు వాడు అంటేఆపదలు తొలగిస్తాడు అనుకున్నాను గానివస్తే ఇంత ఏడిపిస్తా డనుకోలేదు పదండి పోదాం. ఇంకెప్పుడూ రావద్దు. అంటూ ఏడ్చింది'.

మనం రాకపోవడమే కాదులివేలు, ఇంకెవర్నీ కూడా రాకుండా చెయ్యాలి.' అన్నాడు వెంకట రమణ.

'మనం అంటే మానేస్తాం.ఎవర్నీ రాకుండా ఎలా చేస్తాం.' అంది అలివేలు.

'అలివేలు ఈగార్డులు, పూజారులు, పంతుళ్ళు, చానల్ వాళ్ళు, పానల్ వాళ్ళు ఆ స్వామికి మనం ఇచ్చే మొక్కుల మీద ఆధారపడి బతుకుతున్నారు.అలాంటిభక్తులకి విలువివ్వని ఇలంటి వాళ్ళు ఉన్నంత కాలం మనం రావద్దు. ఎవర్నీ రానివ్వద్దు.మన మొక్కులు ఆగి పోతే గాని వీళ్ళకి తెలిసి రాదు.పద'అంటూఅలివేలుతో వెళ్ళాడు.

అలా వెళ్ళిన వెంకట రమణ కడుపు మండి తనకున్న పాండిత్యంతో తను అనుభవాన్ని కళ్ళకు కట్టినట్టు 'భక్తి – విరక్తి' అనిఒక కథ రాసి పత్రికకి పంపాడు.

అది చదివిన ప్రతీ వాడుఇది నిజంగాతిరుపతి వెళ్ళిన ప్రతీ వాడి అనుభవమే అంటూతమ వ్యధ కథలో ప్రతిబింబించినందుకు వెంకట రమణ ఎడ్రస్ తీసుకుని, ఫోన్ నంబరు తీసుకుని అభినందించారు. అంతే కాకుండా ఆ కథని తమిళ్, కన్నడ, మలయాళం, హిందీ, బెంగాలి, ఇంగ్లిష్ భాషలలోకి అనువదించి ప్రచురించారు.దాంతో వెంకట రమణపేరు మారు మోగిపోయింది.

'అదీ జరిగింది'అన్నాడు శ్రీనివాసుడు.

'అంటే ఇదంతా ఆ వెంకట రమణచేసిన పనా , అంది కోపంగా లక్ష్మీ దేవి.

'నేనా' అన్నాడు శ్రీనివాసుడు.

'మీరు కాదు భూలోకంలో మీ పేరుపెట్టుకుని కథరాసిన ఆ వెంకట రమణ. ఆ కథ వల్లేగా మన కథ ఇలా మారింది.' అంది లక్ష్మీ దేవి.

'నారాయణ...నారాయణ .. నిజం చెప్పావు తల్లీ, అంటూ నారదుడు వచ్చాడు.

' నారదా సమయానికి వచ్చావు .. భూ లోకంలో మా సంగతి తెలుసుగా, ఇలా జరగడానికి కారణమయిన ఆ వెంకట రమణకి తిరుగు లేని శాపం పెట్టాలి ' అంది లక్ష్మీదేవి.

'ఆ ఆ. తల్లీ నువ్విచ్చే శాపం కలికాల కాల మాన ప్రకారం వాడికి తగిలే సరికి వాడి ఆయువు తీరిపోతుంది. అయినా ఇందులోఆ మానవుడి తప్పేముంది. తమదర్శనం చేసుకోవాలని ఎంతో భక్తిగా ఇంట్లో పూజ కూడా చేసుకుని బయలుదేరాడు. కాని మనకి మానవునికి మధ్యలో వున్న సంధాన కర్తలుచేసిన పనికి వాడికి కాలింది.మనమా వాళ్ళకి కనిపించం.వాడు మాత్రంఏంచేస్తాడు'. అన్నాడు నారదుడు వస్తూ.

'అవును నారదా నిజం చెప్పావు ' అన్నాడు శ్రీనివాసుడు.

'మీరిలా భక్తుల్ని వెనకేసుకు రాబట్టేవాళ్ళు అలా తయారయ్యారు' అంది లక్ష్మి.

'భూలోకంలో నరులు నారాయణునిపేరు అడ్డు పెట్టుకునినానా విధాలుగా భక్తులని ఏడిపిస్తూ, నానా విధాలుగాప్రవర్తిస్తూ,నానా విధాలుగానారాయణుని ఆస్తి ని అనుభవిస్తున్నారు. నారాయణ..నారాయణ..' అన్నాడునారదుడు.

'అలా ఎందుకు జరుగుతోంది స్వామి' అడిగిందిలక్ష్మీదేవి

'స్వామి వారి జాతకం . సరిగ్గా లేదు. ఓసారి చూపించు కుంటేబాగుంటుంది.' అన్నాడు నారదుడు.

'నా జాతకానికి ఏమయింది. బ్రహ్మండంగా వుంది.' అన్నాడు శ్రీనివాసుడు.

'జాతకం బ్రహ్మండంగానే వుంది. మీరే బాగోలేరు.' అన్నాడు నారదుడు.

'అవును. ఒక్కసారిమీ నాన్న గారికి చెప్పి అసలు లోపం ఎక్కడుందోకనుక్కో నారదా.' అంది లక్ష్మీ దేవి.

'అమ్మా... ఈ మాత్రం దానికి నాన్న గారెందుకు. నేనే చెబుతాను.నరులైనా , నారాయణులయినాజాతకాలు గ్రహాల అనుగ్రహం మీద నడుస్తాయి. ఇది నా లెక్క ప్రకారం స్వామి వారికిఏలినాటి శని నడుస్తున్నట్టుంది. దాని ప్రభావమే ఇది..' అన్నాడునారదుడు.

'నాకు శని ప్రభావమా ' అన్నాడుశ్రీనివాసుడు.

'కాదా మరి.సాక్షాత్ ఆఈశ్వరుడినేవదల లేదు శనీశ్వరుడు . వేంకటేశ్వరుడు మీరొక లెక్కా..'అన్నాడు నారదుడు.

'అంటే ఇప్పుడు నా స్వామినిశనీశ్వరుడు పట్టుకున్నాడా.' అడిగిందిలక్ష్మీ దేవి.

' కాదామరిఇంత వరకుప్రశాంతంగా దర్శనాలు ఇస్తూ, ఆ భక్తుల కోర్కెలు తీర్చే స్వామికి మీడియా పిచ్చి పట్టించినది ఎవరు. శనేశ్వరుడు కాదు. చానల్,బోర్డు పానల్, ఆర్జిత సేవలు,వి.ఐ.పి. బ్రేక్దర్శనాలు.చిన్న కల్యాణం, పెద్ద కల్యాణం, దళారులు . అసలు నాకు తెలీక అడుగుతాను. స్వామి వారికిచానల్ అవసరమా ..దానికి ఎంత ఖర్చో .. దానిమీద మనకి ఖర్చు ఎంత. ఆదాయం ఎంత. దాని పేరు చెప్పి మన మధ్యలో వున్న సంధాన కర్తలుతినేది ఎంతఇవేమీ తెలుసుకోకుండా చానల్ పెట్టారు.ఆ దెబ్బకి హుండీకిగండి పడింది.చానల్సంగతిఅలా ఉంటేబోర్డు పానల్ లో అధికారుల మధ్య కుమ్ములాట.చేతివాటం. వి.ఐ.పి. లు ఎవరికీమానవులకా? స్వామికా ? దేవుడి దృష్టిలోభక్తులంతా సమానం అంటూ స్పెషల్దర్శనం, శీఘ్ర దర్శనం, వి.ఐ.పి.బ్రేక్ దర్శనాలు పెట్టి డబ్బులు గుంజుతూ ఇష్టపడి, కష్టపడి కాలినడకన వచ్చే భక్తులకి,డబ్బులు లేక ఉచిత దర్శనం లైనులో నుంచునే వారిని గంటలు, రోజులు లైనులలో పెట్టి ,గొప్ప వాళ్ళకి, పలుకుబడి ఉన్న వాళ్ళకి,నాయకులకి,వెంటనే దర్శన భాగ్యం కలగ చేస్తున్నారు. దాంతో నిజంగా భక్తితో వచ్చే భక్తులకు దేవుడంటేనే విరక్తి కలిగింది.క్లాస్ వాళ్ళకి ఓ దర్శనం,మాస్ వాళ్ళకి ఓ దర్శనం. తమ మొక్కులు తీరితే నిలువు దోపిడి ఇచ్చేవాళ్ళు మాస్ భక్తుల్లో ఉన్నారు. క్లాస్ భక్తుల్లో ఏ ఒక్కడయినా ఎప్పుడయినా నిలువు దోపిడి ఇచ్చాడా.ఇలా ప్రతీ చోట ఏవో లోపాలు. ఇవన్నీ శని ప్రభావం కాదా.

'అవును నారదా.. ఆలోచిస్తుంటే .. ఇదంతా నిజమేమో అనిపిస్తోంది.' అన్నాడు శ్రీనివాసుడు.

'నిజమేమో కాదు స్వామి.. పచ్చి నిజం.గడిచిన యుగాల్లో అవతారాలు ఎత్తడం కాదు, ఈ కలి యుగం లో మనిషి అవతారం ఎత్తిమీ దర్శనంమీరే చేసుకోండి. మీ మీద మీకే విరక్తి కలుగుతుంది. ' అన్నాడు నారదుడు.

శ్రీనివాసుడు కళ్ళు మూసుకునిఆలోచనలో పడ్డాడు.

'ఇంకా ఎన్నాళ్ళు ఈ బాధమాకు స్వామి ' అని అడిగింది లక్ష్మి.

'స్వామి కళ్ళు తెరిచే వరకు'అన్నాడు నారదుడు.

'అంటే' అంది లక్ష్మీదేవి

'అమ్మా.. స్వామి వారు వారానికోసారినేత్ర దర్శనం అంటూకళ్ళు తెరిచి లోకాన్ని చూస్తున్నారు. మిగిలిన రోజులుస్వామి వారి నేత్రాలని నామం కప్పేస్తోంది. స్వామి చూడటం లేదని ఆ నామం

పేరుతోస్వామి వారికి పంగ నామం పెడుతున్నారు.స్వామి వారు కళ్ళు పూర్తిగా తెరిచి అలాంటి వాళ్ళ పని పడితే గాని స్వామి వారికి పూర్వ వైభవం రాదు. ఇప్పటికేపోవాల్సినదంతా పోయింది.మిగిలినది దక్కించుకుంటే బాగుంటుంది' అంటూ చెప్పాడు నారదుడు.

కళ్ళు మూసుకుని వింటున్న శ్రీనివాసుడు కళ్ళు తెరిచాడు.కోపంగా కళ్ళు ఎర్రగా ఉన్నాయి. ఎదురుగా శనీశ్వరుడు వచ్చాడు.

'స్వామీ. నా పని అయిపోయింది. నేను మిమ్మల్ని వదులు తున్నాను. ఇకఅసలు వాళ్ళ పని పడతాను.' అంటూ వెల్లి పోయాడు.

స్వామి ప్రశాంతంగా కళ్ళు మూసుకున్నాడు.

తిరుపతి దేవస్థానానికి తిరుపతిరావనిఐ.ఎ.ఎస్. ఆఫీసరుచెర్మన్ గావచ్చాడు.ఫలితం.దేవుడి మాన్యాలు కాజేసిన వాళ్ళ ఇంటి మీద రైడింగులు,అవినీతి ఉద్యోగుల భాగోతంబట్ట బయలు, ఉద్యోగుల తొలగింపు.

అప్పుడు గాని దేవస్థానం బోర్డు కి అర్థం కాలేదు.తాము చేసిన తప్పు ఏమిటో, తాముఎవరి మీద, ఎవరి దయా దాక్షిణ్యం మీద బతుకుతున్నామో,ఎవరినయితే వాళ్ళుపశువులకన్నా హీనంగా చూసారో వాళ్ళు రావడం మానేస్తేఏమవుతుందో, వాళ్ళల్లో భక్తి తగ్గితేతమకి భుక్తి గడవదన్న నిజం తెలుసుకున్నారు.

నీతి పరులయినఅధికారులతో కొత్త బోర్డు సమావేశమయింది.

బోర్డులో ముందుగాతీసుకున్న నిర్ణయం. అన్ని దర్శనాలు రద్దు.అందరికీ ఒకే ఒక దర్శనం అదిసర్వదర్శనం.ఎవడు ఎంత గొప్ప వాడయినా దేవుడి ముందు సమానమే.దేవుడి ముందు పేద, గొప్ప బేధాలు లేవు.అందరూ ఒకే లైనులో రావాల్సిందే.

కంపార్టు మెంటులలో కూడా ముందువచ్చినవాడుముందే వెళ్లేటట్టుతోపులాటలు లేకుండా ఏర్పాట్లు.

లైనులో నిలబడ్డ వారికి తాముటివి ల ద్వారా ఎక్కడ ఉన్నారో తెలిపే ఏర్పాట్లు చెయ్యడం.

వెండి వాకిలి, బంగారు వాకిలి, ఆనంద నిలయాల వద్ద తోసుకునేమూడు లైనులు లేకుండా ఒకే ఒక లైను.

పోటు వాళ్ళకి జీతాలు పెంచి వాటా రద్దు.

ప్రజలకి గాని , దేవుడికి గానిప్రయోజనం లేని చానల్ మూసివేత .

ఇలాంటి మంచి నిర్ణయాలతో కొత్త బోర్డు పుట్టింది.

ఇప్పుడు శ్రీనివాసుడు ప్రజలకి ప్రశాంతంగా దర్శనం ఇస్తూ, కుబేరుడికి వడ్డీ కడుతూ సుఖంగా ఉన్నాడు. అలాగే భక్తులు కూడా ఎటువంటి ఇబ్బంది లేకుండా ముడుపులు చెల్లించుకుంటూ స్వామి వారిని దర్శించుని వెళుతున్నారు.

ఇంత కథ నడిపించిన వెంకట రమణ ఇప్పుడు బోర్డులో గౌరవ మెంబరు.

సర్వేజనా సుఖినోభవంతు.

మీ

గోవిందరాజుల నాగేశ్వర రావు గారు

★★★

హంపీలో మా ఎంపీ!!

- కొయిలాడ రామ్మోహన్ రావు

"అయ్యో....అయ్యో..!" అని మా శ్రీమతి విశాల కేకలు వేస్తుంటే, అదిరిపడ్డాను. "మీ ఎంపీ గారిని పోలీసులు పట్టుకున్నారండి" అంటూ చిన్నగా అరిచింది. "ఛ....ఎవర్ని చూసి ఎవరనుకున్నావో? ఆయన్ని పోలీసులు పట్టుకోవడమేమిటి?" అంటూ విసుక్కున్నాను. "లేదండీ... నేను పొరపాటు పడలేదు. ఆయనే. ఆ బొమ్మల చొక్కా, నీలం నిక్కరు, వెదురు టోపీ...ఎలా మర్చిపోతాను? ఇందాకే చూసాం కదా?" అనగానే నాకు నమ్మకం కుదిరింది. "భయ్యా...కాస్త కారాపు" అంటూ డ్రైవర్ని రిక్వెస్ట్ చేశాను. కారు దిగి గబగబా అటువైపు నడిచాను, వడి వడిగా.

పోలీసులు ఎంపీని, అతని అసిస్టెంట్ ని చుట్టుముట్టి ఉన్నారు. నేను వెళ్ళేసరికి, అసిస్టెంట్ పట్టుకున్న బ్యాగును చెక్ చేస్తున్నారు పోలీసులు. బ్యాగ్ లోంచి విస్కీ సీసా బయటపడగానే, పోలీసులు రెచ్చిపోవడం మొదలుపెట్టారు. ఎంపీ ముఖం చిన్నబోయింది. అవమాన భారంతో అతని ముఖం ఎర్రబారింది. కోపంగా అసిస్టెంట్ వైపు చూసాడు. "నాకేమీ తెలియదు సార్. ఈ సీసా మన బ్యాగ్ లోకి ఎలా వచ్చిందో అర్థం కావడం లేదు" అంటూ కంగారు పడుతున్నాడు. ఎంపీ అయోమయంగా చూస్తూ బొమ్మలా నిలబడిపోయాడు. ఇటువంటి పరిస్థితి అతనికెప్పుడూ ఎదురైనట్టు లేదు. ఎస్సైని బతిమాలుతున్నాడు సాధారణ పౌరుడిలా. "ఆయనెవరో తెలిస్తే, మీరీ పని చేయరు" అన్నాడు అసిస్టెంట్ కాస్త ధైర్యం తెచ్చుకుని. ఎంపీ వెంటనే అతని నోరు మూసేసి, చెప్పవద్దన్నట్లు సైగ చేసాడు. అంతవరకూ గట్టిగా మాట్లాడుతున్న ఎస్సై కాస్త వెనక్కి తగ్గాడు. హెడ్ కానిస్టేబుల్ ని పక్కకు తీసుకెళ్ళి, "వీడెవడో పెద్దవాడే. మెళ్ళో భారీ గొలుసు, చేతికి ఉంగరాలు, బ్రేస్లెట్....ఇవన్నీ చూస్తుంటే, తెలియడం లేదూ, బాగా బలిసిన వాడని? వాడితో వచ్చిన ఫారిన్ లేడీస్ ని చూడు. వాళ్ళను మెయింటైన్ చేయాలంటే, ఎంత డబ్బు ఉండాలి?ఇలాంటి వాళ్ళకు పలుకుబడి ఎక్కువగానే ఉంటుంది. మనం జాగ్రత్తగా డీల్ చెయ్యాలి. దూకుడు తగ్గించమని మనవాళ్ళకి చెప్పు" అన్నాడు నెమ్మదిగా. ఈ మధ్యనే వచ్చిన పవన్ కళ్యణ్ సినిమా ప్రభావం అతని మీద పడినట్లు నాకు అనిపించింది. "కానీ వాడు చేసింది చాలా పెద్ద నేరం సార్. హంపీలో

మద్యపాన నిషేధం ఉంది కదా? పైగా వరల్డ్ ఫేమస్ విఠల్ దేవాలయంలోకి విస్కీ తెస్తాడా? ఇదంతా చూస్తూ మనం ఊరుకోవాలా?" అన్నాడు హెడ్ కానిస్టేబుల్ ఏమాత్రం తగ్గకుండా. "ఆ మాట నిజమే. కానీ మనం చిక్కుల్లో పడతామనిపిస్తుంది. సి ఐ గారితో మాట్లాడతాను" అంటూ సెల్ బయటకు తీసాడు.

పోలీసులు, ఎంపీని ఒక చెట్టు కిందకూర్చోబెట్టారు. అతి దైన్యంగా ఉన్న అతని పరిస్థితి చూస్తే, చాలా జాలేసింది. హంపీ లో అతన్ని చూడటం ఇదే మొదటిసారి కాదు. నిన్నకూడా రెండు, మూడు సార్లు చూసాను. అది తలుచుకుంటూ గతంలోకి వెళ్ళాను.

★

అలనాటి శ్రీకృష్ణదేవరాయల ప్రాభవాన్ని గుర్తు చేసే హంపీ విజయనగరం చూడాలని, ఎన్నాళ్లుగానో ఉవ్విళ్ళూరుతున్నాను. ఇన్నాళ్లకు నా కల ఫలించింది. మొన్న రాత్రి బెంగుళూరులో రైలు ఎక్కితే, నిన్న ఉదయం హోస్పేట చేరాం. అక్కడ్నించి హంపీ పదమూడు కిలోమీటర్ల దూరంలో ఉంది. టాక్సీ పట్టుకొని, హంపీ చేరి, ఉదయమే విరూపాక్ష దేవాలయానికి వెళ్ళాం. ఏదో శతాబ్దం నాటి ఆ దేవాలయంలో ఎన్నో విషయాలు తెలుసుకున్నాం. ఆ తర్వాతఉగ్ర నరసింహ స్వామి విగ్రహం చూడ్డానికి వెళ్ళాం. దానినే లక్ష్మీ నరసింహ స్వామి అని కూడా అంటారు. దురదృష్టమేమిటంటే, అక్కడ లక్ష్మీ దేవి ఎక్కడా కనిపించదు. ఆమెకు ఆనవాలుగా చేయి మాత్రం కనిపిస్తుంది. సుల్తాన్ ల దండయాత్రలో హంపీ శిధిలం అయిపోయింది. దానికి మాయమైన లక్ష్మీదేవి విగ్రహమే ఒక నిదర్శనం.బయటకు పొడుచుకు వచ్చిన గుండ్రపు కనుగుడ్లు, భీకరమైన మూతితో నరసింహ స్వామి విగ్రహం భీతి గొలుపుతూ ఉంటుంది. ఇరవై అడుగుల ఎత్తున్న ఏక శిలా విగ్రహం అది.

అక్కడే మొట్టమొదటిసారిగా చూసాను మా ఎంపీని. కానీ అతన్ని పోల్చుకోలేదు. 'ఇతనికి మా ఎంపీ, సతీష్ చంద్ర పోలికలు ఎక్కువగా ఉన్నాయి' అనుకున్నాను. ఆ తర్వాత 'హేమకూట' పర్వతం పైనున్న రెండు వినాయక విగ్రహాలను చూడడానికి వెళ్ళాం. వాటిలో మొదటిది, ' సాసవేకాలు గణేశ విగ్రహం'. కన్నడంలో సాసవేకాలు అంటే ఆవాలు అని అర్థం. ఎనిమిది అడుగుల ఎత్తున్న గణేశుని పొట్ట,ఆవగింజలా గుండ్రంగా ఉంటుందని, అల పిలుస్తారట. రెండవది, ' కడలేకాలు గణేశ విగ్రహం' నిలబెట్టిన వేరుశనగ ఆకారంలో ఉంది కాబట్టి, దానికా పేరు వచ్చిందట. దాని ఎత్తు పదిహేను అడుగులు.ఆ రెండు విగ్రహాలు, వాటి మందిరాలు అత్యంత సుందరంగా మలచబడ్డాయి. ఆ పర్వతం నుంచి చూస్తే, విరూపాక్ష దేవాలయం, దాని పరిసరాలు ఎంతో సుందరంగా కనిపించాయి. ఒకనాటి కిష్కింధ అక్కడే ఉందని, చెపుతారు.

అక్కడినుంచి 'లోటస్ మహల్ 'కి వెళ్ళాం. సగం విచ్చుకున్న పద్మం లా ఉంటుంది కాబట్టి, దాన్ని పద్మ మహల్ అని కూడా పిలుస్తారు. చిత్రాంగి మహల్ అనే మరో పేరున్న ఈ మహల్ ఒకప్పటి రాణివాసమట. ఇదో టెక్నికల్ వండర్. చాలా వేడిగా ఉండే హంపీ లో రాణులు, వేసవిలో సేదదీరడానికి నిర్మించిన కట్టడం ఇది. హంపీలోని అన్ని కట్టడాలను రాతితో నిర్మిస్తే, దీనిని మాత్రం ఇటుక, సున్నంతో కట్టారు. ఈ మహల్ గోడల లోపల, గోపురం లోపల, మట్టి పైపులు అమర్చారట. దాంట్లో పోసిన నీరు వల్ల, మహల్ లోపలంతా చల్లగా ఉంటుంది. ఎన్నో వందల ఏళ్ల క్రితం ఉపయోగించిన అద్భుతమైన టెక్నాలజీకి ఇదో తార్కాణం. ఇలాంటి అద్భుతాలు మరికొన్ని చూసాం అక్కడ. కేవలం రాళ్లతో నిర్మించిన డ్రైనేజీ వ్యవస్థ, తాగునీటి వ్యవస్థ, కళాత్మకంగా నిర్మించిన మెట్ల బావి, సామూహిక భోజనాలు చేయడానికి, రాళ్లతో ఏర్పాటు చేసిన సీటింగ్ అరేంజ్‌మెంట్, వేలాది జనం కళా ప్రదర్శనలు చూడడానికి ఏర్పాటు చేసిన శాశ్వత వేదిక, శిల్ప కళావైభవానికి ప్రతీక,'మహానవమి దిబ్బ'....ఇలా చాలా ఉన్నాయి.

లోటస్ మహల్ దగ్గర మళ్లీ కనిపించాడు ఎంపీ. అతన్ని పోల్చుకుని ఎంతో ఆశ్చర్యపోయాను. మామూలుగా అయితే తెల్లని కుర్తా పైజామాలో డిగ్నిఫైడ్ గా కనిపించే ఎంపీ, సతీష్ చంద్ర, ఇలా పైలా పచ్చీస్ గా, రోడ్డు సైడ్ రోమియోగా దర్శనమిచ్చే సరికి, నాకు మతిపోయింది. మోకాళ్లదాకా ఉండే మెరూన్ కలర్ షార్ట్స్, దాని మీద పింక్ రంగు పూలతో తెల్ల చొక్కా, తల మీద వెదురుతో చేసిన రంగురంగుల టోపీ, కళ్ళకు గాడిగా ఉండే, ఖరీదయిన గాగుల్స్ చూస్తుంటే, 'నాకు తెలిసిన సతీష్ చంద్రేనా, ఇతను?' అనుకుంటూ ఆశ్చర్యపోయాను.

"అతనే మా ఊరి ఎంపీ " అంటూ విశాలకు చూపించాను, దూరం నుంచే. వెంటనే బుగ్గలు నొక్కుకుంటూ, ఆశ్చర్యంగా చూస్తూ, "ఇదేం పోయేకాలం? ఇలా తయారయ్యాడేమిటియన? అవ్వ!" అంది. "అదే నాకూ అర్థం కావడం లేదు. పద. పద లంచ్ టైమయిపోయింది. విరూపాక్ష దేవాలయం వెనుకనున్న ' మేంగో ట్రీ రెస్టారెంట్ కి వెళ్దాం. అక్కడ భోజనం బాగుంటుందట" అంటూ టాక్సీ వైపు నడిచాను.

తుంగభద్రా నదీ తీరాన ఎంతో విలక్షణంగా కట్టిన రెస్టారెంట్ అది. దాని ఏంబియన్స్ మాకు ఎంతో నచ్చింది. ఒక పెద్ద మామిడి చెట్టు చుట్టూ మెట్లు మాదిరిగా అరుగులు కట్టి, చాలా సింపుల్ గా ఏర్పాటు చేసిన సీటింగ్ అరేంజ్‌మెంట్ చాలా చక్కగా ఉంది. మూడు అడుగుల వెడల్పు ఉన్న ఆ అరుగుల మీద చాపలు వేసి, అడుగున్నర ఎత్తున్న టెబుళ్ళ మీద భోజనం వడ్డించడం గమ్మత్తుగా అనిపించింది. రాత్రి వేళ హరికేన్ లాంతర్ వెలుగులో భోజనం చేసే సదుపాయం అక్కడుందని తెలిసి, డిన్నర్ కూడా అక్కడే చేయాలని నిర్ణయించుకున్నాం.

★

లంచ్ ముగించి రెస్టారెంట్ నుంచి బయటకొచ్చి టాక్సీ ఎక్కుతున్న సమయంలో, చాటుగా అతన్నే చూస్తూ నవ్వుకుంటున్న నన్ను చూసి విసుక్కుంది విశాల, " బాగుంది మీ వరస. ఆయన అలా పోకిరీ వేషాలు వేయడం. మీరు ఆనందంగా చూస్తూ మైమరచిపోవడం" అంటూ.

"పిచ్చిదానా....అతను అలా ప్రవర్తించడానికి ఒక ముఖ్యమైన కారణం ఉంది.రాజకీయాల్లో బాగా పాతుకుపోయిన తండ్రి, అతన్ని చిన్న వయసులోనే ఎంపీ చేసేసాడు. ఎంపీ కాకముందు అతను ఇలాగే తిరుగుతూ ఉండేవాడు. సినిమాల్లో ఈలలు వేయడం, క్లబ్బుల్లోనూ, పబ్బుల్లోనూ డాన్సులు చేయడం, కాలేజీలో జరిగే సాంస్కృతిక కార్యక్రమాలలో రెచ్చిపోవడం అతనికి సర్వసాధారణం. దానికి తోడు అతనికి స్పోర్ట్స్ అంటే చాలా ఇష్టం. ఏ పోటీలు జరుగుతున్నా, హాజరయి ఏదో ఒక టీంను ప్రోత్సహిస్తూ గొడవ గొడవ చేసేవాడు, తన స్నేహ బృందంతో. అలాంటి వాడిని పంజరంలో బంధించినట్లు, వాళ్ళ నాన్న అతన్ని ఎంపీ చేసి, అతని స్వేచ్ఛను హరించేసాడు. ఈ మధ్య ఒక క్రికెట్ పోటీకి అతను ముఖ్య అతిథిగా వచ్చాడు. మన వారి టీమ్ గెలుస్తున్నపుడు, అందరూ కేకలు, ఈలలు వేస్తూ రెచ్చిపోతుంటే, ఎంత ఊపు వస్తున్నా అణచుకొని, డిగ్నిఫైడ్ గా ఉండడానికి విశ్వప్రయత్నం చేయడం నేను గమనించి, జాలిపడ్డాను" అనేసరికి విశాలలోనూ మార్పు వచ్చింది. "నిజమేనండి.హాయిగా ఎంజాయ్ చేయాల్సిన సమయంలో కట్టిపడేసాడు, వాళ్ళ నాన్న.సరే అతని విషయం వదిలేసి రండి. మనం చూడాల్సినవి చాలా ఉన్నాయి" అంటూ తొందరపెట్టింది.

★

జ్ఞాపకాలలోంచి బయటపడిన నేను అతన్నే తదేకంగా చూస్తూ ఉండిపోయాను. ఈ రోజు అతను మాకన్నా ముందే విఠల్ దేవాలయానికి వచ్చాడు, తన విదేశీ గర్ల్ ఫ్రెండ్స్ తో. మేము గజ్జల మండపానికి చేరుతుండగా, వాళ్ళు ఎక్కిన బ్యాటరీ కారు, దేవాలయం కి బయల్దేరింది. దేవాలయ ప్రాంగణాన్ని పర్యావరణ కాలుష్యం నుంచి కాపాడడానికి, ఆ ప్రాంతంలో మామూలు కార్లను నిషేధించారు. దేవాలయానికి కాస్త దూరంలో ఉన్న గజ్జల మంటపం దగ్గర, పర్యాటక శాఖ ఏర్పాటు చేసిన బ్యాటరీ కార్లోనే దేవాలయానికి వెళ్ళాలి.

'విజయ విఠల దేవాలయం' అని పిలువబడే ఆ ఆలయ సముదాయం చాలా అద్భుతంగా ఉంటుంది. అక్కడే హంపీకి ఐకానిక్ సింబల్ అయిన అత్యంత అందమయిన ' రాతి రథం' ఉంటుంది.దానికి సమీపంలో ఉంది, 'సప్తస్వర మంటపం.'.పూర్వం గంధపు చెక్కల్తో అక్కడి రాతి స్తంభాలను తాకిస్తూ, సప్త స్వరాలు పలికించేవారట. ఇప్పటికీ అక్కడి గైడ్లు ఆ స్వరాలను మనకు వినిపిస్తారు. అక్కడున్న ప్రతి కట్టడపు శిల్పకళా చాతుర్యం మనను కట్టిపడేస్తుంది. అక్కడి

విశేషాలన్నీ చూసి, గజ్జల చెంతపానికి తిరిగి వచ్చి, మా టాక్సీ ఎక్కుతుండగా, ఎంపీని పోలీసులు పట్టుకున్నారన్నవార్త తెలిసింది.

ఎంపీ తలుచుకుంటే, తన పరపతితో ఇట్టే బయట పడగలడు. కానీ అతనెవరన్నది తెలిస్తే, పరువు పోవడమే కాకుండా, అతని భవిష్యత్తు అంతా నాశనం అయిపోతుంది. అందుకే అతను ఏమీ చేయలేక నిస్సహాయంగా ఉండిపోయాడు. అతన్ని ఎలాగైనా విడిపించాలని ప్రయత్నాలు మొదలుపెట్టాను. గుంటూరులో సబ్ కలెక్టర్ గా పని చేస్తున్న నా మేనల్లుడికి విషయం చెప్పి, సాయం కోరాను. ఎంపీ పేరు ఎక్కడా బయటపెట్టలేదు. మా వాడికి ఇక్కడి వాళ్ళెవరూ తెలియకపోయినా, నానా తంటాలు పడి, బళ్ళారి ఎస్పీతో మాట్లాడి, సతీష్ చంద్రను విడిపించడానికి గొప్ప కృషి చేశాడు. కథ సుఖాంతమైంది. దానికి కారణం నేనేనన్న విషయం తెలుసుకొని, నా దగ్గరకు వచ్చి థాంక్స్ చెప్పాడు. "థాంక్స్ ఎందుకు సర్? నేనూ మీ ఊరివాడినే. పైగా ఇది ప్రత్యుపకారం" అంటే ఆశ్చర్యంగా చూసాడు. "అదంతా తర్వాత చెప్తాను. ఇంత గొడవ జరగడానికి కారణం, మీతో వచ్చిన అమ్మాయిలే అని నా అనుమానం. విస్కీ బాటిల్ దొరికినపుడు, వాళ్ళ ఫీలింగ్స్ పసిగట్టాను. భయంగా చూస్తూ, గుస గుసలాడుకోడం, వెంటనే దొరికిన ఆటో పట్టుకొని ఉడాయించడం....ఇవన్నీ అనుమానించదగినట్లే ఉన్నాయి. మీరు తొందరగా ఏదో ఒకటి చేయకపోతే, వాళ్ళు ఈ ఊరి నుంచి చెక్కేస్తారు" అని సలహా ఇచ్చేసరికి, అతను తలాపి ఎస్సై దగ్గరకు వెళ్ళి, విషయం చెప్పాడు. తిరిగి వచ్చి, "అబ్బ ! మీరు మరో సాయం చేశారు. నిజమే. వాళ్ళ పనే అయిఉంటుంది. మందు లేకపోతే క్షణం ఉండలేరు, ఆ దెయ్యాలు" అన్నాడు కసిగా. "అది సరే. మీరు మా ఊరివాళ్ళా? ఎప్పుడూ చూసినట్లు గుర్తు లేదు. అన్నట్లు మీకు నేను ఉపకారం చేశానా? ఎప్పుడు?" అని కుతూహలంగా అడిగాడు. నేను వెంటనే సమాధానం చెప్పలేదు. ఎంత దాచుకుందామన్నా, నవ్వు ఆగటం లేదు. అతను, విశాల విస్తుపోయి చూస్తున్నారు, కారణం తెలియక. సారీ చెప్పి మాట్లాడడం మొదలు పెట్టాను. క్రితం ఏడాది మా నాన్నగారు, నేను ఒక సాయం కోసం మీదగ్గరకు వచ్చాం. కాలేజీలో జరిగే యూనియన్ ఎలక్షన్లలో జరిగిన గొడవల్లో, మా తమ్ముడు జైలు పాలయ్యాడు. వాడిని విడిపించమని కోరడానికి, మా నాన్న తెలిసిన వాళ్ళ సిఫార్సు తో మీ దగ్గరకు వచ్చాడు, నాతో కలసి. మీరు ఆ సాయం చేసి పెట్టారు. భోళా మనిషి అయిన మా నాన్న కాస్త తొందర పడ్డాడు, 'ఎంపీగారూ మీరు చేసిన సాయం ఎన్నటికీ మర్చిపోలేము. మీ రుణం ఎలాగైనా తీర్చుకుంటాము. ఏదో ఒక రోజు ప్రత్యుపకారం చేస్తాం ' అంటూ. దాంతో మీకు చాలా కోపం వచ్చింది. సహనం లేచారు. ' ఏయ్ ముసలోడా...నువ్వు మాకు సాయం చేయడమేమిటి? ముందు బయటకు నడు. లేకపోతే నేనం చేస్తానో నాకే తెలియదు' అని గసిరేసారు. సారీ మిమ్మల్ని కించపరచాలని ఇదంతా చెప్పడం లేదు. జరిగిన విషయం మీ ముందు ఉంచానంతే" అన్నాను నమ్రతగా.

అతనికి కోపం రాలేదు. అప్పుడు చేసిన తప్పుకు ఇప్పుడు సిగ్గుపడ్డాడు. "మీరు చెప్పాక అంతా గుర్తు వచ్చింది. తప్పు నాదే. మీ ఇంటికి వచ్చి, మీ నాన్నగారికి క్షమాపణ చెప్తాను. చిన్నప్పుడు పంచతంత్రం లో ' సింహం – చిట్టెలుక ' కథ చదివిన తర్వాత కూడా నేను అలా ప్రవర్తించాను అంటే, తప్పు నాదే కదా?" అంటూ నా చేతులు పట్టుకుంటే, "అయ్యో...అంత పెద్ద మాటలెందుకు సర్?" అంటూ ముదుచుకుపోయాను. నా మనస్సు ఇప్పుడు తేలిక పడింది. నేను చెప్పింది విని అతను ఎలా రియాక్ట్ అవుతాడో అన్న భయం అప్పటివరకు ఉండేది.

మీ

కొయిలాడ రామ్మోహన్ రావు

★★★

తీరిన కోరిక

– పి. రాజ్య లక్ష్మి

ఉద్యోగ రీత్యా నేను మా ఆయన ఒకే డిపార్టుమెంట్ కావటాన ఆఫీసు పనుల మీద ఎక్కడి కయినా ఇద్దరం కలిసి వెళ్ళేవాళ్ళం. ఎప్పుడు మా కోసం అంటూ ఎక్కడికి వెళ్ళటానికి కుదరలేదు. ఒక్కసారి మటుకు మా అబ్బాయికి ఇంజనీరింగ్ లో చేర్చటానికి చెన్నై వెళ్ళి నాలుగు రోజులు అలా అలా తిరిగి వచ్చాము. మా అత్తగారి పుణ్యమా అని తిరుపతి,శ్రీశైలం,సిద్దీ, చూసి వచ్చాము. నాకేమో ప్రకృతి ప్రదేశాలు చూడాలని ఉండేది. తనకు ఉండేది. రిటైర్ అయిన తరువాత మనకు పని పాట ఉండదు, అప్పుడు మన ఇష్టం అయినట్లు ఎంజాయ్ చేద్దామని కలలు కనేదాన్ని.

అయినా ఉరుకుల పరుగుల జీవితం ఆయనకు రావలసిన ఆస్తులు, బిపి, షుగర్ వచ్చాయి. ఎక్కడి కయినా వెళదాము అంటే నాకు ఓపిక లేదు రాలేను అంటాడు. రిటైర్ అయితే గాని ఆయనతో ఎక్కడికి వెళ్ళలేనని అర్థం అయింది. ఒక్కదాన్ని ఎలా వెళతాను. ఇప్పటిదాకా ఒక్కదాన్ని ఎక్కడికి వెళ్ళలేదు కూడా .వెళ్ళవలసిన అవసరము రాలేదు.పోని ఒక్కదాన్ని వెళతాను అంటే, ఈ వయస్సులో ఒంటరిగా ఎక్కడికి అని అందరూ ఏకమై నాకు సంకెళ్ళు వేస్తారు. 'ఆశా నిరాశేనా జీవితాన వెలుగింతేనా' అని పాటలు పాడుకానే క్రమంలో నా ఫ్రెండ్ జ్యోతి ఫోన్ చేసి మేమ కొంత మందిమి ఫ్రెండ్స్ కలిసి యూత్ హాస్టల్ అసోసియేషన్ లో చేరుతున్నాము. అది ఇంటర్నేషనల్ ట్రెక్కింగ్, మంచి పేరుంది, తక్కువ ఖర్చుతో మంచి మంచి ప్రదేశాలు చూడవచ్చు. మనం వాళ్ళ బేసిక్ క్యాంపు కి వెలితే చాలు అక్కడ నుండి అన్ని వాళ్ళే చూసుకుంటారు. నువ్వు కూడా మాతో చేరు. హాయిగా అందరమూ కలిసి అప్పుడప్పుడు వెళ్ళి రావచ్చు అని మరుగున పడిన నా కోరికకు నీళ్ళు పోసింది.

వెంటనే మెంబర్ షిప్ తీసుకున్నాను. ఎప్పటి కప్పుడు విషయాలు తెలుసుకోవటానికి వాట్సాప్ గ్రూప్ పెట్టుకున్నాము. వాలీ ఆఫ్ ఫ్లవర్స్ ట్రెక్కింగ్ వెళ్ళాలని అందరమూ అనుకున్నాము.

విషయం తెలిసి నా ఫ్రెండ్ భారతి కూడా మాతో వస్తానని అన్నది. నాకు తను ఉంటే ఇంకా బాగుంటది. జ్యోతి తప్ప మిగతా వాళ్ళు నాకు కొత్త. ఇద్దరం కలిసి వెళ్ళాలని ప్లాన్ చేసుకున్నాము.ఒకరు అందరికీ కలిపి విమానం టిక్కట్లు తీసుకున్నారు. పది రోజుల ముందు నుండి

అందరమూ బిజీ అయ్యాము. అక్కడికి ఏమేమి తీసుకొని వెళ్ళాలి ఎలా వెళ్ళాలి అని ఎన్ని మాటలో. మా బ్యాచికి లీడర్ వజ్రేశ్వరి చాలా హుషారు. అందరినీ బాగా లీడు చేస్తుంది.

విమానం ఎక్కటం ఇదే మొదటి సారి నాకు. హైదరాబాదు విమానాశ్రయంలోకి అడుగు పెట్టగానే నాకు వేరే ప్రపంచంలోకి వెళ్ళినట్లు ఉంది. ఒకటే టెన్షన్ అక్కడ ఫార్మాలిటీస్ అన్ని సరిపోతాయో లేదో సరిపోకపోతే నేను వెళ్ళలేక పోతానేమో అని లోపల దడ దడ.

చాలా కూల్ గా అన్ని సవ్యంగా అయ్యాయి. డెహ్రాడూన్ కు వెళ్ళాలి. వచ్చి పోయే విమానాలు చూస్తూ ఉండి పోయా .ఒక్కసారిగా జ్యోతిని కౌగలించుకున్నాను. ఎందుకంటే నేను ఇలా వెళతానని అస్సలు కలలో కూడా ఊహించలేదు.

నాకు కిటికీ ప్లేస్ రావాలని కిటికీలో నుండి మబ్బులను చూడాలని ఇలా ఏవేవో అనుకున్నా. అనుకున్నట్లు కిటికీ ప్లేస్ వచ్చింది. నా ఆలోచనలు తెలిసిన భారతి నా చేతిని గట్టిగా పట్టుకుని వదిలేసింది. రెండు గంటల ప్రయాణం. విమానం పైకి ఎగిరేటప్పుడు వచ్చిన జర్కుకు భయపడ్డాను. గాలిలోకి వెళ్ళిన తరువాత స్థిమిత పడ్డాను. అర గంటకు నా చుట్టూ ఉన్న వాళ్ళు నిద్రలోకి జారిపోయారు. నాకు రెప్ప పడితే ఒట్టు. అలా కిటికీలోంచి బయటకు కన్నర్పకుండా చూస్తూనే ఉన్నాను. మబ్బుల్లో కలిసి పోవటానికి కిటికీ అడ్డంగా ఉన్నదని చాలాఫీల్ అయ్యాను. రెండు గంటలూ, రెండు నిమిషాలకే అయిపోయినట్లు అనిపించింది. డెహ్రాడూన్ లో దిగాము.బయటకు రావటం ఆలస్యం. కార్ల వాళ్ళు చుట్టుముట్టారు. నాకు భారతికి వచ్చీరాని హిందీ. వజ్రేశ్వరి బహుభాషా కోవిదురాలు. కార్లలో రుషికేశ్ కు ప్రయాణ మయ్యాము. దారి పొడుగుతా ఆకాశమంత ఎత్తు చెట్లను చూసి మురిసి పోయా. మా దగ్గర ఉన్న చెట్లను కొడుతుంటే ప్రాణం విలవిల లాడి పోయింది.నాకు ఆ చెట్లను చూడగానే కౌగిలించు కోవాలని అనిపించింది.

రుషికేశ్ లోని భారత్ మందిర్ కు వెళ్ళాము. అక్కడికి వెళ్ళిన తరువాత అన్ని ఫార్మాలిటీస్ అయిపోగానే మాకు రూములు ఇచ్చి మంచిస్నాక్స్, చాయ్ ఇచ్చారు.ఆ తరువాత అందరినీ సమావేశపరిచి ఈ టూర్ విషయాలు, తీసుకోవాల్సిన జాగ్రత్తలు చెప్పారు. డిన్నర్ చేసి రెస్ట్ తీసుకుంటే పొద్దున్నే నాలుగు గంటలకు లేపుతామ. అయిదు గంటలకు బస్సులో బయలుదేరితే జోషిమఠ్ కు రాత్రికి చేరుకుంటామని చెప్పారు. ఏ ఒక్కరు ఆలస్యం చేసినా ప్రోగ్రాం అంతా మారిపోతుంది. అందరూ ఇబ్బంది పడతారు.టైం అంటే టైమ్ కు అందరూ రావాలి అని ఒకాయన హుకుం జారీచేశాడు . లేదంటే వాళ్ళని వదిలి వెళ్ళిపోతాను అని హెచ్చరిక కూడా జత పరిచాడు.

వయస్సు వచ్చిందే గాని బుద్ధులు ఎక్కడికి పోతాయి. డిన్నర్ చేయకుండా నేను భారతి గంగానది చూడాలని వెళ్ళాము. అప్పుడే అక్కడ గంగా హారతి మొదలయింది. కాలు కదపటానికి వీలులేనంతగా జనాలు కిక్కిరిసి ఉన్నారు. అది చూసిన తరువాత గంగ నది వైపుకు వెళ్ళాము.ఎంత

విశాలంగా ఉందో నీళ్ళు ఉరకలు వేస్తున్నాయి. నదిని చూసి గుండె ఒక్కసారిగా ఝుల్లు మంది.గబ గబ వెళ్ళి నీళ్ళలో చేతులు పెట్టగానే ఒళ్ళంతాపులకరింత.స్థిమిత పడి ఒడ్డున కూర్చొని రెండు కాళ్ళు లోపలికి పెట్టగానే నాకు నేను ఏదో అయిపోయాను. అలా ఇద్దరం మాటలు లేకుండా ఎంత సేపు ఉన్నామో మాకే తెలియలేదు. ఉండే కొద్ది శరీరం చల్లగా అయి కొంచెం వణుకు మొదలవ్వగానే స్మృహలోకి వచ్చాము.టైమ్ చూసుకుంటే పది అయ్యింది. అప్పుడు గాని మాకు ఆకలి తెలియలేదు. బయటకు వస్తే తినటానికి ఏమి దొరకలేదు. ఒక్క చాయ్ మాత్రమే దొరికింది. చిన్నగా కబుర్లు చెప్పుకుంటూ క్యాంపస్ కు వెళ్ళాము . గేటుకు తాళాలు వేసి ఉన్నాయి .ఎంత పిలిచినా ఒక్కరూ పలకరు. అరగంటకు ఒకరు వచ్చి హిందీలో బండ బూతులు తిట్టాడు.గేటు తీయను అంటాడు. మా వాళ్ళకు ఫోన్ చేస్తే నిద్రలో ఉన్నారేమో ఒక్కరు ఎత్తరు. ఒక పక్క చలి ,ఆకలి. ఎలాగో అతన్ని బతిమిలాడి తప్పయి పోయిందని చెంపలు వేసుకొని లోపలికి వెళ్ళాము. ఎనిమిది అయితే గేట్లు వేస్తారని తెలియదు. అయితే మటుకు వెళ్ళకపోతే ఎంత మిస్ అయ్యే వాళ్ళమో కదా అనిపించింది.

తెల్లవారి బస్సులో ప్రయాణం. అలా చల్ల గాలి తగలగానే కళ్ళు మూతలు పడ్డాయి.చాయ్ కోసం బస్సు ఆపగానే మెలుకువ వచ్చింది. కళ్ళు తెరిచి చూస్తే చుట్టూ అడవి, కొండలు, లోయలు, కొండలను కౌగిలించుకున్న మేఘాలు. నేను ఇక్కడ ఉన్నానా అని నాకే అనుమానం. కిందకు దిగి వేడి వేడి చాయ్ తాగుతూ ఆ ప్రకృతిని చూసి మాట రావటం లేదు.ఇక అక్కడ నుండి ప్రయాణంలో కంటిమీద రెప్ప పడితే ఒట్టు. పెద్ద పెద్ద లోయలు.వాటి మధ్యలో భీకర మైన శబ్దం తో ఉరకులు వేసే గంగానది హోయలు. పాము చుట్టు చుట్టుకున్నట్టు రోడ్డు.ఎన్ని మెలికలు, వంకలు. బస్సు పట్టగలిగే రోడ్డు . ఎదురుగా ఏది వచ్చినా ప్రాణసంకటంగా ఉండేది. నేను కిటికి పక్కనే అవటాన ప్రతి మలుపులో నాకు గుండె ఆగి పోయినట్లు ఉండేది.ఒక మలుపు తిరగగానే అమ్మయ్య అని అనుకునే లోప ఇంకో మలుపు కనబడేది.ఏ కొంచెం తేడా వచ్చిందో ఇక అంతే సంగతులు .బాడీ కూడా దొరకదు అన్నంత భయంగా ఉండేది. కన్నార్పితే ఏదో మిస్ అవుతాము అనిపించేది. జలపాతం కనిపిస్తే అందరం గట్టిగా కేక పెట్టి డ్రైవర్ని బస్ ఆపమని గొడవ చేసేవాళ్ళం. ఇప్పుడు ఎవ్వరికీ వయస్సు గుర్తుకు రావటం లేదు. అందరం చిన్న పిల్లలం. ఇప్పుడే కళ్ళు తెరిచి ఈ ప్రపంచాన్ని చూస్తున్నాము. ఆ జలపాతాలు దగ్గరకు వెళ్ళి అవి మాపై విసిరే పిల్ల జల్లులకు మురిసి పోయేవాళ్ళం .తడిచి తడిచి ముద్ద అయ్యేవాళ్ళం. మా పెద్దల గోలకి డ్రైవర్ చూస్తూ మీలా ఎంత మందినో చూసాను అన్నట్లు ఉండే వాడు. ప్రతి మలుపు దాటిన తరువాత నేను డ్రైవర్ కు మనస్సులో దండాలు పెట్టుకునే దాన్ని. దేవుడిని అవసరానికి నమ్ముకునే నాకు డ్రైవర్ ప్రత్యక్ష దైవంగా కనిపించాడు. ఎంత చాకచక్యంతో మమ్మల్ని ఇలా నడిపిస్తున్నాడు అని అతని వైపు ఒక ఆరాధనగా చూసే దాన్ని. పైకి వెళ్ళే కొద్ది ఒక స్వర్గ లోకానికి వెలుతున్నట్లు ఉంది.

సాయంత్రం మూడు గంటలకుకొండ చరియలు పడ్డాయని ప్రయాణం ఆగిపోయింది.పడిపోయిన రాళ్ళను తీయటానికి ఒక గంట పడుతుందని తెలిసింది. అందరమూ కిందకి దిగాము. అప్పటికే చలిగా ఉంది. చుట్టూ తిరుగుతూ కొండ అంచుల నుండి ధారగా పడుతున్న బుజ్జి బుజ్జి జలపాతాలతో ఆడుకుంటూ కాలం గడిపాము.

ప్రకృతి పారవశ్యంలో ఉన్న మాకు కొంచెం దూరంలో విధ్వంసకర వాతావరణం కనిపించింది.పెద్ద పెద్ద మిషన్లు కొండలను తొవ్వుకుంటూ దుమ్మును ఆకాశానికి ఎత్తిపోస్తూ భీకరమైన శబ్దవేగంతో మా మనస్సులను అతలాకుతలం చేశాయి. రాళ్ళు,తెల్లని దుమ్ము లో ఏమి కనిపించకుండా ఉన్న దృశ్యం చూడలేక పోయాము. మా పరిస్థితి చూసి డ్రైవర్ ఇక కొంత కాలానికి ఈ కొండలు ఉండవు అన్నాడు . ఏమి జరుగు తుంది అంటే ప్రాజెక్టులు, విద్యుత్ కేంద్రాలు,ఖనిజ తవ్వకాలు అనగానే భవిష్యత్ కళ్ళ ముందు కదలాడింది. మళ్ళీ ఈ ప్రకృతిని చూడలేరు అని నర్మ గర్భంగా ఏదో ఉపదేశం ఇచ్చాడు.

మన ఊళ్ళులాగా లేవు. గోడలకు పోస్టర్లు అంటించినట్లు కొండలకు ఇళ్ళు అంటించినట్లు ఉన్నాయి.చిన్న చిన్న ఇళ్ళు.కొండకు జలుబు చేసి ముక్కు చీదితే ఆ ఇళ్ళన్నీ లోయల్లో ఉంటాయి.అయినా వాళ్ళకు భయమే లేనట్లు ఉంది. ప్రమాదమని తెలిసి ఉంటున్నారు అంటే వాళ్ళ కాళ్ళకు మొక్కాలి.

రాత్రి తొమ్మిది గంటలకు జోషిమఠ్చేరుకున్నాము.మా బస నీటి ప్రవాహానికి ఆనుకొని ఉంది.వేడి వేడి పూరీలు తిని పడుకున్నా చుట్టూ చెట్లు ఆకులు ఊగుతున్న శబ్దం,కీటకాల శబ్దాలు, నీటి ప్రవాహ సంగీతం . నాకయితే ఇక్కడే ఉండిపోతే బాగుంటుందనిపించింది.ఎలాగూ పెన్షన్ వస్తుంది.హాయిగా తిని రోజూ ఈ ప్రకృతిలో లీనమవ్వాలని. అప్పుడు ఇంటి విషయాలు గుర్తుకు వచ్చాయి.

ఉదయం అయిదు గంటలకు నిద్ర లేపారు. కళ్ళు నలుపుకుంటూ నీటి ప్రవాహం దగ్గరకు వెళ్ళాను..చుట్టూ యాపిల్ పండ్ల చెట్లు చూసి ఏదో అయిపోయాను. వాలంటీర్ వచ్చి త్వరగా బయలు దేరండి.ఈ రోజూ నుంచే మీ ట్రెక్కింగ్ మొదలవుతుంది. టిఫిన్ చేసుకొని తినండి. లంచ్ బాక్స్ ఇస్తాము తీసుకొని సాయంత్రం వరకు అదే మీ ఫుడ్ అన్నాడు. అందరమూ వీపు వెనక బ్యాగులు తగిలించుకొని సిద్ధంగా ఉన్నాము. జీబులలో గోవిందు ఘాట్ కు తీసుకొని వెళ్ళారు.అక్కడ నుండి ట్రెక్కింగ్ చేయాలి చేయలేని వాళ్ళు గుర్రం మీద వెళ్ళచ్చు. 10 కిలోమీటర్లు వెళ్ళాలి.మాలో కొంతమంది గుర్రాలు మాట్లాడుకొని ఎక్కి కూర్చున్నారు.నేను, భారతి ట్రెక్కింగ్ చేయాలని అనుకున్నాము. రూటు చూస్తే మెట్లు మెట్లుగా, ఎగుడు దిగుడుగా ఉంది.ఫరవాలేదు నడవ గలమని బయలు దేరాము. చుట్టూ పచ్చదనం పిట్టల అరుపులు .అంతా

నిశ్శబ్దం.ఎత్తుపల్లాలు ఎక్కటానికి సపోర్టింగ్గారెండు కర్రలు కొన్నాము. కర్రల సాయంతో నడక మొదలయ్యింది. చుట్టూ ఎంత చూస్తున్నా తనివి తీరటం లేదు. పడుతూ, లేస్తూ ఆయాస పడుతూ కొత్త వారితో మాట మాట కలుపుతూ వెళుతూ ఉన్నాము. సాయంత్రం నాలుగు గంటలకు చీకటి మొదలయింది. ఇంకా మూడు గంటలకు గాని మేము గంగేరియా చేరలేమని అంటున్నారు అడిగిన వాళ్ళు,

త్వరగా వెళ్ళండి లేదంటే మీకు దారి కనబడదు. చాలా ఇబ్బంది పడతారని అంటున్నారు.అప్పటికే అలసిపోయిన మాకు గుండెల్లో దడ మొదలయింది. అడవి చెట్ల మధ్య లోనుండి చొచ్చుకు వస్తున్న చీకటి కిరణాలు అద్భుతంగా ఉన్నా మాకు భయం మొదలయ్యి లేని ఓపిక తెచ్చుకొని అరచేతిలో ప్రాణాలు పెట్టుకొని ఎలా చేరామో మాకే తెలియదు.మేము

విజయవంతముగా ట్రెక్కింగ్చేసినందుకు ముందుగా గుర్రాల మీద వచ్చిన వాళ్ళు చప్పట్లు కొట్టి అభినందిస్తూ ఉంటే ఎవరెస్టు ఎక్కి జండా పాతినట్లు అనుకున్నాము. రాత్రికి ఒళ్ళు నొప్పులతో నిద్ర పడితే ఒట్టు. ఒక పక్క విపరీతమయిన చలి. కాలి చిటికెన వేలు రగ్గులో నుండి పొరపాటున బైటకు వస్తే ఒళ్ళంతా చలితో గడ్డ కట్టిపోతాము. ఇక మా పరిస్థితి వర్ణించలేము .

తెల్లవారి నాలుగు గంటలకు లేపి టిఫిన్ పెట్టి లంచ్ బాక్స్ చేతిలో పెట్టి ఆరు గంటలకు వాలి ఆఫ్ ఫ్లవర్సుకు రెడీ అన్నారు. బయటకు వచ్చి చూస్తే ఆకాశాన్ని అంటే మంచు పర్వతాలు వాటి మీద పడుతున్న సూర్యకిరణాలు బంగారు,వెండి రంగులలో మెరుస్తున్నాయి.నేను చూస్తూ అలానే నిలబడి పోయాను. మా చుట్టూ బుట్టల వాళ్ళు (పెద్ద వెదురుబుట్టలో మనలను కూర్చో బెట్టుకొని వెనక వీపుకు తగిలించు కుంటారు)

అయ్యో మనుషులను మనుషులు మోయటమా. అమ్మో మా వల్ల కాదు ఎంత కష్టమయిన ట్రెక్కింగ్ చేద్దామని మేము ఇద్దరం నడక మొదలు పెట్టాము. నిన్నటి అలసట తీరలేదు.మనస్సు ఒప్పుకోదు.ఒక కిలోమీటర్ వెళ్ళాము. దారి కష్టంగా ఉంది. చాలా ఇరుకుగా మలుపులు, రాళ్ళ మీద నడవటం, ఎక్కడయినా కాలు జారితే ఇంతే సంగతులు. దారి పొడవునా ఎటు చూసినా జలపాతాలు,హోరుహోరున పెద్దపెద్ద ప్రవాహాలు.ఆకులో ఆకునై , పూవులో పువ్వనై....ఇచ్చటనే ఆగిపోనా అనే పాట గుర్తుకు వస్తుంది.వెళ్ళేకొలది ఎత్తు పెరుగుతుంది.మా వెనకాల ఇద్దరు బుట్టల వాళ్ళు మమ్మల్ని ఫాలో అవుతున్నారు .అప్పుడప్పుడు చినుకులు, లంచ్ అవ్వగానే అలా నడుం వాల్చాము. లేచి నిలబడితే ఓపిక లేదు, కాళ్ళు స్వాధీనంలో లేవు. అడుగులు పడటం లేదు. ఏమి చేయాలో పాలు పోవటం లేదు.అప్పటికే లోయలలోని పూల సుగంధాలు ముక్క పుటలను అదరగొడుతున్నాయి. బుట్ట ఎక్కటం చాలా నామోషిగా అనిపించింది. ఇంత కష్టపడింది పూల లోయలు చూడటానికి. చూడలేనేమో అని దిగులు ఆవహించింది. మమ్మల్ని ఫాలో అవుతున్న ఇద్దరు బుట్టల వాళ్ళు ఎవరో పంపినట్లు వచ్చి మేడం ఇప్పుడున్న ఎక్కండి అని

బ్రతిమలాడుతున్నారు.

ఇక తప్పదు ఇక వేరే మార్గం లేదు. వాళ్ళు చాలా డిమాండ్ చేశారు తప్పదు కదా. బుట్ట ఎక్కగానే పోయిన ప్రాణం తిరిగి వచ్చినట్లు అనిపించింది. పైకి వెళ్ళే కొలది ఎన్ని రకాల పూలో లోయంతా.చూడటానికి కళ్ళు చాలటం లేదు. వాటి మధ్యలో తిరుగుతుంటే ఈ ప్రపంచాన్ని జయించాను అనిపించింది.ఈ జీవితానికి ఇంత కంటే ఏమి కావాలి అని అనిపించింది. తిరుగు

ప్రయాణం లో బుట్టల వాళ్ళతో మాట మాట కలిసింది. మేడం మీరు ఏదో సరదా పడ్డారు కానీ ఎక్కాలని, చాలా కష్టం మేడం .

అందుకేనా మమ్మల్ని ఫాల్లో అయింది అంటే మేడం మాకు ఈ నాలుగు నెలలే ఈ పని దొరికేది. తరువాత ఇదంతా మంచుతో కప్పబడి ఉంటుంది. ఇటు పక్కకు ఎవరు రాలేరు.దారులు మూసేస్తారు. ఇప్పుడే ఏదైనా సంపాదించు కునేది. తరువాత ఢిల్లీకి పనులకు పోతాము. మీ వెంట పడితేనే కదా నాలుగు డబ్బులు చేతిలో పడేది, ముద్ద నోట్లోకి పోయేది.ఇక నాకు మాటలు రాలేదు. వాడు అడిగిన దాని కన్నా ఎక్కువ డబ్బులు ఇచ్చి నా మనస్సును ఊరట పరుచుకున్నాను.

నిద్రలో హూవుల లోయలేకనబడుతున్నాయి. తెల్లవారి మేము లేస్తామని అనుకోలేదు.అదేంటో తెలియకుండా హుషారు వచ్చింది. ఈ రోజు హేమకుండ్ సాహెబ్ కు వెళ్ళాలి. అది చాలా ఎత్తు, అన్ని మెట్లు ఉంటాయి. ఈ సారి మేము ప్రయోగాలు చేయకూడదు అని గట్టిగా అనుకుని గుర్రం మీద వెళ్ళాలని అనుకుని గుర్రం మాట్లాడుకున్నాము. మేము ఎక్కిన గుర్రం పేర్లు మాయ, సోనీ. అదే మొదటి సారి గుర్రం ఎక్కటం. భయం భయంగా కూర్చున్నాము. గుర్రం వెళ్ళేటప్పుడు ఇరుకు టర్నింగ్ వచ్చినప్పుడు రాళ్ళ అంచుకు వెళ్ళి మలుపు తీసుకునేటప్పుడు చాలా భయం వేసేది, ఇక పడిపోయాము అనిపించి కేకలు పెట్టేవాళ్ళం. ప్రాణాలు గుప్పిటలో పెట్టుకొని చేరాము. అక్కడ నీటి కొలను ,దానిని ఆనుకొని గురుద్వార్ ఉన్నది . అక్కడ అందరూ చాలా క్రమశిక్షణతో కనిపించారు. ఆ కొలను ఆరు నెలలు గడ్డ కట్టి ఉంటుందట.దానిలో సిక్కులు చాలా పవిత్రంగా స్నానాలు చేస్తున్నారు. ఆ చల్లటి నీళ్ళలో కాళ్ళు పెట్టలేక పోయాము. అదే చిన్న పిల్లలు కూడా వణుకుతూస్నానాలు చేస్తున్నారు. వచ్చిన వాళ్లకు లేదు అనకుండా పంజాబీ ఫుడ్ పెడుతూనే ఉన్నారు.మనుషులమే వెళ్ళాలంటే కష్టంగా ఉంటే ఇవన్నీ ఎలా తీసుకొని వెళ్ళారా అని నమ్మలేక పోయాము.

మేఘాలు మనలను పెనవేసుకొని ఉంటాయి. ఒకరిని ఒకరము చూసుకోవాలంటే మన మధ్యలో మేఘాలు కలిసిపోయి ఉంటాయి. వాటిలో మనము కలిసిపోతాము.విమానంలో నాకు ,మేఘాలకు కిటికీ అడ్డమని ఎంతగా ఫీల్ అయ్యానో. ఇప్పుడు ఆ మేఘాలు నన్ను చుట్టుముట్టాయి.వాటిని మూట గట్టుకొని తెచ్చుకొని ఇల్లంతా పరుచుకోవాలని అనిపించింది.

అక్కడనుండి పైకి చూస్తే చుట్టూ కొండల మీద దట్టంగా బ్రహ్మకమలాలు విరబూసి ఉన్నాయి.వాటిని పట్టుకోవాలని కోరిక కలిగింది. కానీ దారి లేదు. కొంత మంది చిన్నగా దారి చేసుకుంటూ వెళుతుంటే వాళ్ళ వెనక మేము వెళ్ళాము. కానీ చాలా కష్టంగా అనుకున్నది సాధించాము.తిరుగు ప్రయాణంలోనడుములు పడిపోయాయి. గుర్రం పెద్ద జంతువు కదా అది దిగేటప్పుడు దాని శరీర కదలికలు మనలను ఇబ్బంది పెట్టింది. దానితో మేము బాగా అలసి పోయాము.

మరుసటి రోజూ బదరినాథ్ కు వెళ్ళాలి. చాలా మందికి టపికలు పోయాయి.హెలికాప్టర్ లో పదినిమిషాలకు గోవిందఘాట్ కు చేరుకోవచ్చు. అక్కడనుండి బదరినాథ్ కు వెళ్ళాలని అందరమూ అనుకున్నాము. అన్ని సర్దుకొని బయటకు రాగానే మనస్సంతా దిగులుగా అనిపించింది.చుట్టూ పరిసరాలను చూడగానే ఏదో పోగొట్టుకున్నట్లు అనిపించింది. ఎప్పుడూ ఇక్కడే ఉండలేము కదా. నాకయితే ఈ జన్మలో మళ్ళీ ఇక్కడకు రాలేను అని తెలుసు.అందుకనే తనివితీరా అలా చూస్తుండి పోయాను. ఏదో అమూల్యమైనది వదిలి పోతున్నానని బాధ వేసింది.

భారమైన గుండెతో హెలిప్యాడ్ కు చేరుకున్నాము. హెలికాప్టర్ ఎక్కిన తరువాత ఒక రకమయిన ఫీలింగ్ వచ్చింది.ఎత్తయిన కొండల మధ్యలో కింద నీళ్ళ ప్రవాహాలు. పైకి చూస్తే నిర్మల మయిన ఆకాశం. హెలికాప్టర్ మెలికలు మెలికలుగా తిరుగుతూ పోతుంటే ఒక పక్క భయం, ఇంకో పక్క సంతోషం.

రాత్రికి బదరినాథ్ చేరుకున్నాము. గంగానది ప్రవాహానికి ఆనుకొని ఉన్న గుడి చూసి వచ్చి విశ్రాంతి తీసుకున్నాము. మన దేశ సరిహద్దు గ్రామం "మన గ్రామం చూడటానికి వెళ్ళాము.అక్కడ నుండి వసుధార జలపాతం ట్రెక్కింగ్ చేయాలి. అయిదు కిలోమీటర్లు పైకి వెళ్ళాలి.

నేను భారతి ఇంకొక నలుగురం ఎలాగైనా వెళ్ళాలి అని నడక మొదలు పెట్టాము. కొండ అంచులమ్మటి చిన్న బాటలో 5 కిలోమీటర్లు పైకి వెళ్ళాలి. ఇదే చివరి ట్రెక్కింగ్ అని ఎంత కష్టమయినా వెళ్ళాలి అని రెండు కర్రలు పట్టుకొని ఎక్కటం మొదలు పెట్టినప్పటి నుండి చుట్టూ కనబడే ప్రకృతి దృశ్యాలు కళ్ళు తిప్పుకోనివ్వటం లేదు. అక్కడక్కడా సేద తీరుతూ వెళుతున్నాము.అదీగాక అక్కడ పడే జలపాతం లో మానస సరోవరం నుండి వచ్చే నీళ్ళు అని

తెలిసి నప్పటి నుండి అదొక అలౌకిక ఆనందం. చాలా చాలా కష్టపడి జలపాతం దగ్గరకు చేరుకున్నాము.నీళ్ళతో పాటు మంచు గడ్డలు జారుతున్నప్పుడు ,కింద పడగానే ఆ గడ్డలు ఒక రకమైన శబ్దంతో ముక్కలుగా పగిలి వాటి తుంపర మా మీద పడుతుంటే ఏమని చెప్పగలం. అది అనుభవిస్తేనే ఎవరికైనా తెలిసేది. కానీ మన మనుషులు అక్కడ పడేసిన చెత్త, ప్లాస్టిక్ చూసి గుండె తరుక్కు పోయింది. అదే అంతకు ముందు చూసిన ప్రాంతములలో అడుగు అడుగుకు పని వాళ్ళు శుభ్రం చేస్తూనే ఉన్నారు. అందుకేనేమో అక్కడ ప్రకృతి ప్రకృతి గానే ఉన్నదని అనిపించింది.

సాయంత్రానికి చివరి చాయ్ కొట్టు దగ్గర చాయ్ తాగి సేదతీరుతూ పక్కనే గర్జన చేస్తున్న గంగానది హోయలు చూస్తూ అలా ఉండిపోయాము.

మరుసటి రోజూ తిరుగు ప్రయాణం. మాతో వచ్చిన వాళ్ళందరూ ఒకరికిఒకరం మాటలు కలబోసుకుంటు వీడ్కోలు చెప్పుకొని ఎవరి ఇళ్లకు వాళ్ళం చేరాము. ఇంట్లో నిద్ర లేచిన నా కళ్లకు ఇక్కడ ఉన్నానా అని గందరగోళం అనిపించింది.ఏదో పోగొట్టుకొని ఇక్కడకు వచ్చానా అని తెలియని దిగులు.రెండు రోజుల దాకా నా ప్రపంచంలో రాలేక పోయాను. అప్పుడు అనిపించింది నేను ఇంకా చాలా చూడాలని . ఈ ప్రయాణం నాకు నేర్పిన పాఠం ఏది చేయాలన్నా ముందు శారీరకంగా ఫిట్ గా ఉండాలని. వెళ్ళేముందు నేను ఫిట్ గానే ఉన్నాను ట్రెక్కింగ్ చేయగలను అన్న ధీమాతో బయలుదేరాను. కానీ బుట్ట, గుర్రం ఎక్కవలసి వచ్చింది. ముందు నేను బాగా దృఢంగా ఫిట్ కావాలని అనిపించింది. రేపటి నుండి నిర్ణయించుకున్నాను. ఇలా సంవత్సరానికి ఒకసారి ఇలాంటి ప్రకృతి ని ప్రేమించక పోతే ఈ జీవితం ఎందుకు అనిపించింది. ఇంట్లో అందరికీ ఒక డిక్లరేషన్ ఇచ్చాను. నన్ను ఎవ్వరూ ఆపకండి. ఓపిక ఉన్నంత వరకు నేను ఈ భూలోకాన్ని చుట్టి వస్తానని.

మీ
పి.రాజ్య లక్ష్మి,
ఒంగోలు,
+91–9440286746.

★★★

బాధ్యత కై యాత్ర

– సత్య ఎం.

ఎయిర్ పోర్టు దగ్గర కారు ఆగింది. డోర్ తీసుకుని కిందకు దిగి నిలబడ్డాను.

"అమ్మా! జాగ్రత్త వెళ్లాక ఫోన్ చెయ్యి. మొహమాట పడకు. దారిలో నీకు కావాల్సింది అడుగు. ఒకవేళ వాళ్లకి తెలుగు రాకపోయినా, ఎవరో ఒకరి ద్వారా నీతో మాట్లాడించి, వాళ్లు నీకు కావాల్సింది ఏర్పాటు చేస్తారు." అంది నా కూతురు ప్రసన్న.

ఈ మాట ఇప్పటికి వంద సార్లు చెప్పి ఉంటుంది. కూడా నడుస్తూ మళ్ళీ ఇంకో సారి చెప్తోంది. చిరునవ్వుతో చూశాను. అల్లుడుగారు బ్యాగులు రెండు చేతికిస్తూ "మేము ఇక్కడ వరకే అత్తయ్య! లోపలికి రానివ్వరు. లోపలికి వెళ్ళిన తర్వాత మీరే చూసుకోవాలి. కంగారు పడకండి. మీ దగ్గర ఫోన్ ఉంది కదా. ఏదైనా అనుమానం వస్తే ఫోన్ చేయండి." అన్నాడు.

"అలాగే, మీరిద్దరూ వెళ్ళండి, నేను వెళ్తాను." అని ముందుకు నడిచాను. ముందుకు వెళుతూ వెనక్కి తిరిగి చూడాలనిపించలేదు. కానీ వాళ్ళు ఏమనుకుంటారో అని వెనక్కి తిరిగి చూసాను. ఇద్దరూ చేయి ఊపుతున్నారు. చెయ్యి ఊపుతూ ముందుకు నడిచి అక్కడ ఉన్న క్యూలో నిలబడ్డాను.

ముందు ఒక అమ్మాయి నిలబడింది వెనక్కి తిరిగి చూసి "హాయ్!" అని చెప్పింది. నవ్వుతూ చూశాను. చాలా హుషారుగా ఉంది. చెకింగ్ దగ్గర కూడా అన్ని చూపిస్తూ వాళ్లతో గలగల కబుర్లు చెబుతోంది. అనర్గళంగా ఇంగ్లీషులో టకటకా మాట్లాడేస్తోంది.

నా మనవరాలు కూడా ఈ వయసులోనే ఉంటుంది. అది ఇలాగే మాట్లాడుతుంది. అనుకుంటూ ఆ అమ్మాయిని నవ్వుతూ చూస్తున్నాను.

"బామ్మ గారూ! మీ బ్యాగు చూపించండి." అంది.

ఏంటి? అన్నట్టు చూశాను.

"ఇదే ఫస్ట్ టైమా మీరు వెళ్తుండటం? ఓకే నేను చూసుకుంటా ఉండండి." అంటూ నేను చూపించాల్సిన, చేయాల్సిన పనులన్నీ ఆ అమ్మాయి చేస్తూ బ్యాగ్ లో నుండీ పాస్పోర్ట్ అవి తీసి ఇవ్వడం అన్నీ తనే చూసుకుంటోంది.

"మీరేం కంగారు పడకండి. నేనూ, మీరు వెళ్ళే దగ్గరికే వెళ్తున్నాను." అంది ధైర్యంచెబుతున్నట్టు. నవ్వుతూ చూసాను.

"ఏంటి బామ్మ గారూ! మీరు నవ్వుతోటే సమాధానం చెప్పేస్తారా అందరికీ?"

వెంటనే ఆ మాటకి మా అత్తగారు గుర్తొచ్చారు. "నవ్వుతో పడేస్తుంది మనుషుల్ని. తిట్టినా నవ్వే, పొగిడినా నవ్వే. అన్నిటికీ ఒకే రకమైన నవ్వు" అనేవారు.

"ఏంటి బామ్మ గారు! ఆలోచనలో పడిపోయారు. మీరు ఇంతకీ ఎవరి దగ్గరకు వెళ్తున్నారు? ఏదైనా ఇబ్బందా? ఏం లేదు కదా?"

"ఏమీ లేదమ్మా! నా మనవరాలుకి కొడుకు పుట్టాడు. ఇప్పటివరకు వాళ్ళ అత్తగారు వాళ్ళు ఉన్నారు. వాళ్ళు వెళ్ళిపోతున్నారు. అందుకే నేను వెళ్తున్నాను."

"ఓ, అంతేనా! మీరేం దిగులు పడకండి, నేనున్నాను కదా నేను చూసుకుంటాను అంతా. మీకో విషయం తెలుసా? నేను ఇదే ఫస్ట్ టైం వెళుతున్నాను. కానీ, ఇక్కడ అంతా ఏముంటుంది? ఎలా చేస్తారు? ఇవన్నీముందే తెలుసుకుని వచ్చాను. అందుకే ఏ టెన్షన్ పడట్లేదు. నేను చూసుకుంటాలేండి .మనిద్దరం కలిసి వెళ్తున్నాం."

నవ్వుతూ ఆ అమ్మాయి వెనకే నడిచాను. బ్యాగులు అక్కడే ఉన్నాయి. చిన్న బ్యాగ్ మాత్రం నా దగ్గర ఉంది.

"ఏదైనా తింటారా బామ్మగారు!"

"ఏమీ వద్దమ్మా." అంటూ కూర్చున్నాను.

అనౌన్స్మెంట్ వచ్చింది. తను వెళుతూ నన్ను కూడా తనతో తీసుకువెళ్ళింది. ఎక్కిన తర్వాత నా సీటు చూసి నన్ను దాంట్లో కూర్చోబెట్టి, సీటు బెల్టు పెట్టి, "బామ్మగారూ! నేను మీ వెనకే ఉంటాను. మీరు ఏదైనా సరే నన్ను అడగండి ,నేను చెప్తాను వాళ్ళతో."

"అలాగేనమ్మా!" ఆ అమ్మాయిని చూస్తుంటే మొదటిసారి నేను నా పుట్టిల్లు వదిలి భర్త వెంట వెళ్ళడం గుర్తొస్తోంది. ఆలోచనలు గతంలోకి మళ్ళాయి.

మొట్టమొదటిసారి రైల్వే స్టేషన్ లో అడుగు పెట్టడం. కూడా అన్నయ్య, నాన్న, అమ్మ, అక్కయ్య, బావగారు అందరూ వచ్చారు. అందరి చేతులలోనూ బ్యాగులు. కళ్ళు విప్పార్చుకుని అవన్నీ చూస్తూ ఆయన ఎటు వెళ్తుంటే అటు వెళ్తున్నాను.

టికెట్ నెంబర్ చూసుకుని ప్లాట్ఫాంలో ఎక్కడ్యేకో నడుచుకుంటూ వెళ్ళి అక్కడ నిలబడ్డారు. అందరూ బ్యాగుల తోటి అక్కడికి వెళ్ళి, అక్కడ నిలబడ్డాం. ట్రైన్ వస్తున్నట్టు అనౌన్స్మెంట్ వచ్చింది. దూరంగా వస్తూ కనపడుతుంటే దాన్నే చూస్తున్నాను. దగ్గరకొచ్చే కొలదీ గుండె వేగం పెరిగి దడ దడ లాడుతోంది.

అయ్యో ఆగట్లేదు అనుకునే లోపు నెమ్మదిగా ఆగింది. అంతే హడావుడి మొదలైంది.

"ముందు నువ్వు ఎక్కు" అరుస్తున్నారు అందరూ కంగారు నాకు. ఎక్కడానికి ఆ మెట్లు చాలా సన్నగా ఉన్నాయి. తడబడుతూ ఎక్కేసాను.

అక్కడి నుండి వాళ్ళ చేతిలో నుండి బ్యాగులు అందిస్తున్నారు. అన్ని లోపల పెట్టాను.

ఈయనెక్కేశారు. ట్రైన్ కదిలిపోతుంది ఇంకొక బ్యాగ్ మిగిలిపోయింది అన్నయ్య దగ్గర. అన్నయ్య కూడా నడుచుకుంటూ వస్తూ బ్యాగ్ ఈయన చేతికి ఇచ్చేసాడు. బయటికి చూడాలంటే భయం.

బ్యాగులతో అక్కడే నిలబడి ఉన్నాను. అన్నీ లెక్కపెట్టి నువ్వు ఇక్కడే ఉండు. అంటూ ఆయన టికెట్స్ పట్టుకుని ముందుకు నడిచారు.

వెళ్ళి వచ్చి రెండు బ్యాగులు పట్టుకెళ్తూ, అలా బ్యాగ్ లన్నీ అయ్యాక. ఆ రెండు నువ్వు తీసుకురా అంటూ ఇంకో రెండు ఆయన పట్టుకుని ముందుకు నడిచారు. వెళ్తుంటే కూర్చుని ఉన్న అందరూ మమ్మల్ని ఏంటి ఇన్ని బ్యాగులు ఇద్దరివా అన్నట్టు చూస్తున్నారేమోనని ఫీలింగ్.

తలవంచుకుని బ్యాగులు పట్టుకుని ఆయన వెళుతున్న దగ్గరకు కూడా వెళ్ళాను. కొంచెం దూరం నడిచిన తర్వాత అక్కడ మా సీట్లు ఉన్నాయి. పట్టుకొచ్చిన బ్యాగులన్నిటిని ఆ సీట్లు కింద సర్దేస్తున్నారు.

'టిఫిన్ ఏ బ్యాగ్ లో ఉన్నాయి.' అన్నారు.

నా చేతిలోని బ్యాగ్ చూపిస్తూ ఇదే అన్నాను.

"అయితే ఇది ఉంచు." అంటూ అది కూడా మళ్ళీ కిందకి సర్దేశారు.

మావి ఎదురెదురు సీట్లు. కూర్చుని అందరినీ చూస్తున్నాను. ఒక్కొక్క సీట్లో ముగ్గురు ముగ్గురు కూర్చుని ఉన్నారు. అందరూ పరిచయస్థులులా కబుర్లు చెప్పుకుంటున్నారు.

ఈయన వంక చూశాను. బ్యాగ్ లు అన్నీ వచ్చాయా లేదా అన్నట్టు చూస్తూ మళ్ళీ మళ్ళీసర్దుకుంటున్నారు. కిటికీ పక్కన కూర్చున్న ఆవిడ పక్క సీటు నాది. నా పక్కన ఇంకో ఆవిడ. కిటికీ నుండి, దూరంగా వెళ్ళిపోయే వాటిని చూస్తున్నాను.

భోజనం చేసే టైం అయినట్టుంది. అందరూ వాళ్ళు తెచ్చుకున్నవి తీసుకుని తింటున్నారు.

వెళ్ళి చేతులు కడుక్కుని వచ్చి టిఫిన్ తిందాం అన్నారు. ఒక్కసారిగా అందరి వంకా చూశాను.

"ఏంటి ఇంతమంది మధ్యలో తినాలా? అన్నాను చిన్నగా.

"మరి లేకపోతే నీకోసం సపరేట్ గా వీళ్ళందరూ పక్కకు వెళ్తారా? ఏం పర్లేదు తిను." అన్నారు.

చేతులు కడుక్కోవడానికి వెళుతుంటే కూడా వచ్చారు. కదులుతూ ఉంటుంది. "ఇదే చేతులు

కడుగుకోవడానికి, ఇదిగో పక్కనే తలుపు ఉంటుంది జాగ్రత్తగా ఉండాలి. ఇదిగో ఇది బాత్రూం.

తలాడిస్తూ చేతులు కడుక్కుని వచ్చి ప్లేట్లోకి టిఫిన్ పెట్టాను. ఎందుకో ఆ వాతావరణం లో తినాలనిపించలేదు. తిను తిను అని రెండు మూడు సార్లు అన్నా, ఇక తిననని అర్థమయ్యి. ఆయన తిని వెళ్ళి ఆ ప్లేట్ కడుగుకుని వచ్చి బ్యాగ్ లో పెట్టారు.

"అందరూ పడుకున్నాక తింటావా?" అన్నారు చిన్నగా.

అడ్డం గా తలాడిస్తే సరే అని అన్ని సర్ది మళ్ళీ సీటు కిందకి గెంతేశారు. నా పక్కన కూర్చున్న ఆవిడతో "మేడం! మీరు కొంచెం పైన పడుకుంటారా? అంటే, తనకి కొత్త. ఇలాంటి ప్రయాణాలు అలవాటు లేదు. పైకెక్కి పడుకోగలుగుతుందా? లేదా అని."

ఆవిడ నా వంక చూసింది. ఆ చూపు నాకు ఇప్పటికి ఇంకా గుర్తుంది. ఏంటి ట్రైన్ కూడా తెలియదా ఈ అమ్మాయికి అన్నట్టు చూసింది. చాలా అవమానంగా అనిపించింది. పైకెక్కి పడుకోవడమే కదా పడుకునే దాన్ని. ఎన్ని చెట్లు ఎక్కలేదు. ఇది ఎక్కలేనా? ఎందుకో అలా అడగడం నాకు నచ్చలేదు. కానీ తప్పలేదు.

పడుకునే టైం అయిన తర్వాత, వెనక్కి జార పడిన సీటుని పైకి లేపి బెర్తు గా రెడీ చేశారు. ఆశ్చర్యంగా చూస్తూ ఉన్నాను. ఒక బ్యాగ్ లోంచి ఒక కవర్ తీసి నోటితో ఊదుతూ తలగడ లా చేసి నాకు ఒకటి ఇచ్చి, ఆయన ఒకటి తీసుకున్నారు. ఆయన చేసే పనులన్నీ నాకు చాలా వింతగా ఉన్నాయి. ఎందుకంటే ఎప్పుడూ ఇలాంటివి తెలియదు నాకు.

ఒక దుప్పటి దానిమీద వేసి, అది తలకింద పెట్టుకుని ఒక బెడ్ షీట్ కప్పుకుని పడుకున్నాను.

నిద్ర పట్టడం లేదు .ట్రైను అలా కదులుతూనే వెళుతోంది. అందరూ పడుకున్నారు అన్నాక లేచి కూర్చున్నాను. కూర్చోవడానికి పైన తల తగులుతుంటే తలవంచుకుని కూర్చున్నాను.

ఈయనకి ఎదురుగా పైన సీటు. "బాత్రూమ్ కి వెళ్ళాలా?" అన్నారు.

అవును అన్నట్టు తలాడించాను. కూడా వచ్చి బయట నిలబడి లోపల గడి వేసుకుంటే సరిపోదు. అడ్డ గెడ ఉంటుంది, అది కూడా వేసుకోవాలి. లేదంటే ఎవరో ఒకరు తోసేసి లోపలికి వచ్చేయొచ్చు.భయమేసింది. లోపలికి వెళ్తుంటేనే కడుపులో తిప్పింది. వెళ్ళి వచ్చాక ఇంక చెప్పక్కర్లేదు. అక్కడే ఉన్న వాష్ బేసిన్దగ్గర చేతులు కడుక్కుని నోట్లో నీళ్ళు పోసి పుక్కిలించి ఊసి వచ్చి పడుకున్నాను.

ఎప్పుడు నిద్ర పట్టిందో తెలియదు. మెలుకువ వచ్చేసరికి ఈయన బ్యాగులు బయటకు తీస్తున్నారు. "వచ్చేసామా!" అన్నాను.

"ఆ వచ్చేసాం, ట్రైన్ ఆగే లోపు బ్యాగ్ లు అక్కడ పెడతాను. నువ్వు నాతో రా అన్నారు. నా తలగడ తీసి గాలి బయటకు వదిలి దుప్పట్లు అన్నీ బ్యాగ్ లో పెడుతూ ఈయన వెళ్తుంటే కూడా రెండు బ్యాగ్

లు పట్టుకువెళ్లి అక్కడ నిలబడ్డాను.

లగేజీ అంతా తెచ్చి అక్కడ పెట్టారు. మాకంటే తెలీదు, ఈయన ప్రయాణాలు చేస్తారు. తెలుసు కదా! ట్రైన్ ఎక్కువ సేపు ఆగదని, అయినా ఇంత లగేజి తెస్తుంటే వద్దని ఎందుకనలేదో నాకు అర్థం కాలేదు.

మా అదృష్టం కొద్దీ స్టేషన్ కి ఈయన స్నేహితులు వచ్చారు. భోగి ముందే చెప్పారనుకుంటా. సరిగ్గా దగ్గర నిలబడ్డరు. ఈయన అందిస్తుంటే, వాళ్ళు అందుకుని కింద పెట్టేశారు. మేమిద్దరం దిగాం. అంతే కదులుతోంది. భయమేసి ముందుకు వెళ్ళి నిలబడ్డాను.

అక్కడ నుండీబస్ స్టాండ్ కివచ్చాం. అక్కడే ముఖాలు కడుగుకుని అక్కడే టిఫిన్ తిన్నాం. మళ్ళీ అక్కడ నుండి బస్సు. లగేజి అంతా బస్సులో సర్ది, ఐదుగురు మనుషులం. ఆరు గంటలు ప్రయాణించిఊరొచ్చాం.

మొట్ట మొదటిసారి ఊరు దాటి రావడమే కాదు. రాష్ట్రం దాటి ఇంకో రాష్ట్రానికి వచ్చాను. కానీ అక్కడ నుండీ మొదలైంది నా జీవనయాత్ర. అమ్మ నేను బయలు దేరుతుంటే ఈ ఇంటి ఆడపడుచుగా గొప్ప పేరు తేకపోయినా పర్వాలేదు. చెడ్డ పేరు మాత్రం తేకు. వాళ్ళు ఏదైనా చెప్పినా నీ మంచికే చెప్పారని అదే పాటించు అంది.

అమ్మ చెప్పిన మాట కోసం. వాళ్ళు ఏం చెప్పినా నవ్వుతూ చూడడం, అదే చేసుకు పోవడం, నాకు ఇష్టమైనా, కాకపోయినా వాళ్లకు ఇష్టమైనది నేను చేయడం అలవాటుగా మారిపోయింది. కానీ దాని కోసం నేనేం కోల్పోయానో నాకే తెలుసు.

తర్వాతపిల్లలు చదువులు కోసం మళ్ళీ రాష్ట్రం మారాల్సి వచ్చింది. అమ్మాయికి చెన్నయ్ లో సీటు రావడంతోచెన్నయ్ లో మకాం పెట్టించారు. నా డ్యూటీ అక్కడకి మారింది. పిల్లలు చదువులు అవుతుండగానే, పెద్దవాళ్ళు కాలం చేసారు. పిల్లల పెళ్ళిళ్ళు అయ్యాక ఇక బాధ్యతలు తీరిపోయాయి అనుకున్నారేమో, ఆయన నన్ను వదిలి ఎవరికీ అందనంతదూరం వెళ్ళిపోయారు.

ఇక పూర్తిగా కొడుకు, కూతురు మీద ఆధారపడాల్సి వచ్చింది. అబ్బాయి ఢిల్లీలో, అమ్మాయి హైదరాబాదులో ఆరు నెలలు ఒకరి దగ్గర. ఆరు నెలలు ఇంకొకరి దగ్గర.ఇప్పుడు కూతురు కూతురికి డెలివరీ అయింది. అప్పుడు వాళ్ళు అత్తగారు వాళ్ళు ఉన్నారు. ఆరు నెలల కంటే ఎక్కువ ఉండడానికి లేదట. వీళ్ళు రావడానికి చిన్నదాని కేదో సంబంధం వచ్చింది. అది కుదిరేలా ఉంది, మాటలు అవుతున్నాయి. అందుకని నేను వెళ్ళాల్సి వచ్చింది.

చిన్న పల్లెటూర్లో పుట్టిన నాకు పెళ్ళితో రాష్ట్రం మారి పిల్లలతో రకరకాల ఊర్లు మారి ఇప్పుడు మనవరాలు కోసం దేశం దాటుతున్నాను. ఈ వయసులో ఆ దేశం నుండి ప్రాణాలతో వస్తానో లేదో తెలియదు. నా అదృష్టం ఎంతంటే ఆరు నెలల కంటే ఎక్కువ ఉండటానికి లేదట. లేదంటే నన్ను ఆ

పిల్లని చూస్తూ ఉండమని అక్కడే వదిలేసేవారు.

"బామ్మగారు ఏంటి ఆలోచిస్తున్నారు? భోజనం తీసుకువచ్చింది." అంది.

ఉలిక్కి పడి చూసాను. నా పక్కన కూర్చున్న వ్యక్తిని రిక్వెస్ట్ చేసి నా పక్క సీట్లో కూర్చుంది.

"ఏమైంది బామ్మగారు? ఏదైనా ఇబ్బందిగా ఉందా? ఏదైనా ఉంటే నాతో చెప్పండి. ఎవరికైనా చెప్తే కొంచెం మనశ్శాంతిగా ఉంటుంది. మీకు ఇప్పుడు అక్కడికి వెళ్ళడం ఇష్టం లేదా?"

మొట్టమొదటిసారి నన్ను ఈ అమ్మాయి అడుగుతోంది ఈ మాట. నేను పుట్టి పెరిగిన దగ్గర్నుంచి ఎవరూ కూడా నన్ను అడగలేదు. నీకు అక్కడకు వెళ్ళడం ఇష్టం లేదా అని.

"ఏమీ లేదురా ఫస్ట్ టైం వెళ్తున్నాను కదా. కొంచెం ఏదోగా ఉంది అంతే!" అన్నాను. లోపలి నుండీ తన్నుకు వస్తున్న బాధని దిగమింగుతూ.

"మీరు ఫస్ట్ టైం వెళ్తున్నారు కదా. ఎలా ఫీల్ అవుతున్నారు? చెప్పండి? నేను వీడియో రికార్డ్ చేసుకుంటాను. అది ఇన్స్టాలో పెడదాం." అంది హుషారుగా.

నా మనవడు పుణ్యమా అని ఈ రీల్స్ ఇవన్నీ కొంచెం పరిచయం ఉంది కనుక తల అడ్డం గా ఊపుతూ "వద్దులేమ్మా! అలాంటివన్నీ" అన్నాను.

"కాదు బామ్మగారు రెండు ముక్కలు చెప్పండి. చిన్న వీడియో చేద్దాం." అంది.

నవ్వతూ చూశాను.

"మీ నవ్వని నేను అంగీకారంగా తీసుకుంటున్నాను లెండి." అంటూ వీడియో ఆన్ చేసింది.

"ఆంధ్రప్రదేశ్ లోని చిన్న పల్లెటూర్లో పుట్టి పెరిగిన నేను, పెళ్ళయి కర్ణాటకలో ఉన్న అత్తవారింటికి అడుగు పెట్టాను. అత్తగారు వాళ్ళింట్లో వాళ్ళు అవసరాలు తీరుస్తూ వాళ్ళందరి తలలో నాలికలా మెలిగాను. పిల్లల పెరిగి పెద్ద అవుతుంటే వాళ్ళు చదువుల కోసం ఇంకో రాష్ట్రం వెళ్ళాను. నా భర్త వ్యవసాయం అవ్వడంతో నేనే నా కూతురికి తోడుగా ఉండి చదివించేను. తాతగారు వస్తూ వెళ్తూ ఉండేవారు. ఆయన కాలం చేయడంతో నా పరిస్థితికొడుకు దగ్గర ఆరు నెలలు, కూతురు ఇంట్లో ఆరు నెలలుగా స్థిరపడింది. ఇప్పుడు నా జీవన యాత్ర మనవరాలు ఇంటికి సాగుతోంది. ఇప్పుడు దానికి నా అవసరం ఉంది అందుకే. పుట్టి పెరిగిన దగ్గర నుంచి ఎవరో ఒకరు అవసరాలకి నేను ఉపయోగపడుతూనే ఉన్నాను. నా అవసరమేంటి నా మనసులో ఏముంది తెలుసుకోవాలని ఇప్పటివరకు ప్రయత్నించిన వాళ్ళు ఎవరూ లేరు. మొట్టమొదటిగా నువ్వే.." ఒక్క నిముషం ఆగి

"మనసులో మాటలను బయటికి చెప్పడం మానేసి నాలుగు పుష్కరాలు అయింది. పెళ్ళయిన తర్వాత నా మనసులో మాటలను ఎందుకో ఎవరి తోటి పంచుకోలేదు. ఎప్పుడూ మనసులోనే ఉండిపోయాయి. నాలో నేనే మాట్లాడుకుంటూ ఉంటాను.ఆంధ్రాలో పుట్టి పెరిగిన అచ్చ తెలుగు

ఆడపిల్ల. రాష్ట్రాలు మారుతూ ఇప్పుడు దేశం కానీ దేశానికి జీవన యాత్రను కొనసాగిస్తోంది. అది అక్కడే ముగుస్తుందో మళ్ళీ ఇండియాకీ వస్తుందో తెలియదు" అన్నాను.

"చూడండి బామ్మగారూ!" అంటూ తన ఫోన్ లో చూపిస్తూ.

"మీరు చాలా బాగా మాట్లాడారు. ఈ రీలు చాలా వైరల్ అయిపోతుంది. థాంక్యూ బామ్మగారు." అంది. ఇప్పుడు ఈ వీడియో ద్వారా ఈ అమ్మాయికి ఉపయోగపడ్డానా? అనుకుంటే వెంటనే నవ్వొచ్చింది. ఆ అమ్మాయి హుషారుగా ఆ రీల్ పోస్ట్ చేసే పనిలో పడింది. ఆ అమ్మాయిని చూస్తూ ఉండిపోయాను.

మీ

సత్య ఎం

★★★

నేను కాశీ వెళ్తున్న

– కే.కనకదుర్గ

కొన్నాళ్ళుగా ఎందుకో మనసు అస్సలు స్థిమితంగా ఉండటంలేదు. కలలో తరుచూ ఆ పరమేశ్వరుడే దర్శనమిస్తూ రమ్మని పిలుస్తున్నాడు. అందుకే ఈ మధ్య ఆ దేవదేవుని దర్శించుకోవాలని మనసంతా తపించి పోతున్నది.

ఎప్పటినుంచో కాశీకి వెళ్ళాలనే నా కోరిక తీరని కోరికలానే మిగిలిపోయింది.

అప్పుడే ఆఫీస్ కి బయలుదేరుతున్న నా కొడుకు దగ్గరకెళ్ళి..

"అందరం కాశీకి వెళ్లి ఆ విశ్వనాధుని దర్శించుకొని వద్దామరా కన్నా." అని అనునయంగా అడిగాను.

"ఇప్పట్లో కుదరదులే అమ్మా. మరెప్పుడైనా చూద్దాం. ఇప్పుడు అన్ని డబ్బులు కూడా లేవు, పైగా నీ ఆరోగ్యం కూడా చూసుకోవాలి కదా." అని వాడికున్న బాధలను తలుచుకుని అన్నాడు.

"ఇలా అంటే ఎలా రా! చాన్నాళ్ళ నుంచి అడుగుతున్న. ఎప్పుడడిగినా ఏదో సాకు చెప్తున్నావ్."

అరవై యేళ్లు నిండుతున్న నాకు అక్కడికి వెళ్ళాలనే ఆత్రం మనసు నిండా ఉండి, కాశీయాత్ర తీరని కోరికలానే మిగిలి పోతుందేమో అనే ఆరాటంలో అన్నాను.

"అమ్మా.. నువ్వేం దిగులు పడకు. నేనే ఏదో ఒకటి ఏర్పాటు చేస్తానులే..సరేనా! ఇంతకీ నువ్వు టిఫిన్ చేశావా?" అని నాకు సర్ది చెబుతూనే కోడల్ని రమ్మని సైగతో పిలిచాడు.

"అమ్మకి టిఫిన్ పెట్టావా? నేను ఆఫీస్ కి వెళుతున్నాను జాగ్రత్త" అని చెప్పి వెళ్ళిపోయాడు.

కోడలు నన్ను కన్న తల్లి లాగా చూసుకుంటుంది.

"అత్తయ్య టిఫిన్, కాఫీ తీసుకు రమ్మంటారా. ఇప్పటికే చాలా ఆలస్యం అయింది." అని అడిగింది.

"ఇప్పుడే వద్దులేమ్మా. ఒక గంటాగి తింటాను. నువ్వు తినేసేయ్." అన్నాను. ఎందుకో ఏమి తోచక అలా చిక్కుడుకాయలు కోద్దామని పెరటిలోకి వెళ్ళాను. మొక్కలు పెంచడం నాకు చాలా

ఇష్టమైన పని.

చిక్కుడుకాయలు, ఆనపకాయలు, కాకరకాయలు, పందిరి వేసి పాకించాను.

మనం పెట్టిన మొక్క పెరిగి,పువ్వు పూసి, పిందె వేసి, కాయ కాసి ఎదుగుతున్నప్పుడు చూస్తుంటే మనసుకు ఏదో తెలియని ఆనందాన్ని కలిగిస్తుంది. పెరటిలోకి వెళ్లి అక్కడ కనిపిస్తున్న.. వంకాయలు, బెండకాయలు, ఆకుకూరల మొక్కలుకూడా ఒక పక్కన వంటకి వచ్చేలా కాశాయి.

ఆ పక్కనే మందారం,చామంతి, బొండు మల్లి మొక్కలు కూడా విరగబూసి వింత పరిమళాలను వెదజల్లుతుంటే, అప్రయత్నంగానే మనసారా ఆస్వాదించసాగాను.

అంతటి సువాసనలు గుప్పుమనిపించే ఆ పువ్వులతో దేవుడి మందిరాన్ని అందంగా అలంకరించడమే కాదు, ఆ భగవంతుడి పాదాల చెంత పెట్టడం నా రోజువారీ కార్యక్రమంగా గడుస్తోంది.

ఇంటికి పెరడు, అందులో రకరకాల మొక్కలతో కూడిన తోట.. ఆ తోటను కాపాడుకునేందుకు రోజువారీగా వాటికి చేసే సేవ.. పచ్చదనాన్ని రక్షించడమే కాదు, మనం ఆరోగ్యం కోసం, ఒంటికి వ్యాయామంగా అవసరానికి ఉంటుందనే, నాకు ఏ మాత్రం సమయం దొరికినా అక్కడే ఉంటాను. అందుకేనేమో ఇప్పటివరకు ఎలాంటి రోగాలు రాకుండా హుషారుగా ఉంటున్నానేమో.

రోజూ చుట్టు పక్కల వారొచ్చి.. "రాధమ్మ ఈ రోజు ఏమైనా కూరగాయలు కోశావా. ఉంటే ఇస్తావా." అని అడుగుతుంటారు.

ఏదో మందలింపు కోసం వచ్చి, హుషారుగా కబుర్లు చెబుతూ.. కూరగాయలు తీసుకెళ్లేందుకు వచ్చేవారికి, అభిమానంతో కోసివ్వడం నాక్కూడా.. అదొక అందమైన అనుభూతిగానే అనిపిస్తుంది.

వారికి కూరగాయలు కోసి ఇచ్చినప్పుడు వాళ్ళ కళ్ళల్లో ఆత్మీయ ఆనందం చూసి మురిసిపోతాను...

ఒక ఆదివారం "అమ్మ నీ కోరిక తీరే సమయం వచ్చింది కాశీ యాత్ర కోసం మా స్నేహితుడు బస్సు పెట్టాడు నీ కోసం ఒక టికెట్ బుక్ చేశాను" అన్నాడు..

అదేంట్రా నేను ఒక్క దాన్నే ఎలా వెళ్ళగలను? అయినా ఇప్పుడు నీకు అంత డబ్బులు ఎక్కడివి? అంత ఖర్చు ఎందుకు? అన్నాను ..

"డబ్బు గురించి ఆలోచించక. సమయం కలిసొచ్చింది నీ కోరిక తీర్చే అదృష్టం నాకు కలిగింది". "అందరం వెళ్ళాలంటే కుదరదు కదా అమ్మ నాకు ఆఫీసులో సెలవు ఉండదు. పద్మకి ఇప్పుడు ఎగ్జామ్స్ జరుగుతున్నాయి"..

నువ్వు చక్కగా వెళ్లి దేవుని దర్శించుకొని రా అమ్మ" అన్నాడు నా చేతిని తన చేతులలోకి తీసుకొని..

ఒక పక్కన సంతోషంగా ఉన్నా ఒంటరిగా వెళ్ళాలి అంటే ఏదో తెలియని భయం ఆవహించింది ..

ఈ వయసులో ఒంటరిగా వెళ్లడం అంటే ఇబ్బంది కదా అనే ఆలోచన పట్టుకుంది..

అందరికీ ఫోన్ చేసి "నేను కాశీ వెళుతున్న" అని చెప్పాను. చెప్పానే కానీ మనసంతా దిగులుగా ఉంది. కనీసం పద్మ అయినా నాకు తోడుగా వస్తే బాగుండు అనిపించింది...

"ఒకరోజు పద్మతో నువ్వు నాకు తోడుగా రావచ్చు కదా బంగారి" అని అడిగాను.

నానమ్మ నీ పెళ్ళయిన దగ్గర నుండి నువ్వు అడుగు బయట పెట్టలేదని నాన్న చెప్పాడు. ఈ నాలుగు గోడలు మధ్య స్వేచ్ఛ లేకుండా బ్రతికావు ...

ఇప్పుడు హాయిగా స్వేచ్ఛగా నీకు నచ్చినట్లు ఉండు. అన్ని సంతోషంగా చూడు...

నీకో విషయం చెప్పనా? ఒకరోజు ఒకడు నన్ను ఏడిపించాడని నాన్నకు ఏడుస్తూ చెబితే,నాన్న నీ గురించి చెప్పాడు.

"నువ్వు చాలా ధైర్యవంతురాలివని ,చిన్నప్పుడు నువ్వు చేసిన పని నాన్న నాకు చెప్పాడు. నీలో ఇంత ధైర్యం ఉందా అనిపించింది. నువ్వు నా రోల్ మోడల్" "సంతోషంగా వెళ్లి రా నాయనమ్మ".. అని చెప్పింది..

బంగారి చిన్నదే అయినా నాకు ధైర్యం చెప్పిన తీరు నచ్చింది.. పెళ్ళికి ముందు నేను NCC లో చేరడం, చాలా ధైర్యంగా ఉండడం నా కళ్ళ ముందు మెదిలింది...

అప్పటికి స్వాతంత్రం వచ్చి కొన్ని సంవత్సరాలే గడిచాయి. అప్పుడప్పుడే అమ్మాయిలు చదువు కోసం బయటకు వస్తున్నారు...

మా నాన్న కూడా నన్ను చదివించాలని నిర్ణయానికి వచ్చి పాఠశాలలో చేర్పించారు. ఒకరోజు నేను నా స్నేహితురాలు నడుముకుంటూ వస్తున్నాము. ఓ పోకిరి వాడు నా స్నేహితురాలి భుజం, ఛాతీ మీద నొక్కి వెళ్ళిపోయాడు ...

ఆడపిల్ల మీద అలా చేయి వెయ్యటం చూసి నా రక్తం మరిగిపోయింది..

ఆ సంఘటనకి చాలా కోపం వచ్చింది. నేను వాడి వెనకాలే పరుగు పెట్టి వాడిని పట్టుకొని కొట్టి, అటుగా వెళుతున్న సిపాయికి అప్పగించాను. నా ధైర్యానికి మెచ్చి అప్పటి కలెక్టర్ బహుమతి కూడా ఇచ్చారు..

చిన్న వయసులో పెళ్లి, పిల్లలు బాధ్యతల నడుమ నా ఉనికి నేను కోల్పోయాను ..

"భర్త చాటు భార్యగా, కొడుకు చాటు తల్లిగా ఉండిపోయాను"..

ఇప్పుడు ఒంటరిగా అడుగు బయటకు పెట్టి "నేను కాశీ వెళ్తున్నా" ...

ఏదో తెలియని భయం. ఏదో తెలియని సంతోషం. ఇప్పుడు 10 ఏళ్ల వయసు తగ్గినట్లు అనిపిస్తుంది మనసుకు ...

"సంతోషం మనసుకు, వయసుకు కాదు కదా!" అని అర్థమైంది....

నా ప్రయాణం రోజు రానే వచ్చింది కోడలు అన్ని సర్ది "అత్తయ్య అన్ని సర్ది పెట్టాను. క్షేమంగా వెళ్లి రండి. మీకోసం ఎదురు చూస్తూ ఉంటాము "అన్నది... 20 రోజులు అందరికీ దూరంగా ఉండాలి.

బస్సులో అందరూ పరిచయమయ్యారు.

కొత్త స్నేహం, సరికొత్త అనురాగం తెలియని వారే అయినా ఒక్క రోజులో ఆత్మీయులు అయిపోయారు..

రెండు రోజుల ప్రయాణం తర్వాత కాశీ విశ్వనాథుడి సన్నిధానంలో అడుగుపెట్టగానే ఏదో ఆధ్యాత్మిక మైకం కమ్మేసింది.

అందరికంటే హుషారుగా అన్ని దర్శించుకున్నాను ...

గంగా హారతి చూసి మనసంతా నూతన ఉత్సాహంతో నిండిపోయింది...

రోజు గంగా హారతికి వెళ్లి కూర్చోవడం చాలా నచ్చింది ...

బస్ లోప్రక్క సీటులో ఉన్న కాత్యాయిని పరిచయం అయింది. ఇద్దరికి మంచి స్నేహం ఏర్పడింది...

గంగ హారతి సమయంలో ఇద్దరం పక్కనే కూర్చుని తన్మయత్వంతో హారతి చూస్తున్నాము...

ఒక పోకిరి వెధవ కాత్యాయిని మెడలో ఉన్న బంగారు మంగళసూత్రం గొలుసుగట్టిగా లాగి తెంపుకు పోయాడు....

ఆమె గట్టిగా అరిచింది. ఆ హఠాత్పరిణామానికి కింద పడిపోయింది.. మెడ అంతా కోసుకు పోయింది, ...

ఏమి చెయ్యాలో అర్థం కాలేదు. వెంటనే మెరుపు లాంటి ఆలోచన వచ్చింది ..నా చేతిలో ఉన్న మంచినీళ్ళ సీసా వాడి తల మీదకి విసిరాను. అది కరెక్ట్ గా వాడి తల మీద తగిలి వాడు బోర్లా పడిపోయాడు ...

నేను పరుగులాంటి నడకతో వెళ్లి వాడి చొక్క పట్టుకు లేపాను. వాడి చేతిలో ఉన్న గొలుసు తీసుకొని, వాడ్ని కొట్టాను. ... అప్పటికే అందరూ చేరిపోయారు. ఏం జరిగిందో అర్థం చేసుకొని

వాడ్ని కొట్టడంలో తలో చెయ్యి వేశారు. అక్కడే ఉన్న పోలీసు వచ్చి వాడిని స్టేషన్ కి పట్టుకుపోయాడు...

కాత్యాయినీ ఏడుస్తూ నడుచుకుంటూ వచ్చింది.

రాధమ్మ "ఈ రోజు నువ్వు నా పక్కన లేకపోతే ఊహించడానికే భయంగా ఉంది. తీర్థ యాత్రకు వచ్చి మంగళసూత్రాలు పోయినాయి అంటే, ఇంట్లో నానా రకాలుగా తిట్టేవారు" అని ప్రేమ పూర్వకంగా నన్ను కౌగిలించుకొని ... "నా మాంగల్యాన్నికాపాడావు" అంటూ నా బుగ్గ మీద ముద్దు పెట్టుకుంది..

ఆ క్షణం చాలా సంతోషం అనిపించింది. ఏం పోయినా బాధపడి ఉండేది కాదేమో కానీ మాంగల్యాన్ని తెంపే సరికి పుణ్యక్షేత్రంలో అలా జరిగింది అని ఒక డిప్రెషన్ కి గురయ్యేది..

"తాళి కట్టిన భర్త దైవమని మనసులో నాటుకుపోయిన భారతీయ మహిళ కదా!

ప్రతి స్త్రీ మాంగల్యాన్ని అంత అపురూపంగా చూసుకుంటుంది"...

అక్కడ పక్కనే ఉన్న అంగడిలోకాశీ అన్న పూర్ణేశ్వరి చిన్న విగ్రహం కాని నాకు బహుమతిగా ఇచ్చింది ..

"కాశీ అన్నపూర్ణేశ్వరి ఆ తల్లికి అన్నానికి లోటు లేకుండా అందరికీ కడుపునిండా భోజనం వడ్డించు అని మొక్కుకున్నా".

తోటి ప్రయాణికులు అందరూ నా దగ్గరి కి వచ్చి,రాధమ్మ! మీకు చాలా ధైర్యం అండి అంటూ పొగుడుతుంటే అంబరాన్ని ఎక్కిన సంతోషంగా ఉంది..

ఇలాంటి దొంగ వెధవలు యాత్ర ప్రదేశాల్లో కాపు కాసి ఉంటారు ఏమరుపాటుగా ఉండకూడదు..

యాత్రకు వచ్చిన వాళ్ళందరిలో నేనొక సెలబ్రిటీ అయిపోయాను.. జీవితం అంటే కృంగుబాటు కాదు నిరంతర నది ప్రవాహం" అని ఆ గంగమ్మ ఒడిలో అర్థమైంది..

అక్కడ కాలుతున్న శవాల్ని చూస్తుంటే" రెప్ప తెరిస్తే జననం, రెప్ప మూస్తే మరణం ఇదే కదా జీవిత సత్యం" అని ఏదో స్మశాన వైరాగ్యం కమ్మేసింది "..

కాశీ విశ్వేశ్వరుని పూజ శవభస్మ లేపనంతో ప్రారంభిస్తారు అని తెలిసి ఆశ్చర్యం అనిపించింది..

ప్రపంచంలో అన్ని భాషలకు తల్ల అయినా అతి ప్రాచీన సంస్కృతి పీఠం కాశీలోనే ఉంది. అక్కడ పుస్తకాలు చూస్తే చిన్నప్పుడు చదువుకున్న సంస్కృతం గుర్తొచ్చింది.

"చదువు ఎప్పటికీ మర్చిపోలేనిది, దాచుకున్న ధనం లాంటిది "....

9 నెలలు తల్లి గర్భంలో ఉన్న శిశువు లాగా తొమ్మిది రోజులు ఆ అన్నపూర్ణాదేవి కాశీ విశ్వనాథుడు ఒడిలో జీవితం గడిపాను...

తిరిగి ఇంటికి వచ్చిన తర్వాత నా యాత్ర విశేషాలన్నీ అందరికీ చెప్పి వారిలో కూడా ధైర్యం నింపాను. మనం చేయాలనుకున్న పనికి వయసు అడ్డం కాదు. మనసు మాత్రమే ముఖ్యం అనిపించింది ...

యాత్ర" ఒక్కోసారి చాలా నేర్పిస్తుంది .. "యాత్ర, ఒక మంచి మాత్ర "లాంటిది.

ఈ కాశీ యాత్ర నాకు చాలా నేర్పించింది. నా ఉనికి నాకు గుర్తు చేసింది. మనిషి చచ్చే వరకు ధైర్యంగా, ఒంటరిగా నిరంతరం నేర్చుకుంటూ పోరాడాలని తెలియచేసింది.

మీ

కే.కనకదుర్గ

★★★★

అరుదైన వరం వైష్ణోదేవి దర్శనం

– సౌజన్య TVS

శ్రీ మహావిష్ణువు ఖండించగా పరమ శివుని యొక్క అర్ధాంగి సతీదేవి శరీర భాగాలు పడిన 101 ప్రదేశాలలో 51 క్షేత్రాలు ముఖ్యమైనవి. వాటిలోనూ అతి ముఖ్యమైన శరీర భాగాలు పడినవి 18 ప్రదేశాలు. వాటినే అష్టాదశ శక్తి పీఠాలుగా గుర్తించి మనం పూజిస్తున్నాం. అప్పుడు కూడా ప్రతి శక్తిపీఠంలోనూ సతీదేవికి తోడుగా భైరవుడు(శివుడు)దర్శనమిస్తాడు.

ఒక శక్తి పీఠం పాక్ ఆక్రమిత కాశ్మీర్లో (గుడి ధ్వంసం అయ్యింది). మరొకటి శ్రీలంకలో ఉంది. మిగతా 16 "శక్తి పీఠాలు" మన దేశంలోనే ఉన్నాయి. అందులో ముఖ్యమైన భాగం సతీదేవి యొక్క 'పుర్రె' పడిన ప్రదేశం ఒక శక్తి పీఠం. అదే వైష్ణో దేవి ఆలయం. ఇది జమ్మూ–కాశ్మీర్ రాష్ట్రంలో జమ్మూకు 90 కి.మీ దూరంలో కత్రా అనే ప్రదేశంలో జ్ఞాన క్షేత్రంగా ఉన్నది. ఈ ఆలయాన్ని దర్శించుకోవాలని ఎప్పటినుంచో మా కల. ఆఖరికి మొన్న మేలో మా కల నెరవేరింది.

ప్రతి సంవత్సరం వేసవికాలంలో ఏదో ఒక ట్రిప్పుకు వెళ్లే మేము, ఈ సంవత్సరం వేసవికాలంకి ఎక్కడికి వెళ్దామా అని ఆలోచిస్తున్న సమయంలో సడన్ గా గుర్తుకొచ్చింది వైష్ణో దేవి ఆలయం. ఇప్పుడు పిల్లలు కూడా పెద్దవాళ్ళు అయ్యారుకాబట్టి వెళ్దామని అనుకున్నాం. అనుకున్నదే తడువుగా మా అదృష్టవశాత్తు రిజర్వేషన్స్ కూడా దొరికేసాయి..

అలాగే కొండమీద నుంచి కిందకి రావడం కోసం హెలికాప్టర్ బుక్ చేసుకున్నాం. బుక్ చేసేటప్పుడు ఆన్లైన్ లో టైమింగ్ సరిగా చూపించలేదు. దానివలన ముందు టికెట్స్ బుక్ చేసి డబ్బులు నష్టపోయాము. నెక్స్ట్ టైం జాగ్రత్తగా షెడ్యూల్ సెట్ చేసుకొని మధ్యాహ్నం ఒంటిగంటన్నరకి పెట్టుకుని రెండు టికెట్స్ మాత్రమే అందుబాటులో ఉండటం వలన మా అమ్మాయికి మా అక్కకి బుక్ చేసాం. మిగిలిన ముగ్గురం మెల్లిగా నడుచుకుని కిందకి దిగాలి అని డిసైడ్ అయ్యాం.

ఇక ట్రస్ట్ మెయింటైన్ చేసే రూమ్స్ కావాలి అనుకుంటే వాటిని భవన్ అంటారు. అవి కూడా ఆన్లైన్ లోనే బుక్ చేసుకున్నాం. కత్రాలో రూమ్స్ రేట్లు చాలా తక్కువ. ఒక రూమ్ కాస్ట్ 700/–. ఒక

ఫ్యామిలీకి సరిపోతుంది. రూమ్ బుకింగ్, రిజర్వేషన్స్ అన్ని అయిపోయాయి, వైష్ణో దేవి ఆలయానికి వెళ్లిపోవచ్చు అని చాలా ఆనందంగా అనిపించింది. అది మొదలు ఆ రోజు నుండి మా పిల్లలు క్యాలెండర్లో రోజు లెక్కపెట్టడం ప్రారంభించారు.

రానే వచ్చింది మే 14,2023. ఎంతో ఉత్సాహంతో ట్రైన్ ఎక్కి మరుసటిరోజుకి ఢిల్లీకి చేరుకున్నాం. అక్కడ నుంచి వందే భారత్ ఎలా ఉంటుందో ఏంటో అని యాంగ్జెటీ మొదలైంది.. ట్రైన్ అయితే చాలా బాగుంది, ఫ్లైట్ ని తలపించినట్లుగా ఉంది. ట్రైన్ మొత్తం చైర్ కార్. ట్రైన్ క్లీన్ గాఉంది. ఫుల్ ఏసీ, ఫుడ్డు, టైం టు టైం సర్వ్ చేసే విధానం అన్నీ కూడా చాలా బాగున్నాయి. కత్ర దాకా హాపీగా వెళ్లిపోయాం. అక్కడ నుంచి అమ్మవారి దర్శనానికి ఎలా వెళ్లాలి? ఏం చేయాలి అన్న దానికోసం ఎంక్వయిరీ చేసాము.

దర్శనంకి అనుమతించడం కోసం ఆధార్ సబ్మిట్ చేసి వాళ్ళు ఇచ్చిన id కార్డుని తీసుకుని దర్శనానికి వెళ్లాలంట.సో ఈ రాత్రికి నడవటం ప్రారంభిద్దాము అని డిసైడ్ అయ్యాం.రేపు మధ్యాహ్నం ఒంటి గంటన్నరకి హెలికాప్టర్ టికెట్స్ బుక్ అయి ఉండటం వలన ఎంత కాదు అనుకున్నా పిల్లలతో నడిచి కొండ ఎక్కటానికి కొంత సమయం పడుతుంది కదా సో ఫాస్ట్ గా స్టార్ట్ అవుదాం అనిరూమ్ కి వెళ్లి ఫ్రెష్ అప్ అయ్యి కాస్త తినేసి మనిషికి ఒక్క డ్రెస్ మాత్రమే పెట్టుకుని ఈజిగా క్యారీ చేసే బ్యాక్ ప్యాక్ ని మాత్రమే లగేజ్ గా తయారు చేసుకున్నాం.తిరుపతి లాగా మనం నడిచి ఎక్కినప్పుడు కింద లగేజ్ సబ్మిట్ చేస్తే కొండమీద అందుకునేటట్లుగా అక్కడేమీ సదుపాయాలు లేవు. మనం మన లగేజ్ ని మనతో పాటు మోసుకాని 21 కిలోమీటర్లు నడవాల్సిందే.

ముందుగా ఆధార్ కార్డు సబ్మిట్ చేసి ఐడి కోసం లైన్ లోకి వెలితే 11 అయింది బయటకు వచ్చేసరికి. ఆలస్యం చేయకుండాకొండమీదకి నడవడం ప్రారంభించడానికి రెండు కిలోమీటర్ల దూరం ఉంటుంది. అది ఆటో మాట్లాడుకుని చేరుకున్నాం. అక్కడ కట్టుకోవడం కోసం జై మాతాదీ అని రాసి ఉన్న రిబ్బన్స్ అమ్ముతుంటే సరదాగా తలకికట్టుకున్నాం. మాలో ఉత్సాహం రెట్టింపు అయ్యింది.ఇంత రాత్రివేళ ఎవరైనా ఉంటారో ఉండరో అనుకుని భయంతో లోపలికి వెళ్లి చూస్తే మా కళ్ళని మేమే నమ్మలేకపోయాం. రాత్రి 12:00 సమయంలో ఇసుక వేస్తే రాలనంత మంది జనాలు నడవడం కోసం సిద్ధంగా ఉన్నారు. అక్కడ ఆధార్, ఐడి కార్డుల్ని చెక్ చేసి నడిచే దారిలోకి పంపడానికి చాలా పెద్ద క్యూలో నిలబడితే ఒక గంట సమయం పట్టింది.

అక్కడి నుండి గుర్రాల మీద లేదా హెలికాప్టర్లో, డోలిలో, లేదా ఒక 5 కిలోమీటర్ల వరకు ఎలక్టికల్ వెహికల్ లో వెళ్ళచ్చు. కత్రల సహాయంతో నడిచి కొండపైకి వెళ్ళి వైష్ణో దేవిని దర్శించుకోవచ్చు.

ఒక్కొక్కరు ఒక్కో పక్క లైన్లు కాచి గుర్రాలని, డోలీలను, చిన్నపిల్లల కోసం ట్రాలీలను మాట్లాడుకుంటున్నారు. అవన్నీ చాలా ఖరీదు ఇంచుమించు 7000 పైమాటే. వీటన్నిటికన్నా హెలికాప్టర్ తక్కువలో తక్కువ మనిషికి 1800 పడుతుంది. కానీ రాత్రి సమయంలో హెలికాప్టర్లు ఉండవు. మేము కూడా అంత దూరం ఈ రాత్రి వేళ నడవగలమో లేదో అని భయపడి డోలీ కానీ గుర్రం కానీ మాట్లాడుకుందాం అనుకున్నాం. కానీ పసిపిల్లల దగ్గర నుంచి 70, 80 ఏళ్ల ముసలివారు దాకా ప్రతి ఒక్కరు నడవడానికి ఇష్టపడుతున్నారు. అలా నడవలేకపోతే మధ్యలో గుర్రాలు, డోలీల సహాయం తీసుకుంటున్నారు.

నడిచేటప్పుడు వచ్చే ఎక్స్‌పీరియన్స్ వీటిలో రాదు కదా అని మేము నడవడానికి ఇష్టపడ్డాము అందరితో కలిసి. ఇక ఎక్కడైనా నడవలేక అలసిపోతే అక్కడ నుంచి కూడా ఇవన్నీ అందుబాటులోనే ఉంటాయి కాబట్టి ధైర్యంగా మనిషి ఒక కర్ర 20 రూపాయలు చొప్పున కొనుక్కుని నడవటం ప్రారంభించాము.

కర్ర ఎందుకు అంటే కొండ ఎత్తుగా ఉంటుంది కదా, మెట్లు అయితే మనకి సపోర్ట్ ఉంటుంది. కానీ దీనికి సపోర్ట్ ఏమీ ఉండదు ఆయాసం వస్తున్నప్పుడు కర్రనే ఒక మనిషిలాగా సపోర్ట్ చేసుకుని వెళ్తూ ఉంటే నడవటానికి సులువుగా ఉంటుంది. కొండమీదకి నడుస్తున్న ప్రతి ఒక్కరు, జై మాతాజీ జై మాతాజీ అంటూ అమ్మవారి నామాన్ని తలుచుకుంటూ ఉంటే ,అబ్బ ఇక మాటల్లో వర్ణించలేనంత ఉత్సాహం వస్తుంది.

దానికి తోడు ఆ రాత్రి సమయంలో మిలమిల మెరిసే లైట్ల వెలుగుల్లో లోయలు చాలా అందంగా కనిపించాయి. కానీ గుండెల్లో గుబులు మాత్రం విపరీతంగా ఉంటుంది. ఎందుకు అంటే చిన్న రహదారి అందులోనే పైకి వెళ్లేవాళ్లు, కిందకి వచ్చేవాళ్లు. పైకి కిందకి వచ్చే గుర్రాలు, డోలీలు, చిన్నపిల్లల ట్రాలీలు అన్నీ కూడా ఆ తోవలోనే ఉంటాయి. గుర్రం వేసే పేడ, మూత్రం అన్నీ బురదగా మారి అదే తోవలో దర్శనమిస్తాయి. పొరపాటున గుర్రం తోవతప్పి మన మీదకు వచ్చిందే అనుకోండి మన పని గోవిందా. ఆ గుబులుతోనే గుర్రం కనబడితే చాలు నడవటం ఆపేసి ఒక మూలగా వెళ్లిపోయేవాళ్ళం.

కొంత దూరం వరకు ఎక్కడికక్కడ మసాజ్ సెంటర్లు విపరీతంగా ఉన్నాయి. నడవలేక కాళ్లు నొప్పులు పుడితే ఆయిల్ మసాజ్ చేస్తారు, అలాగే రిలాక్సింగ్ చైర్స్ లో కూర్చుంటే మసాజ్ చేసే విధంగా ఎక్కడికక్కడ అందుబాటులో ఉన్నాయి. మాకు తెలియక మాతోపాటు కొన్ని ఆయిల్ ప్యాకెట్స్ తీసుకువెళ్ళాము. చిన్న పిల్లలు కదా కాళ్లు నొప్పి పుడితే మసాజ్ చేయడం కోసం. అలానే మాకు మేమే మసాజ్ చేసుకున్నాం కూడా.

ఇంకో విచిత్రం ఏంటంటే అక్కడ అక్రూట్ పంట విపరీతమంట. బస్తాలతో ప్రతి షాపు బయట

ఇవే ఉన్నాయి. చాలా ఆశ్చర్యంగా అనిపించింది అన్ని అక్రూట్స్ ని చూసి. కొండమీదికి ఎక్కుతున్న కొద్ది దాహం బాగా వేస్తుంది కదా, కానీ ఒక పది కిలోమీటర్లు దాటిన తర్వాత దగ్గర నుంచి నీటి సదుపాయం పెద్దగా లేదు. దాహానికి చాలా అలమటించిపోయారు పిల్లలు ఇద్దరు. పోనీ కొనుక్కుని తాగుదామన్నా షాపులు కూడా తగ్గిపోయాయి. చాలా కష్టంగా అనిపించింది. తినటానికి కొన్ని తినుబండారాలైతే తీసుకువెళ్లాము. కానీ తాగటానికి నీరు ఎన్ని మోయగలుగుతాము. తోవలో నీరు అందుబాటులో ఉంది అని కింద చెప్పటం వలన రెండు వాటర్ బాటిల్స్ మాత్రమే తీసుకాని బయలుదేరిపోయాం. ఎక్కడ చూసినా కొళాయి ఉంది కానీ అందులో నుంచి చుక్క నీరు కూడా రావటం లేదు. షాప్ కనిపించగానే వాటర్ బాటిల్స్ కానుక్కొని తల ఒకటి మోసుకుందామని డిసైడ్ అయ్యాం.

రెండు మూడు కిలోమీటర్లకి ఒక దగ్గర కాఫీ షాప్ మాత్రం ఉంది. అక్కడ నుంచి వచ్చే సువాసన ముక్కుపుటాలని అదరగొడుతుంది. అసలు అలవాటే లేని మా వారు, పిల్లలు, అక్క తెగ తాగేశారు కాఫీలు. ఆ టేస్ట్ తలుచుకుంటూ మరో నాలుగు కిలోమీటర్లు ఉత్సాహంగా నడవడం అక్కడ మళ్ళీబూస్ట్ లాగా కాఫీనే తాగేసి ఫీల్ అవ్వటం. భలే మజాగా అనిపించింది.

మా అమ్మాయి అయితే బయటికి చెప్పకుండా కంట్రోల్ చేసుకుని నడుస్తుంది కానీ మా అబ్బాయికి మాత్రం పాపం ఓపిక కాస్త తగ్గుతోంది. మరోపక్క నిద్ర ముంచుకొస్తోంది. పాపం వాడి బాధ చూడలేక గుర్రం ఎక్కిద్దాం అంటే అవి లేవు. పైకి వెళ్ళే కొద్ది నడిచే ఓపిక లేని వాళ్ళు అందరూ బుక్ చేసేసుకోవడం వలన గుర్రాలన్నీ బిజీగా ఉన్నాయి. ట్రాలీలో కూర్చో పెడదామంటే అది మా వాడికి చాలలేదు. సరే అని డోలి మాట్లాడాము, వాళ్ళు మాకన్నా చాలా ఫాస్ట్ గా పరుగులాంటి నడకతో వాడిని మోసుకుంటూ వెళ్ళిపోతున్నారు. దెబ్బకు వాడు భయపడిపోయి దిగిపోయాడు. నిజానికి వాళ్ళని అందుకోవటం కోసం మేము కూడా నడక వేగం పెంచాం కానీ కొండ కదా ఆయాసంతో రొప్పుతూ నడవడానికి చాలా కష్టమైంది. అప్పుడు వాళ్ళు నన్న "అసలు నీకు ఈ అమ్మవారి క్షేత్రం ఎలా మొదలైందో తెలుసా?" అంటూ అమ్మవారి కోసం అష్టాదశ శక్తిపీఠం ఎలా ఉద్భవించింద అన్నదాని కోసం చెప్పటం ప్రారంభించారు.

"ఒకప్పుడు దక్షుడు బృహస్పతియాగం చేయాలనుకుని అందర్నీ ఆహ్వానిస్తాడు. కానీ తనకు నచ్చని శివుడిని పెళ్ళిచేసుకుందనే కోపంతో కుమార్తె సతీదేవిని(పార్వతిని), అల్లుడు శివుడిని పిలవడు. అయితే తండ్రి యాగం చేస్తున్నాడని తెలిసి పుట్టింటి వాళ్ళు ప్రత్యేకంగా పిలవాలా ఏంటనే ఆలోచనతో ప్రమథగణాలను వెంటబెట్టుకుని యాగానికి వెళ్ళిన సతీదేవి అవమానానికి గురవుతుంది. తండ్రి చేస్తున్న శివనిందని సహించలేక యాగాగ్నిలో దూకి ప్రాణం తీసుకుంటుంది. ఆగ్రహంతో ఊగిపోయిన శివుడు తన గణాలతో యాగశాలను ధ్వంసం చేశాడు. సతీ వియోగంతో ఆమె మృతశరీరాన్ని అంటిపెట్టుకుని తన జగద్రక్షణాకార్యాన్ని పక్కనపెట్టేశాడు. దేవతల ప్రార్థనలు

విన్న శ్రీ మహావిష్ణువు సుదర్శన చక్రంతో ఆ దేహాన్ని ఖండాలుగా చేసి శివుడిని కర్తవ్యోన్ముఖుడిని చేశాడు.

శ్రీ మహావిష్ణువు ఖండించగా సతీదేవి శరీరభాగాలు పడిన ప్రదేశాలే శక్తి పీఠాలుగా చెబుతారు. అప్పుడు కూడా ప్రతి శక్తిపీఠంలోనూ సతీదేవికి తోడుగా భైరవుడు(శివుడు) దర్శనమిస్తాడు. ఇక్కడ కూడా భైరవ బాబా ఈశ్వరుడిది అని ఒక టెంపుల్ ఉంది. దానిని మనం నడిచే ఎక్కవచ్చు లేదా రోప్ వేలో ఎక్కవచ్చు. మిమ్మల్ని రోప్పే ఎక్కించి ఆ గుడికి తీసుకువెళ్తాను. ఎంత బావుంటుందో తెలుసా .ఆ పైనుంచి కింద లోయలు చూస్తూ ఉంటే" అని ముగించారు. మెల్లిగా కొండలో సగం దూరం ఎక్కేసాము.

అక్కడ నుంచి రెండు మార్గాలుగా విభజింపబడుతుంది. ఒక సైడ్ వెళ్తే అధకుమారి (అత్తుకుమారి) టెంపుల్ వస్తుంది. ఆమె కూడా చాలా పవర్ఫుల్ మాత. కానీ మాకు దర్శనమైతే జరగలేదు. ఎందుకు అంటే మేము అక్కడికి వెళ్లటానికి భయపడిపోయాము. మేము ఉన్న ప్రదేశం నుంచి ఇంకా ఐదు కిలోమీటర్లు కొండపైకి ఎక్కాలి. ముందైతే వెళ్లి దర్శనం చేసుకునే అటు నుంచి వేరొక రూట్ లో వైష్ణో దేవి దగ్గరికి వెళ్లొచ్చు అట. సో అలా వెళ్దామని డిసైడ్ అయ్యాం. కానీ అక్కడ ఉన్న జనాలు చెప్పిన దాని ప్రకారం దర్శనానికి 15 నుంచి 24 గంటల దాకా సమయం పడుతుంది అని చెప్పారు. అందుకే భయపడి ఆగిపోయాము. ఇక స్ట్రెయిట్ రూట్ నుంచే వెళ్లిపోయాము. మధ్యలో చిన్నగా వాన మొదలైంది. అసలే చలి ఇక ఆ వర్షం గాలి ఇంకా చలి పుట్టించింది. కానీ తడిసే పని ఎక్కడా జరగదు. ఎందుకంటే నడిచే మార్గం మొత్తానికి రెండు వైపులా ఇనుప చువ్వలతో లోయలోకి పడిపోకుండా ఫెన్సింగ్ లాగా దగ్గరగా అల్లేసారు, అలాగే పైన కూడా షెడ్డు లాగా ఉంటుంది. సో తడిచిపోము అలాగే ఎండకి పెద్దగా ఎఫెక్ట్ అయితే ఉండదు.

పిల్లలు ఇంకా ఎంత దూరం అని అడిగేటప్పుడు దూరంగా కనిపిస్తున్న గుడిని చూపిస్తూ అదుగో వచ్చేసాం. ఇంకెంత ఒక కిలోమీటర్ అంటున్నారు కానీ ఎంతకీ గుడి రావటం లేదు. ఆ చుట్టుపక్కల ఎక్కడా కూడా ఆగి కాసేపు కూర్చుని విశ్రాంతి తీసుకోవడానికి అనుగుణంగా ఏమీ లేదు. అక్కడక్కడ బెంచ్ లు మాత్రం ఉన్నాయి. ఆలెడీ అలిసిపోయిన పెద్దవారు ఆ బెంచులపైన విశ్రాంతి తీసుకుంటున్నారు. ఇక కూర్చోవడానికి ఎలాంటి సదుపాయం లేదు. విపరీతమైన నీట్నెస్ ఉన్న నా కొడుకు, అప్పుడు వాడు ఉన్న పరిస్థితికిప్లీజ్ నాన్న ఇక్కడ దుప్పటి వేసుకొని కాసేపు పడుకుందాం, ఆ తర్వాత లేచి మళ్లీ నడుద్దాం అంటూ అడిగితే ఎంత జాలిగా అనిపించిందో. అందుకే పాపం వాడు అలా జాలిగా అడిగిన చేసేదిలేక ఆ కిందనే కాస్త శుభ్రంగా ఉన్న దగ్గర బెడ్ షీట్ వేసి కాసేపు కూర్చోపెట్టి మళ్లీ నడవటం స్టార్ట్ చేశాము. ఎందుకు అంటే అక్కడ పడుకోవడానికి అసలు బాలేదు, బాగా వాసన వస్తోంది. ఇక టాయిలెట్స్ ఏరియా కూడా అంత పరిశుభ్రంగా అయితే లేవు.

మెయింటెనెన్స్ కాస్త ఇబ్బందికరంగానే ఉంది.

అలా కథలు వింటూ మెల్లిగా మాతో పాటు తెచ్చుకున్న చాక్లెట్స్, లాలీపాప్స్, బిస్కెట్స్ తింటూ కొండపైకి చేరుకుంటున్నాం. ఇక నాలుగు కిలోమీటర్లు ఉంది అనగా అప్పుడప్పుడే భానుడి లేలేత కిరణాలు ఆ కొండలను తాకుతూ ప్రకాశవంతంగా కనిపించాయి.

అప్పటివరకు ఉన్న ఆయాసం, పడ్డ కష్టం అంతా మర్చిపోయేలా, ఆ లేలేత కిరణాలు తాకిన ఆ ఎత్తైన కొండ నుంచి లోతైన లోయలు చూస్తూ ఉంటే ఆహ్ ఎంత అద్భుతంగా ఉందో. లోతైన లోయలు, దూరంగా కనిపించే మంచు కొండలు, ఎత్తయిన పర్వతాలు చెట్లు చూడటానికి చాలా అందంగా, ఆహ్లాదంగా ఉంటుంది. కాసేపు ఆ ప్రకృతి అందాలను చూసి పరవశించి ఫొటోస్, వీడియోస్ తీసుకుని అక్కడే మైమరిచి అలా ఉండిపోయాము. అలా మెల్లిగా నడుచుకుంటూ ఆ అందాలనాస్వాదిస్తూ మొత్తానికి ఎప్పుడెప్పుడా అని ఎదురుచూస్తున్న గమ్యానికి చేరుకున్నాం. కొండ పూర్తిగా ఎక్కటం అయిపోయింది.

ఇక స్నానాలు కానిస్తే దర్శనానికి వెళ్దామని బాత్రూమ్స్ కోసం వెతికితే పైన ఎక్కడా కనపడలేదు. కొంత దూరం వెళ్లిన తర్వాత దార్మెటరీ ఉంది అని తెలుసుకుని అక్కడికి వెళ్ళాము. విపరీతమైన జనాలు. ఎక్కడ ఖాళీయే లేదు. మెల్లిగా కష్టపడి లోపలికి అయితే వెళ్ళగలిగాం కానీ బాత్రూమ్స్ అయితే అసలు నీటుగా లేవు. దార్మెటరీ రూములల్లోనే కూర్చుని దారుణంగా స్మోక్ చేస్తున్నారు. ఎవరు అడిగే వారు కూడా లేరు అక్కడ. అయినా తప్పదు కాబట్టి ఎలాగో ఒకలాగా స్నానం చేసి వచ్చేద్దామని పిల్లల్ని మా వారిని బ్యాగ్ లతో బయట కూర్చోమని నేను అక్క లోపలికి వెళ్ళాము.

ఆడవారు, వృద్ధులు, చిన్నపిల్లలు ఆ వాసన భరించలేక విపరీతంగా దగ్గు వచ్చేసి ఊపిరి అందక నానా ఇబ్బంది పడ్డారు. కనీసం అక్కడ కంప్లైంట్ ఇవ్వడానికి సిబ్బంది కూడా ఎవరూ లేరు. పోనీ అక్కడ ఇబ్బంది పడ్డవారే అడిగితే వారితో పెద్దగా గొడవలు కూడా పడుతున్నారు. ఇక ఏమీ చేయలేక, ఇంకొక ఆప్షన్ లేక వీలైనంత త్వరగా స్నానాలు ముగించుకుని అక్కడి నుంచి ఎవరిమానాన వాళ్ళు బయటపడటానికి ప్రయత్నం చేస్తున్నారు. మేము కూడా అలాగే కానిచ్చాము.

దర్శనానికి వెళ్ళటానికి లగేజ్ పెట్టడం కోసం కౌంటర్లు ఎక్కడా కనబడలేదు. చివరాఖరికి ఒక దగ్గర లగేజ్ కౌంటర్ ఉంది. కానీ ఎంత మంది జనాలు ఉన్నారో. పెద్దపెద్ద క్యూలు. అక్కడ ఉండే లాకర్ల లిమిట్ 150. కానీ ఆ లైన్ లో ఉండే జనాలు ఇంచుమించు ఒక 500 పైగా ఉంటారు. ఇంకెక్కడ ఆప్షన్ లేదు అంట. పోనీ రూమ్స్ ఏమైనా ట్రై చేద్దామంటే అవి కూడా దొరకలేదు. అమ్మవారి హారతి ఉదయం 6 గంటల నుంచి 7:30 దాకా ఇస్తారంట. ఆ టైంలో దర్శనాలు నిలిపివేస్తారు. హారతి అయిపోయే టైం కి లైన్ చూడాలి భగవంతుడా అది ఎంత పెద్ద లైనో కూడా చెప్పటానికి చాలదు. అక్క పిల్లలు లైన్ లో వెళ్ళి నిలబడితే నేను మా వారు రెండు లైన్లలో లగేజ్ కోసం

వెయిట్ చేస్తున్నాము. ఎంతకీ టోకెన్ రాలేదు సరి కదా, అక్కడే సెక్యూరిటీ ఉన్నా కానీ టోకెన్లు అయిపోయాయి, లాకర్లు లేవు అన్న విషయం కూడా కనీసం అతను చెప్పడం లేదు.

ఇక అక్కడ పరిస్థితి, పెద్ద పెద్ద తగువులు చూసి మా వారు ఒకటే డిసైడ్ అయ్యారు. నేను లగేజ్, చెప్పులు పట్టుకుని ఇక్కడ కూర్చుంటాను. నువ్వు, వదిన, పిల్లలు వెళ్ళి దర్శనం చేసుకొని రండి. మీది అయిపోయిన తర్వాత సమయం ఉంటే నేను వెళ్తాను, లేదంటే లేదు. అమ్మవారికి ఇక్కడి నుంచే మనసులోనే దండం పెట్టుకుంటాను అని తేల్చి చెప్పేశారు. ఇక చేసేది లేక దర్శనానికి అక్క వాళ్ళతో పాటు నేను కూడా లైన్లోకి వెళ్ళాను. కానీ మనసంతా చెప్పలేని బాధ. అంత పెద్ద యాత్ర కోసం అని అంత దూరాభారం వెళ్ళాము, అతనికి దర్శనం అవ్వదేమో అన్న భయం. మరోపక్క అమ్మవారిని నేను ఒక్కదాన్నే దర్శనం చేసుకోవాలా? ఇలా ఎప్పుడు జరగలేదు. నేను నా భర్త కలిపి చేసుకుంటే అదొక సంతోషం కదా. కానీ అమ్మ ఏంటి ఇలా చేసావ్ అన్న బాధ చాలా అనిపించింది నా మనసుకి. ఈ హడావిడిలో కనీసం తినటానికి కానీ, తాగటానికి కానీ సమయమే కుదరలేదు. పైగా మా దగ్గర తెచ్చుకున్నవన్నీ లగేజ్ లోనే విడిచి పెట్టేసాం. మాతో పాటు తీసుకు వెళ్ళటం కూడా మర్చిపోయాం.

కొన్ని డబ్బులు, ముదుపులు ఒక కవర్ లో వేసుకున్నాం. ఎందుకు అంటే అక్కడ హ్యాండ్ బ్యాగులు కానీ, లెదర్ కి సంబంధించిన ఎలాంటి ఐటమ్స్ కూడా మనతోపాటు ఉండకూడదు. తోలు సామాను నిషేధమన్నది అక్కడ చాలా పెద్ద నియమం. ఎంతసేపటికి లైన్ కదలటం లేదు ఇక పిల్లలిద్దరూ దాహం, ఆకలితో చుట్టుకుపోయారు. ఏమైనా కొని పెడదామంటే తోవలో ఎక్కడ ఒక చిన్న షాప్ కూడా లేదు. పైగా మంచినీటి సదుపాయం కూడా ఇంత పెద్ద క్యూలో ఎక్కడ లేనే లేదు.

నాకు అయితే ఇక ఏడుపు ఆగలేదు. ఏడుస్తూనే ఎంతమ్మా ఇంత కఠిన పరీక్ష మరీ దారుణంగా. పాపం చిన్నపిల్లలు కనీసం దాహం తీర్చుదానికైనా చుక్కనీరు లేదు, అక్కడ నా భర్తకి దర్శనం అవుతుందో లేదో కూడా తెలియదు. ఇక్కడ చూస్తే జనాలు ఇంతమంది ఉన్నారు. ఈ లైన్ ఎప్పటికి కదులుతుంది నీ దర్శనం మాకు ఎప్పటికీ దొరుకుతుంది అన్న బాధ అయితే తన్నుకొని వచ్చి ఆ అమ్మనే మొక్కుకున్న. అమ్మవారి మహిమ, వెంటనే అసలు ఆమె ఎవరో కూడా తెలియదు. భాష కూడా తెలియదు. నీళ్ళు కావాలా అంటూ సైగ చేసి బాటిల్ చేతికిచ్చి బాబుకి పట్టమన్నారు.ఎడారిలో నీరు దొరికినట్లు చాలా సంతోషంగా అనిపించింది. పాపం ఆమె ముసలావిడ పైగా ఆ బాటిల్ లో ఉన్న నీరు కూడా కొంచెం. అప్పుడు నా కొడుకు జస్ట్ గొంత తడుపుకుని ఆమెకి థాంక్స్ చెప్పి ఆ బాటిల్ ఇచ్చేసాడు.

లైన్లో జనాలు కిక్కిరిసి ఉన్నారు.మేమంతా ఎప్పటినుంచో లైన్ లో నిలబడి నానా అవస్థలు పడుతూ ఉంటే మధ్యలో సడన్ గావచ్చి గుంపులు గుంపులుగా యాడ్ అయిపోతున్నారు. అడిగితే పెద్ద పెద్దగా అరిచి ఏం చేసుకుంటావో చేసుకో అంటూ ఇంకా ఇంకా తోసుకుని దూరిపోతున్నారు

లైన్ లోకి. దర్శనంకి వెళ్ళినంత వరకు పాపం మా ఇద్దరి పిల్లలు పడ్డ కష్టం, అది చూసి నాకు, మా అక్కకి కలిగిన బాధ వర్ణించడానికి కూడా చాలదు. ఇంత బాధ ఇంకెప్పుడూ ఎవ్వరికీ కలగకూడదు అని అమ్మవారిని మొక్కుకున్నాను.

ఇక చేసేదేమీ లేక అమ్మవారిని దండం పెట్టుకుంటూ ముందుకి సాగాము. ఈ ఆలయంలో గుహ ఉంది. నాడు మొఘల్ చక్రవర్తి అక్బర్ పాదుషా తన స్వహస్తాలతో చేయించి మోస్తూ కొండపైకి నడిచి వెళ్ళి అమ్మవారికి సమర్పించిన వెండి గొడుగు అట అది. నేటికీ ఈ ఆలయంలో ఉంది. అదే అమ్మవారి గుహ అనుకుని చూస్తున్నాం. మొత్తం రాళ్ళతో కప్పిబడి ఉంది. ఎంత తొంగి చూసినా చిన్న దీపం తప్ప అమ్మవారి దర్శనం కాలేదు. ఏంటో మాకు అర్థం కాలేదు. చాలామందికి తెలియక అదే అమ్మవారి ఆలయం అనుకుని దండాలు పెడుతూ మొక్కుబడులు వేసేస్తున్నారు. అప్పుడు అక్కడ సెక్యూరిటీ వాళ్ళని అడిగితే ఇంకా ముందుకు వెళ్ళమని చెప్పారు. అలా ముందుకు వెళ్తే అప్పుడు వచ్చింది ఒక చిన్ని గుహ. అదే అమ్మవారు ఉండే గుహ.

ఒక మనిషి వంగి వెళ్ళే అంత ఎత్తులో ఉండి మొత్తం వెండితో తలుపు, ద్వారబంధం చేసి ఉన్నాయి. గుహ లోపల ఒక 40 అడుగుల వరకు మొత్తం పాలరాతి చిన్ని ముక్కలతో రాయి కనపడకుండా అతికించారు. లోపల అయితే చాలా చల్లగా ఉంది. అలా వెళ్తూ ఉంటే ఇక ఎప్పుడెప్పుడా అని వెయ్యి కళ్ళతో ఎదురుచూసిన అమ్మవారి దగ్గరికి వచ్చేసాము. ప్రతి గుడిలోని ద్వారానికి ఎదురుగా భగవంతుడి ప్రతిమ ఉంటుంది. కానీ ఈ గుడికి ప్రత్యేకత ఏంటి అంటే మనం అమ్మవారిని ఎదురుగుండా నిలబడి దర్శనం చేసుకోలేము. పూర్తిగా పక్కకి తిరిగి చేసుకోవాలి. ఎందుకంటే అక్కడ అమ్మవారు ఒక మూలగా ఉంటారు. అమ్మవారికి సంబంధించి పెద్ద పెద్దగా విగ్రహాలు రూపాలు అంటూ ఏమీ ఉండదు.వైష్ణో దేవి మూడు రూపాల్లో దర్శనమిస్తుంది. అవి చాలాచిన్నగా ఉండే మూడు రాళ్లు. అవే మహాకాళి, మహాలక్ష్మి, సరస్వతి. వాటికే అందంగా పెళ్ళికూతురులుగా చూడచక్కగా ముస్తాబు చేశారు. ఆ రూపుని చూస్తూ ఉంటే అప్పటి వరకూ పడ్డ కష్టమంతా మర్చిపోయి కళ్ళ నుంచి ఆనందభాష్పాలు రాలిపోయాయి.

ఒక సంతోషం ఏంటి అంటే హడావిడిగా చెయ్యి పట్టుకుని లాగి పక్కన పారేయకుండా.. ఒక నిమిషం పాటు అమ్మవారిని చూసుకునే భాగ్యాన్ని ప్రసాదించారు అక్కడ సెక్యూరిటీ వారు. అమ్మవారి కోసం తీసుకువెళ్ళిన చీర, జాకెట్టు, పసుపు, కుంకుమ అమ్మవారి కోసం కట్టిన ముడుపు అక్కడ కూర్చున్న పంతులుగారికి అందచేస్తే ఆ ముడుపు ని వాళ్ళు తీసుకోరంట. పసుపు, కుంకాన్ని తిరిగి ప్రసాదంగా మనకే ఇచ్చేశారు. ఒక్క చీర జాకెట్ మాత్రమే అమ్మవారి దగ్గర ఉంచారు. ఇక అదే ప్రసాదం అని మనస్ఫూర్తిగా దండం పెట్టుకుని వెనుతిరిగాము. అక్కడ మొక్కులు వేయటానికి హుండీ లాంటివి ఏమీ ఉండవు బయటికి వచ్చిన తర్వాతే అక్కడ ఒక పెద్ద బాక్స్ ఉంచుతారు అందులో వేసుకోవడమే.

అమ్మవారి గుహ దగ్గరలోని నిలబడి దండం పెడుతూ ఉంటే మన చెవులకి సెలయేరు శబ్దం

ఎంత చక్కగా వినిపిస్తుందో, కానీ ఎక్కడ కనపడదు అదే విచిత్రం. బయటకు వచ్చిన తర్వాత అమ్మవారు కింద నుంచి వెళ్ళిన ఏటి నీరు సింహం నోటి నుంచి బయటికి వచ్చే విధంగా ఏర్పాటు చేశారు. ఆ నీరు కాస్త తీసుకుని తీర్థంగా స్వీకరించి వాటిని తల మీద జల్లుకుని వెళ్ళిపోయాము. మొత్తానికి 10 గంటలు అయింది అమ్మవారి దర్శనం అయ్యేసరికి. ఇక హడావిడిగా ముందు పిల్లల కోసం హోటల్ ఎక్కడుందా అని వెతికాము. కనుచూపుమేరలో ఎక్కడ హోటల్ లేదు. మూడు కిలోమీటర్లు నడిస్తే అక్కడ ఉంది హోటల్. అందులో పిల్లల్ని అక్కని కూర్చోబెట్టి నేను మావారు ఉండే ప్రదేశానికి వెళ్ళి అక్కడినుంచి ఇద్దరం కలిసి ఆ హోటల్ దగ్గరికి వెళ్ళాము.

పిల్లలు ఆత్రంగా టిఫిన్ తింటూ ఉంటే కళ్ళలోంచి నీరు కారిపోయింది. పాపం వాళ్ళని ఎంత కష్టపెట్టానో కదా అని నా మీద నాకే విపరీతమైన కోపం వచ్చింది. "పిల్లలు టిఫిన్ తింటున్నారు కదా. కాస్త సెట్ అయిన తర్వాత నేను ఇద్దరు పిల్లల్ని తీసుకుని హెలిపాడ్ దగ్గరికి వెళ్ళిపోతాను. మీ ఇద్దరూ వెళ్ళి అమ్మవారి దర్శనం చేసుకుని డైరెక్ట్‌గా హెలిపాడ్ దగ్గరికి వచ్చేయండి. మీరు వచ్చినంత వరకు వెయిట్ చేయడానికి మనకి సమయం లేదు కదా?" అని అక్క అంది.

కానీ లగేజ్ ఇంకా పిల్లల్ని అక్క ఒక్కదాని మీదకే విడిచిపెట్టి వెళ్ళాలి అంటే కరెక్ట్ అనిపించలేదు. ఇకపోతే ఒకవేళ మా దర్శనం లేట్ అయ్యి మేము రావడం ఆలస్యం అయ్యింది అంటే వాళ్ళకి హెలికాప్టర్ వెళ్ళిపోతుంది. అప్పుడు నా కొడుకు ఒక్కడే అయిపోతాడు. ఊరు కానీ ఊరు కనీసం సెల్‌ఫోన్లు కూడా అందుబాటులో లేవు. అన్నట్టు చెప్పడం మర్చిపోయా కదా అక్కడ మన ఫోన్లు ఏవి పనిచేయవు సిగ్నల్స్ ఉండవు. కేవలం ప్రీపెయిడ్ లోకల్ ఎయిర్‌టెల్ మాత్రమే పనిచేస్తుంది.

ఖత్రూలో దిగిన వెంటనే రెండు సిమ్ములు కొనుక్కుందామని అనుకున్నాం. కాకపోతే సిమ్ములు ఎక్కడ అమ్ముతారో మాకు తెలియలేదు. అన్ని హడావిడిగా జరిగిపోవడంతో ఫోన్ విషయమే మర్చిపోయి రెండు రోజులపాటు గడిపేసాం. ఎంత విచిత్రమో కదా. ఈ కాలంలో సెల్‌ఫోన్ వాడకుండా ఉండటం అంటే. కానీ భలే అనిపించింది ఆ అనుభవం. నా కొడుకుని అక్కడ సెక్యూరిటీ దగ్గర ఉంచాలి అన్నప్పుడు గుర్తొచ్చింది మేము ఫోన్ లేకుండా ఉన్నాము అని.

ఇంత దూరం వచ్చి అమ్మవారి దర్శనం ఇద్దరూ కలిపి చేసుకుంటే చాలా మంచిది. ఇక ఆలస్యం చేయకుండా ముందు మీరు వెళ్ళండి నేను చూసుకుంటాను అని అక్క బలవంతం చేసి మా ఇద్దరినీ దర్శనానికి పంపించింది.

దర్శనానికైతే వెళ్ళాం. కానీ విపరీతమైన భయంగా అనిపించింది మనసులో. ఎందుకు అంటే మూడు కిలోమీటర్లు కొండమీదకి వెళ్ళాలి హెలికాప్టర్ ఎక్కటానికి. మేము ఏ మాత్రం ఆలస్యమైనా నా కొడుకు పరిస్థితి ఏంటి? అన్న టెన్షన్ బాగా ఎక్కువైపోయింది. మరోపక్క శక్తిపీఠం. భర్తతో వచ్చి ఒక్కొక్కరం దర్శనం చేసుకుంటే అదొక సెంటిమెంట్ లాగా మనసులో దొలిచేసింది.

మొత్తం అమ్మవారి మీద భారం వేసి దర్శనానికి అయితే వెళ్ళాము. ఎంత విచిత్రమో ముందు నేను, అక్క, పిల్లలు వెళ్ళినప్పుడు రెండున్నర గంటలు పట్టిన దర్శనం సరిగ్గా 40 నిమిషాల్లో

అమ్మవారి దర్శనం జరిగిపోయింది. నిజంగా అప్పటికప్పుడే నాకు రెండు దర్శనాలు లభించాయి అమ్మవారివి. అసలు ఆ సంతోషాన్ని మాటల్లో కూడా చెప్పలేను. నాకు నా భర్తకి చాలా ఆనందంగా అనిపించింది. అదే కదా అమ్మవారి మహిమ. ఇక ఉరుకులు పరుగులు మీద పెద్ద పెద్ద అడుగులతో, పరుగుతో హెలిప్యాడ్ దగ్గరికి చేరుకున్నాం.

మరో అద్భుతం ఏంటో తెలుసా? అసలు టికెట్స్ లేవు, దొరకవు అనుకుంటే నాకు నా భర్తకి నా కొడుక్కి కూడా హెలికాప్టర్ టికెట్స్ దొరికిపోయాయి. నిజంగా అమ్మవారి మహిమే. జై మాతాజీ. ఇక సంతోషం అంటే ఇలా అలా లేదు. నా కొడుక్కి నడిచే బాధ లేదు. ప్రశాంతంగా హెలికాప్టర్ ఎక్కి ఆ ఫీలింగ్ ఎంజాయ్ చేస్తూ 8 నిమిషాల్లో కిందకి దిగాము. అక్కడ నుంచి కాట్రా చేరుకోవటానికి ఐదు కిలోమీటర్ల దూరం ఉంటుంది వెహికల్ బుక్ చేసుకుని వెళ్లిపోవడమే.

అప్పుడు గుర్తొచ్చింది నా కొడుక్కి కూతురికి అసలు విషయం. నాన్న మనం భైరవనాథ్ టెంపుల్ చూడనే లేదు కదా అని. అమ్మని చూసిన తర్వాత అయ్యను కూడా చూడాలి కదా. కానీ మాకు సమయం లేకపోవడం వలన కుదరలేదు. భైరవనాద్ బాబా (లేదా భోల శంకర్ అని కూడా అంటారు) గుడికి వెళ్ళాలి అంటే మరో మూడు కిలోమీటర్లు కొండ ఎక్కాలి. ఒక సన్నని మార్గం ద్వారా లేదు అంటే రోప్పే కూడా ఉంది. కానీ దానికి ఉన్న లైను దర్శనానికి కూడా ఉండదేమో అంత పెద్దగా ఉంది. ఆప్షన్ లేదు నడిచే వెళ్ళాలి. కానీ అప్పటికే చాలా దూరం నడవడం, బాగా అలసిపోవటం, తిండి లేక, నిద్ర లేక ఉండటంవలన ఇక ఈశ్వరుడు గుడికి వెళ్లడం కుదరలేదు. అక్కడ నుంచే దండం పెట్టుకుని రిటర్న్స్ అయిపోయాము. కాట్రలో ఫ్రెష్ అయ్యి హోటల్ వెకెట్ చేసి లంచ్ హోటల్లో తినేసి స్టేషన్ కి డైరెక్ట్ గా వెళ్లిపోయాం. స్టేషన్ దగ్గర్నుంచి అమ్మవారి కొండ కనిపిస్తుంది. పునః దర్శన భాగ్యం ప్రసాదించమని మరొకసారి మనస్ఫూర్తిగా దండం పెట్టుకుని వందే భారత్ ఎక్కేసి ఢిల్లీ చేరుకున్నాము.

ఢిల్లీ నుంచి ఆగ్రా వెళ్లి తాజ్ మహల్ అందాలని చూసాం. అక్కడ నుంచి మధుర శ్రీకృష్ణ జన్మస్థలం, కృష్ణుడు పుట్టిన జైలు చూస్తే రోమాలు నిక్కబొడుచుకున్నాయి తెలుసా. ఎంత బావుందో, ఎంత ఆహ్లాదంగా ఉందో ఆ ప్రదేశం. అంతా చాలా ప్రశాంతంగా ఉంది. ఇక తరువాత కృష్ణుడు పెరిగిన బృందావనం కూడా చాలా అద్భుతంగా ఉంది. ఇవన్నీ చూసేసి అక్కడి నుంచి మళ్లీ ఢిల్లీ చేరుకుని సమతా ఎక్కి వైజాగ్ చేరిపోయాము.

వైజాగ్ నుంచి మా స్వస్థలానికి వెళ్లిపోయాము. అలా మా ఎన్నో ఏళ్ల కల తీరి వైష్ణో దేవి యాత్ర దిగ్విజయంగా చాలా చక్కగా చాలా ప్రశాంతంగా గడిచింది.

మీ

సౌజన్య TVS

అరకు యాత్ర

– మోణంగి ప్రవీణ

వీణా! ఈ వార్త చూసావా! అన్నమా శ్రీవారి పిలుపుతో, ఏ వార్త అండి అంటూ కాఫీ కలుపుకుని వంట గదిలోంచి వస్తూ, మా వారిని ఆకట్టుకున్న ఆ వార్త ఏంటబ్బా! అని ఆసక్తిగా ఆయన చదువుతున్న పేపర్ లోకి తొంగి చూసా! నా రాకను గమనించిన మా శ్రీవారు

"మన విశాఖపట్నం నుంచి అరకుకి వెళ్ళే రైలు కి ప్రభుత్వము ప్రత్యేకమైన బోగీలను వేసింది. మనం వెళ్దామా!"

"అరకు చూసేసాము కదండీ! మళ్ళీ ఎందుకు ఇప్పుడు"?

"అలా కాదు ఈ ప్రత్యేకమైన బోగీలలో ప్రయాణం చాలా ప్రత్యేకంగా ఉంటుంది. దారి పొడవునా సుందరమైన ప్రకృతి అందాలన్నీ వీక్షిస్తూ ఆనందించవచ్చు. టన్నెల్స్ లోంచి రైలు వెళ్ళేటప్పుడు చాలా బాగుంటుంది. పిల్లలు కూడా చాలా సరదా పడతారు వెళ్దాం వీణా!

"నిజమేలెండి, పిల్లలు కూడా చిన్నప్పుడు ఎప్పుడో తీసుకెళ్ళావు, మళ్ళీ తీసుకువెళ్ళు అని అంటున్నారు"

"అందుకే కదా అంటున్నాను పైగా నెల రోజులు ముందు టికెట్స్ బుక్ చేసుకోవాలి"

"అమ్మో అన్ని రోజులు ముందా! ప్లానింగ్ కష్టం"

"అవును మరి అంత డిమాండ్ ఉంది మరి ఆ రైలుకి"

"సరే పిల్లల్ని కూడా ఓ మాట అడిగి బుక్ చేద్దామైతే" అంటూ నేను మళ్ళీ వంటగదిలోకి వెళ్ళిపోయాను.

పిల్లలు లేచాక వాళ్ల నాన్నగారి నోట అరకు ప్రయాణం విషయం తెలుసుకొని చాలా సంబరపడిపోతూ నా వద్దకు వచ్చి అమ్మా!వెళ్దామా? అమ్మా! వెళదామా? అనిఅన్నారు. వాళ్ళ ఆనందం చూసి సరే అన్నాను. ఇక టికెట్లు బుక్ చేయడంలో తండ్రి పిల్లలు మునిగిపోయారు.

మొత్తానికి అనుకున్న రోజు నుంచి సరిగ్గా ఒక నెల తర్వాతికి అరకు వెళ్ళటానికి టికెట్లు బుక్ చేసుకున్నాము. ఒకే రోజు ప్రయాణం పొద్దున్న వెళ్ళడం సాయంత్రం తిరుగు ప్రయాణం. రైలు ధర కాస్త ఎక్కువ అవ్వడంతో కొంచెం మా బడ్జెట్ కి ఎక్కువ అనిపించింది. అయినా సరే పిల్లల ఆనందం ముందు ఇలాంటివి తప్పవు, సర్దుకుపోవాలి మనమే అనిపించి ఇక వెళ్ళటానికి సిద్ధమయ్యాం.

ప్రయాణానికి ఒక రోజు ముందు రైలులోకి ఏమి తీసుకువెళ్ళాలి? అక్కడ తినటానికి ఏమైనా దొరుకుతుందా! రైల్వే స్టేషన్ కి ఎలా వెళ్ళాలి? ఇలా అన్ని మాట్లాడుకుంటూ కావాల్సినవన్నీ సర్దుకున్నాము. మా ఇంటి నుంచి రైల్వే స్టేషన్ కి పొద్దున్నే వెళ్ళాలంటే ఉన్న ఏకైక మార్గం ఓలా లేదా ఊబర్. ఆ రెండు తెల్లవారుజామున చాలా ఎక్కువ ఫెయిర్ చూపిస్తున్నాయి. అందుకే బాగా ఆలోచించి మా కారులో వెళ్ళి రైల్వేస్టేషన్లో కారు పార్క్ చేసి, అక్కడి నుండి రైలులో ప్రయాణానికి సిద్ధమయ్యాం. కొంతలో కొంతైనా డబ్బులు ఆదా అవుతాయి కదా అని ఒక చిన్న ఆశ.

ఇక మేము ప్రయాణించే రోజు రానే వచ్చింది. ఆ రోజు తెల్లవారుజామున నిద్ర లేవగానే శ్రీవారు, నేను కాస్త కాఫీ త్రాగి పిల్లలిద్దరినీ నిద్రలేపాను. బాగా పొద్దున్న కదా లేవటానికి వాళ్ళకి చాలా కష్టమైంది. అయినా అరకు ప్రయాణం కదా! ఉల్లాసంగానే ఉన్నారు. మనం రైలు మిస్ అవ్వకూడదు, అందరూ చకచకా తయారైపోండి అని చెప్తూ నేను బాత్రూం కి వెళ్ళాను. వెళ్ళిన ఐదు నిమిషాలకి ఏమండీ అని మా శ్రీవారిని పిలిచాను. ఏమైంది వీణా! అంటూ ఆయన కంగారుగా నా వద్దకు వచ్చారు నేను నా చేతిని నుదుటిమీద కొట్టుకుంటూ పీరియడ్స్ వచ్చేసాయి అని అన్నాను. అబ్బా! ఇప్పుడు ఎలా అంటూ మా శ్రీవారు కూడా ఆలోచనలో పడ్డారు. అంత ఆలోచన ఎందుకంటే నాకు పీరియడ్స్ లో ఓవర్ బ్లీడింగ్ ప్రాబ్లం ఉంది. ఈ ప్రయాణాలు ఇవన్నీ చేయడం నాకు చాలా కష్టం. పైగా మూడు నెలల తర్వాత అనుకోని అతిథిలా ఇలా ప్రయాణం రోజే రావటం నా దురదృష్టం. ఇప్పుడు ఏం చేయాలి అని మా ఇద్దరికీ అర్థం కాలేదు. పిల్లలిద్దరూ చాలా ఉత్సాహంగా ఉన్నారు.

"ఇద్దరూ పెద్దవాళ్ళే కాబట్టి అర్థం చేసుకుంటారు మనం ప్రయాణాన్ని రద్దు చేసుకుందాము" అని మా శ్రీవారు అనడంతో,

"వద్దు వద్దు నేను డ్రాప్ అయిపోతాను మీ ముగ్గురు వెళ్ళండి" అన్నాను.

"అమ్మో! నువ్వు లేకుండానా! మేము వెళ్ళము నా వల్ల కాదు.

"సరే టిక్కెట్లు రద్దు అవుతాయేమో! చూడండి" ఇంతలో మా హడావిడి చూసి పిల్లలిద్దరూ గదిలోకి వచ్చి ఏమైందమ్మా అని ఆరా తీసారు. విషయం తెలుసుకొని కాస్త చిన్న బుచ్చుకున్నారు. సరే! ప్రయాణం రద్దు చేసుకుందామని వాళ్ళు కూడా నిశ్చయించుకున్నారు. టికెట్స్ క్యాన్సిల్ అవుతాయేమో అని చెక్ చేస్తే అప్పటికే చార్ట్ ప్రిపేర్ అయిపోవడంతో ఇక రద్దు కావని తెలుసుకొని

అందరూ దిగాలుగా కూర్చున్నాం.

నిశ్శబ్దాన్ని ఛేదిస్తూ "నేను ఉండిపోతాను, మీ ముగ్గురు వెళ్ళండి" అంటే అందుకు పిల్లలు, శ్రీవారు ఎవరూ అంగీకరించలేదు. వెళ్తే అందరూ వెళ్దాం.లేకపోతే ఎవరూ వద్దు అని ముక్త కంఠంతో చెప్పేశారు ముగ్గురూ.

"సరే! ఒకరోజు ప్రయాణమే కదా పొద్దున వెళ్ళి సాయంత్రం వచ్చేయడమే కదా! నేను వస్తాను వెళ్దాం" అని అనేసరికి ముగ్గురిలో కాస్త ఉత్సాహం కనిపించింది. కానీ మా అమ్మాయి

"అమ్మా! నీకు నెలసరి లో ఇబ్బంది ఉంది కదా! ఎలా వస్తావు?" అని అడిగింది.

"ముందుగా నా జాగ్రత్తలు నేను చూసుకుంటానులే!" నా ఇబ్బంది వల్ల అందరి ఆనందాన్ని ఎందుకు చెడగొట్టడం అని కష్టమైనాసరే ఊ కొట్టాను. నాకు కావాల్సిన వస్తువులన్నీ బ్యాగ్ లో సర్దుకున్నాను. వాళ్ళని నిరుత్సాహపరచకూడదని ధైర్యంగా బయలుదేరాము.

ముందుగా అనుకున్న విధంగానే మా కారులో మా ఇంటి వద్ద నుంచి రైల్వే స్టేషన్ కి బయలుదేరి అక్కడ పార్కింగ్‌లో కారుని పార్క్ చేసి, మేము ఎక్కే రైలు ఏ ప్లాట్‌ఫారం మీద ఉందో కనుక్కొని ఆ దిశగా మా అడుగులు ముందుకు వేసాము.

మేము ఎక్కాల్సిన అరకు టూ విశాఖపట్నం రైలు ఒకటో నెంబర్ ప్లాట్‌ఫారం మీద సిద్ధంగా ఉంది. అనౌన్స్‌మెంట్లు కూడా చేస్తూ ఉన్నారు. ట్రైన్ ఎంతో ఆకర్షణీయంగా ఉంది రైలు బయట అందరం ఫోటోలు తీసుకున్నాం. సెల్ఫీలు, సింగిల్, గ్రూప్ ఫోటోలు ట్రైన్ తోటి జంటలుగా రకరకాలుగా ఫోటోలు తీసుకున్నాము. ఇంక రైలు గ్రీన్ సిగ్నల్ ఇవ్వడంతో గబగబా లగేజీతో రైలు లోపలికి ఎక్కేసాం. రైలు లోపల చాలా అందంగా ఉంది. సీట్లకి పక్కన గాజు కిటికీలుబయట ప్రకృతి అందాలని చూడటానికి తగ్గట్టుగా రైలు మొత్తం డిజైన్ చేసారు.చాలా చక్కగా ఉంది రైలు. అందరికీ విండో వ్యూ వచ్చేటట్టుగా సీట్లను డిజైన్ చేశారు. రైలులో అటువైపు ఇద్దరం ఇటువైపు ఇద్దరం కూర్చున్నాం. అరకు అందాలను చూడటానికి మా ప్రయాణం ఆ విధంగా ప్రారంభమైంది.

రైలు కదిలింది..అంతలోనే మా ఎదురు సీట్లలోకి ఒక పెద్దాయన,అతని భార్య,వాళ్ళ మనవడు వచ్చి కూర్చున్నారు. బాబు భలే ముద్దుగా ఉన్నడు. వాళ్ళ లగేజీ సర్దుకుని చతికిలపడ్డారు..ఇంతలో ఎదురుగా ఉన్న బాబు...

'తాతయ్య నాకు ఆకలి వేస్తుంది..నాన్నమ్మకి చెప్పు"అని మమ్మల్ని చూస్తూ సిగ్గు పడిపోవడాన్ని నేను గమనించాను. వాళ్ళ నాన్నమ్మ...

'పులిహోర తింటావా రాజా"?

'ఆ తింటాను నాన్నమ్మ పెట్టు తొందరగా ఆకలి వేస్తుంది" అని ముద్దుముద్దుగా అడిగాడు. ఆమె ఒక చిన్నడబ్బాలో పులిహోర పెట్టి ఇస్తే..తాతగారు మా మధ్యలో ఉన్న బల్ల మీద ఒక పేపర్ వేసి దాని

పైన డబ్బా పెట్టి తినమని రాజా కి చెప్పి తను పేపర్ చదవడం లో లీనమయిపోయారు..ఇక రాజా తినడం చూస్తే ఎంతో ముచ్చట వేసింది కింద పడకుండా,శుభ్రముగా,ఎంతో ఇష్టముగా తిన్నాడు. కిందన ఒక వేరుశెనగ గింజ పడిపోతే దానిని తీసి పేపర్ లో చుట్టి వాళ్ళ తాతని పిలిచి పడేయమని ఇచ్చాడు. నాకు భలే సరదా అనిపించింది. మా అమ్మాయికి సైగ చేసి చూపించాను.వాడిని చూసి మనం నేర్చుకోవాలి అన్నాను.ఇంతలోకి రైలు లోకి ఇడ్లీ, వడ వచ్చాయి తీసుకున్నాము.తీరా తిందామని చూస్తే చెట్నీ పాడయిపోయింది.చేసేది ఏమి లేక ఉత్తి వడ తిని మిగిలినది పడేసాము.అర్ధ ఆకలితో ఇంకేమయినా వస్తుందేమో అని చూస్తూ పేపర్ చదువుతూ కాలం సాగదీస్తున్నాము. అంతలో రాజా కాలు.. నా కాలికి తగిలింది..నేను మామూలుగా ఎవరు అని కిందికి చూశాను..అంతలో రాజా వాళ్ళ తాత కి చెవిలో ఏదో మెల్లగా చెబుతున్నాడు..అది గమనించిన నాతో వాళ్ళ తాత "ఏమీ లేదమ్మ!వాడి కాలు నీకు తగిలిందంట! నీకు సారీ చెప్పమంటున్నాడు"అది విని నేను ఆశ్చర్య పోయాను. ఇంత చిన్న పిల్లవాడికి ఎంత సంస్కారం! అని నాలో నేనే సంబరపడిపోయాను. వెంటనే నాకు ఆ మధ్యన "D"MART లో జరిగిన సంఘటన గుర్తుకు వచ్చింది. సామాన్లు కొంటూ వెళ్తున్నాను. ఒకపన్నెండు ఏళ్ళ అమ్మాయి తన చేతిలో ఉన్న ట్రాలీని నా కాళ్ళ మీదకి ఎక్కించింది . నాకు చాలా నొప్పి అనిపించి చూసుకోవాలి కదమ్మా! అని అంటే ఆ అమ్మాయిలో చలనం లేదు. పైగా మరో ఇద్దరి మీదకు అలాగే ఎక్కించింది. ఇద్దరి సంస్కారములో ఎంత తేడా అనిపించింది.

రాజా వాళ్ళ తాతగారు ఎలాగూ మాట్లాడారు కదా అని మాట మాట కలిపాను. పరిచయాలు ముగిశాక,

"మరి బాబు అమ్మ నాన్న ఎక్కడ" అని అడిగాను.

"వాళ్ళు అమెరికా లో ఉంటారు. రాజా మా దగ్గరే పెరిగాడు. ఏడాది వయస్సు నుండి వాడు మాతోనే వైజాగ్ లోనే ఉంటున్నాడు".

"ఓహ్ అలాగా! బాబుని చాలా పద్ధతిగా పెంచారండి!"

"పెంచేది ఏముందమ్మా! మనల్ని చూసే వాళ్ళు పెరుగుతారు"అని ఎంతో నిరాడంబరముగా చెప్పేశారు.

అంతలోకే రాజా మళ్ళీ ఆకలి అన్నాడు. వాళ్ళ నాన్నమ్మ ఈ సారి దద్దోజనము తీసి ఇచ్చింది. రాజా మళ్ళీ అంతే శ్రద్ధగా, యిష్టముగా లాగించేశాడు. మేమేమో! రైలులో వచ్చే చెత్తని ఆరగించాము. వాళ్ళని చూస్తే నాకు సిగ్గుగా అనిపించింది. అంత పొద్దున్నే ఆమె చక్కగా వండి తెచ్చింది. మేమేమో ఇలా!. నేనయినా ఏమి చేస్తాను! మా అమ్మాయి తినదే! మరి చేసి ఏమి ప్రయోజనం అని ఊరుకున్నాను. కడుపు నిండా తిన్నాడేమో ! రాజా హాయిగా నిద్ర పోయాడు.

కాసేపటికి లేచి వాళ్ళ తాతతో బాత్రూమ్ కి వెళ్ళి వచ్చి పేపర్ పట్టుకున్నాడు. నాకు పెద్ద మగాడిలా పేపర్ పట్టుకున్నాడేమిటి అనిపించింది. అంతలోనే నన్ను ఆశ్చర్య పరిచేలా తెలుగుని చాలా చక్కగా పలుకుతున్నాడు..

''బాబు ఏమి చదువు తున్నాడు?''అని అడిగాను.

''రెండవ తరగతమ్మ''!

''తెలుగు మీడియమా?''

''కాదు ఇంగ్లీష్ మీడియం''

''మరి అయినా తెలుగు ఇంత చక్కగా ఎలా?''

''నేను,వాళ్ళ నాన్నమ్మ ఉన్నాము కదా చెప్పటానికి! అయినా మన మాతృబాష రాకపోతే ఎలా అమ్మ?మనమే నేర్పాలి'' అని అనేసరికి నాకు చెంప మీద ఎవరో కొట్టినట్లనిపించింది. ఈ రోజుకీ మా అబ్బాయికి తెలుగు చదవడం సరిగ్గా రాదు. రాజాకి కొంచెం సమయం అయ్యేసరికి బిడియం పోయి మాతో కలిసిపోయాడు. చక్కగా మాట్లాడాడు. ఆ మాటలలో ఎంతో వినయం,సంస్కారం,ఒబ్బిడి నన్ను ఎంతగానో ఆకట్టుకున్నాయి..

పెద్దల దగ్గర పెరిగితే పిల్లలు ఇలా ఉంటారన్నమాట! నిజముగా మన పిల్లలు ఏమి కోల్పోతున్నారో నాకు అర్ధమయ్యింది. పెద్దల అనుభవాలు, వాళ్ళ సంరక్షణ,వాళ్ళ తోడు, అచ్చట ముచ్చట అన్నిపెద్దలతోనే ముడిపడి ఉన్నాయి. నేటి ఉరుకుల పరుగుల జీవితములో పిల్లలకు నాన్నమ్మ,తాతయ్య ,అమ్మమ్మలే మార్గదర్శకులు. మళ్ళీ ఆరోజులు రావాలని మనస్ఫూర్తిగా కోరుకుంటున్నాను..

నిజముగా ఆ రాజా ఎవరి కొడుకో గాని, వాళ్ళ తల్లితండ్రులు చాలా అదృష్టవంతులు.

రైలులో పరిచయాలు రైలు వరకే పరిమితం కదా! వాళ్ళ దారిన వాళ్ళు, మా దారిన మేము వెళ్ళిపోయాము.

ఇంక రైలు ప్రయాణం టన్నెల్స్ మధ్యన చాలా చాలా చాలా బాగా జరిగింది. అరకు అందమంతా ఇక్కడే ఉందా అనిపించింది. జీవితంలో ఒక్కసారి అయినా ఆ టన్నెల్స్ లో ప్రయాణం చేయాలి అనిపించింది. నలుగురు చాలా చాలా ఆనందించాం. ఆ ప్రయాణాన్ని బాగా ఆస్వాదించాము. ఇంకా ఫొటోలు,వీడియోలు తీసుకున్నాము. మంచి జ్ఞాపకాలని పదిలపరుచుకున్నాం. నాకు పీరియడ్స్ లో ఉండే ప్రాబ్లం చిన్నగా ప్రారంభమైంది. బాత్రూమ్స్ అన్నీ చాలా శుభ్రంగాఉండడంతో అంత పెద్ద సమస్య అనిపించలేదు. ఐదు గంటల ప్రయాణం తరువాతఅరకు రైల్వే స్టేషన్ లో దిగాము. రైలులో ఉన్నంతసేపు బానే ఉంది. దిగాక నాకు చిన్నగా కడుపులో నొప్పి ప్రారంభమైంది. అయితే ఈ విషయం ఎవరికీ చెప్పకుండా నా వెంట తెచ్చుకున్న మాత్రని వేసుకున్నాను.

రైలు దిగిన నుంచి ఇంక మా చర్చలు మొదలయ్యాయి ఎక్కడికి వెళ్ళాలి, ఎలా వెళ్ళాలి అని. బుర్రా గుహలకు వెళ్దామని మా అమ్మాయి ప్రస్తావన తీసుకొచ్చింది. అయితే అక్కడికి నేనురాలేనేమోనని నా ఇబ్బందిని ప్రకటించాను. మా వారు కూడా మనకి తిరుగు ప్రయాణానికి టైం సరిపోదేమో! అని అనుమానం వ్యక్తం చేశారు. మా అమ్మాయి ఇక్కడ వరకు వచ్చి బుర్రాగుహలకు వెళ్ళకపోవడమేంటి అని మారం చేసింది. మా అబ్బాయి అమ్మ పరిస్థితి గురించి కూడా అర్థం చేసుకోవేంటి డాడీ కూడా చెప్తున్నారు కదా! సమయం సరిపోదుని చెల్లితో గొడవపడ్డాడు.

ఇలా సుదీర్ఘ చర్చల తర్వాత ఒక ఆటోకనిపిస్తే వాడికి విషయం చెప్పాం. బాబు మాది తిరుగు ప్రయాణం ఇన్ని గంటలకి, ఈలోపు ఇక్కడ చుట్టుపక్కల చూడదగ్గ ప్రదేశాలు ఏమైనా ఉన్నాయా! అని ఆరా తీసాము. చాలా ఆటో అబ్బాయిలు ఇంత తక్కువ వ్యవధి లో కష్టము అని చెప్పేసారు. ఒకే ఒక ఆటో అబ్బాయి మాత్రం చాపరాయి వాటర్ ఫాల్స్ ఉన్నాయి అక్కడికి తీసుకు వెళ్తాను అని చెప్పాడు. సరే అని చాపరాయి వాటర్ ఫాల్స్ కి అక్కడి నుంచి ఆటోలో బయలుదేరాం.

కానీ ఆ వాటర్ ఫాల్స్ కి వెళ్ళే దారి మొత్తం మట్టి రోడ్డు. ఒకటే కుదుపులు. కుదుపులు గతుకుల రోడ్డు. నేనా పీరియడ్స్ లో ఉన్నాను మా వారికి ఏమో అప్పటికే నడుము నొప్పితో బాధ పడుతున్నారు. నాకు చిన్నగా కంగారు మొదలైంది ఏమవుతుందా ఈ ప్రయాణం తాలూకా పర్యవసానం అని. కానీ దిగాక లోతు గురించి భయపడటం ఎందుకని ప్రయాణం సాగించాం. మొత్తానికి చాపరాయి వాటర్ ఫాల్స్ కి చేరుకున్నాం. అయితే ఆటో అబ్బాయితో ముందుగానే మా అబ్బాయి "ఇక్కడ బొంగులో చికెన్ ఫేమస్ అంట అది ఖచ్చితంగా తినాలి" అని అడిగాడు. అయితే ఆటో అబ్బాయి "సార్ మనం వెళ్తున్న వాటర్ ఫాల్స్ దగ్గర బొంగులో చికెన్ ఫేమస్ మనం ఎలాగో అక్కడికే వెళ్తున్నాం కదా! అక్కడ తిందాము"అని చెప్పాడు. సరే వాటర్ ఫాల్స్ దగ్గరికి వెళ్ళాము. బయటే చికెన్ ప్రిపేర్ చేస్తున్నారు. కేజీ చికెన్ ఆర్డర్ చేసి, మేము వాటర్ ఫాల్స్ లోపలికి వెళ్ళం. తీరా వెళ్ళి చూస్తే అది వేసవికాలం అవడంతో వాటర్ ఫాల్స్ లో నీళ్లు లేవు. ఇంక మా అందరిలో నిరాశ కనబడింది. మా అమ్మాయి కళ్ళల్లో బాగా నిరాశ గమనించాను. సరే అక్కడ కాస్త కొద్దిగా నీళ్లు కనబడుతున్నాయి ఒక చిన్నచెరువు లాగా అక్కడ వరకునడుచుకుంటూ వెళ్ళి ఆ రాళ్ళ మీద కూర్చొని కాళ్ళని నీటిలోకి మునిగేవరకు పెట్టి అలా సరదాగా కాసేపు ఒకరి మీదకు ఇంకొకరు నీళ్లు విసురుకుంటూ కాసేపు ఎంజాయ్ చేసాం. ఒకపక్కనెత్తిమీద వేడి బాగా తగులుతుంది.సూర్యుడు తన ప్రతాపాన్ని బాగానే చూపిస్తున్నాడు. ఇంక కాసేపు అయిపోయిన తర్వాత ఇంక వెళ్దామా అంటే మా అమ్మాయి అప్పుడేనా అని దీర్ఘాలు తీసింది. ఏం చేస్తాం అమ్మ ఈ నీళ్లల్లోకాళ్ళుపెట్టడం తప్పితే ఇక్కడ చేయడానికి ఏమయినా ఉందా చెప్పు, ఇకపద! అని తనని బలవంతంగా అక్కడి నుంచి బయటికి తీసుకొచ్చాం.బయటకు వచ్చిన తర్వాత మా చికెను మా కోసం ఎదురు చూస్తూ ఉంది. అక్కడ బొంగులో చికెన్ ఫేమస్.వెదురు బొంగులు ఎక్కడినుంచో తీసుకొస్తారంట.నిప్పుల మీద ఆ

బొంగులో ఈ చికెన్ పెట్టి వండుతారు. అక్కడ ఎలా తయారు చేస్తారు అని వాళ్ళతో మాట్లాడం. మా అమ్మాయి మొత్తం వీడియో తీసింది. ఆ తర్వాత ఆకుల్లోవేడివేడిగా చికెన్, ఉల్లిపాయముక్కలు, నిమ్మకాయ చెక్కలతో వడ్డించారు. డబ్బులు కూడా బాగానే పుచ్చుకున్నారు, అది వేరే విషయం. అయితే అక్కడ కూర్చోని తినటానికి వీలులేదు. నెత్తి మీద సూర్య కిరణాలు తకధిమి తకధిమి. మా సమస్యనిగమనించిన ఆటో అబ్బాయి, తన ఆటోలో కూర్చోని తినమని చెప్పి తను ఒక పక్కగా నిల్చున్నాడు. చికెన్ ని ఆటోలో కూర్చోని తిన్నాము .చాలా వేడిగా, కారంగా ఉంది. దగ్గరలో డ్రింక్ బాటిల్ దొరికితే దాన్ని తీసుకున్నాం. ఆటో అబ్బాయికికూడా కాస్త చికెన్ ని పెట్టాము. రుచి అయితే అమోఘం. కానీ కారంగా ఉంది కదా! కడుపుకి ఏమైనా ఇబ్బంది అవుతుందేమో! అని నేను అంటుంటే అది విన్న ఆటో అబ్బాయి"ఏం కాదు మేడం! వీళ్ళు చాలా బాగా చేస్తారు. మంచి కారమే వేస్తారు, ఇబ్బంది ఏమి ఉండదు. ఎండగా ఉంది కదా అందుకే మీకు అలా అనిపిస్తుంది" అని భరోసా ఇచ్చాడు. ఇకా రోజుకి మాకు మధ్యాహ్న భోజనం అదే అన్నమాట. తిన్నక అక్కడ్నుంచి తిరుగు ప్రయాణమయ్యాము. దగ్గరలో చూడదగ్గ ప్రదేశాలు ఇంకేమైనా ఉన్నాయా! అని ఆటో అబ్బాయిని అడిగితేకాఫీ మ్యూజియము ఉంది. చాలా బాగుంటుంది అనిచెప్పాడు. అయితే రైలుకి అందేస్తామా! ఇబ్బంది అవుతుందా? అని నేను ప్రశ్నించాను. అందేటట్లుగా నేను చేస్తాను మేడం అని భరోసా ఇచ్చాడు. సరే అయితే మ్యూజియంకి పోనియ్య అని మా వారు గ్రీన్ సిగ్నల్ ఇవ్వడంతో అందరం ఆటోలో తిరుగు ప్రయాణం అయ్యాం. మళ్ళా అదే రోడ్డు గతుకులు, కుదుపులు వెన్నులో నొప్పి.

మొత్తానికి కాఫీ మ్యూజియం కి చేరుకున్నాం. ఎక్కడికి వెళ్ళినా ముందుబాత్రూం ఉందా! లేదా? అని చూసుకునేటప్పటికీ సరిపోయింది. నాకున్న ఇబ్బంది అలాంటిది కదా! అందుకు కావాల్సిన వస్తువుల్ని కూడా నా వెంట హ్యాండ్ బ్యాగ్ లో తెచ్చుకున్నాను. ఈ ప్రయాణం అంతా ఆ బ్యాగును మోయడం కూడా నాకు సమస్యగా మారింది.

కాఫీ మ్యూజియం చాలా బాగుంది. అక్కడ అన్ని రకాల కాఫీ పొడులు, అన్ని రకాల చాక్లెట్స్ ఉన్నాయి. కాఫీ సువాసన నషాళానికి అంటుకుపోయింది. కాస్త కాఫీ పొడి, కొన్ని రకాల చాక్లెట్స్ ని ప్యాక్ చేయించాం. కానీదానికి వాడు చాలా సమయం తీసుకున్నాడు.

డ్రైవర్ నుంచి ఫోన్లు సార్ త్వరగా రండి ట్రైన్ టైం అయిపోతుంది అని. సరే అని మావారు మమ్మల్ని ఇంక పదండి,పదండి అని కంగారుపెట్టారు. ఇంతలో మా వాడిని అక్కడ ఉన్న కోల్డ్ కాఫీ ఆకర్షించింది. నాకు అది కావాలి అన్నాడు. టైం అయిపోతుంది కదా ఇప్పుడు ఎలా పద అని మా వారు అన్నారు. వాడు దానికి చిన్న పుచ్చుకున్నాడు. సరే మేము త్వరగా తీసుకుని వచ్చేస్తాం లెండి. మీ ఇద్దరూ ఆటోలో కూర్చోండిఅని వాళ్ళిద్దర్నీ పంపించా. కోల్డ్ కాఫీ ఆర్డర్ ఇచ్చాం. దానికి చాలా సమయం తీసుకున్నాడు. ఈ లోపు మా వారి నుంచి కాల్స్ త్వరగా రమ్మని. అయితే సరే! ఆర్డర్

క్యాన్సిల్ చేసేద్దామంటే వాడు అవ్వదు అన్నాడు. మొత్తానికి కాసేపటికి కాఫీ ఇచ్చాడు. దాన్ని తీసుకొని వచ్చి ఇంక రైల్వే స్టేషన్ కి వెళ్లే దారిలో ఆటోలో తాగేదు మా అబ్బాయి.రైల్వే స్టేషన్ కి వెళ్లే వరకు కంగారే.ట్రైన్ టైం అయిపోతుంది మిస్ అయిపోతామేమోని. మావారు దొరికిందే అదును అని, "నేను వద్దు అంటే విన్నారా! నా మాట, ఇప్పుడు చూడు సమయం మించి పోతుంది" అని కోపమయ్యారు. మేము రైల్వే స్టేషన్ కి చేరేవరకు ఏమీ మాట్లాడకుండా ఉన్నాను.

మొత్తానికి రైల్వే స్టేషన్ కి సరైన సమయానికి చేరుకొని రైలు అందుకున్నాం.ఆటో అబ్బాయికి ఇవ్వవలసిన డబ్బులు ఇచ్చేసి మేము రైలు ఎక్కిపోయాం.హమ్మయ్య! అని ఊపిరి పీల్చుకున్నాం. అందరం బాగా అలసిపోయి ఉన్నావేమో! ఎక్కడి వాళ్ళు అక్కడే చతికిల పడిపోయాం. రైల్లో కూడా పెద్దగా ప్రయాణికులు లేరు. నాకు నా పీరియడ్స్ ప్రాబ్లం కాస్త ఇబ్బంది పెడుతూనే ఉంది. మధ్య మధ్యలో మా వారు పిల్లలు నీకు ఎలా ఉంది! ఎలా ఉంది? అని అడుగుతూనే ఉన్నారు. నేను వాళ్ళని కంగారు పెట్టడం ఎందుకని బానే ఉన్నా! బానే ఉన్నా! అని సర్ది చెప్పుకుంటూ వచ్చా. మళ్లీ టన్నల్స్ లో ప్రయాణం ప్రారంభ మయ్యింది. ఈసారి నేను అలాకూర్చునే ఉన్నాను. మరి లేవలేదు. మా వారు కాస్త ఎంజాయ్ చేసారు. పిల్లలు ఇద్దరు ఇంటి నుంచి బయలుదేరినప్పుడు ఎంత హుషారుగా ఉన్నారో మళ్లీ అలానేటన్నల్స్ ప్రయాణాన్ని ఎంజాయ్ చేసారు. మొత్తానికి మళ్లీ మరో ఐదు గంటలు ప్రయాణం తర్వాత విశాఖపట్నం రైల్వే స్టేషన్ కి చేరుకున్నాం. ఇంక రాత్రి భోజనం సంగతి చూడాలి కదా! అక్కడే ఇడ్లీ, దోస తిని మా కారు వద్దకు చేరుకున్నాం. పార్కింగ్ డబ్బులు కట్టేసి మా కారులో ఇంటికి తిరుగు ప్రయాణం అయ్యాము.

అందరం ఇంటికి చేరుకొని స్నానాలు చేసి ఇంక నిద్రకి ఉపక్రమించాం. ఇంక అప్పుడు మొదలైంది నాకు నెలసరి ఇబ్బంది .విపరీతమైన కడుపునొప్పి, నడుము నొప్పి. ఇక బ్లీడింగ్ అన్నది చాలా చాలా ఎక్కువ అయింది. టాబ్లెట్ వేసినా కంట్రోల్ అవ్వలేదు. అందరూ అలసిపోయి ఉన్నారు కదా! ఎవరినీ నిద్రలేపి ఇబ్బంది పెట్టలేదు. ఇంక నేనే ఐస్ ప్యాక్ పెట్టుకొని అలాగా మంచం మీద తిన్నగా కదలకుండా తెల్లవారులు కళ్ళు తెరుచుకొని నిద్రపోయాను. మరుసటి రోజు పొద్దున్నే విషయం తెలుసుకుని శ్రీవారు, పిల్లలు చాలా బాధపడ్డారు. "మా వల్లే కదా నీకు ఇబ్బంది వచ్చింది" అని. "అయ్యో! అలా ఏం కాదు మీరు ఎవరు బాధపడకండి ఒక రోజే కదా అని నేను అనుకున్నాను కానీ ఇంత ఇబ్బంది అవుతుంది అని నాకు తెలియలేదు అన్నాను. అయినా ఒక మంచి జరిగింది" అన్నాను. ఏమిటీ అన్నట్లు అందరూ నా వైపు చూశారు.

"ఈ పీరియడ్స్ ప్రయాణానికి ముందే వచ్చాయి కాబట్టి అన్ని జాగ్రత్తలు తీసుకున్నాను, అదే రైలు ఎక్కాక, మధ్యలో వస్తే నా పరిస్థితి ఏమిటి?"అవును కదా! అన్నట్లు అందరూ తలాడించారు.

ఇంక ఈ సమస్యతో డాక్టర్ వద్దకు కూడా వెళ్లలేని పరిస్థితి నాది. తెలిసిన డాక్టర్ ఉంటే ఆయన వచ్చి బ్లీడింగ్ కంట్రోల్ అవ్వడానికి ఇంజక్షన్ఇచ్చి వెళ్లారు. మా వారికి సెలవు దొరకని కారణంగా

ఆఫీసుకు వెళ్లిపోయారు. పిల్లలిద్దరూ నాకు తోడుగా ఉండిపోయారు. ఒక వారం రోజులు చాలా ఇబ్బంది పడ్డాను. చాలా నీరసపడిపోయాను. ఇంక అప్పుడు నిశ్చయించుకున్నాను. పీరియడ్స్ సమయంలో ఇలాంటి ప్రయాణాలు చేయకూడదు అని. ప్రత్యేకంగా నాకు ఈ సమస్య ఉంది కాబట్టి ఇలా నిర్ణయించుకున్నాను. అందరికీ ఇలా ఉండదు. ఏముందిలే పొద్దున వెళ్లి రాత్రికి వచ్చేయడమే కదా! అని అనుకున్నాను. కానీ ఇంత సమస్య వస్తుందని ముందే ఊహించి ఉంటే వెళ్లేదాన్ని కాదు అయినా ప్రయాణంలో ఇక్కట్లు ముందే చెప్పి వస్తాయా! అనుభవించాల్సిందే.

మనం పెట్టిన ఫొటోలు చూసి వీళ్లు హ్యాపీగా వెళ్లారు, ఎంజాయ్ చేశారు అనుకుంటారు. కానీ ఆ ప్రయాణానికి బయలుదేరడానికి, సరైన సమయానికి చేరుకోవడానికి అక్కడ పడే ఇబ్బందులు ఇవి ఎవరికీ కనబడవు. కేవలం ఫొటోల్లో మనల్ని చూసి నిర్ణయించేస్తారు ఆహా! ఎంత ఆనందంగా ఉన్నారు అని. అరుకు ఎంతటి అందమైన, ఆహ్లాదకరమైన సుందరమైన ప్రదేశమో! అంతే సమానంగా ఆ ప్రయాణంలో నేను చాలా ఇబ్బందుల్ని ఎదుర్కొన్నాను ఇది నా స్వీయ అనుభవం.

మీ

మోణంగి ప్రవీణ

★ ★ ★

కాశీ ప్రయాణం -- నేర్పింది కొత్త పాఠం

- సింగంపల్లి శేష సాయి కుమార్

మా వాడు అదే నా పుత్రరత్నం పొద్దు పొద్దున్నే నిద్ర లేవగానే వాళ్ళ అమ్మను ఎత్తుకొమ్మంటు ఒక అమాయకపు నవ్వుతో ఆమె మెడ చుట్టూ చేతులు వేసి పాల కోసం ఎదురు చూస్తాడు. వాడు పుట్టి నిండా పదహారు నెలలు కాలేదు. నెలల బిడ్డ ఇప్పుడిప్పుడే వ్యాక్సిన్లు పూర్తి చేసుకొని తేరుకుంటున్నాడు.

మా తమ్ముడు ఉదయాన్నే వేడి వేడి కాఫీ కప్పు చేతికందుకొని "కాశీ కి టికెట్లు బుక్ చేస్తా, ఎవరెవరు వస్తారో చెప్పండి ?నాకు రేపు వారం మూడు రోజులు సెలవులు పెట్టుకోవడానికి సరే అన్నారు "అన్నాడు ఉన్నట్టుండి.

నేనైతే ఇప్పుడుండే ఆఫీసు పనికి లీవు అని అడిగితే మరుక్షణమే నన్ను ఇంటికి పంపేస్తారు అని అచ్చం మా నాన్న లాగే మాట్లాడుతుంటే, మా అమ్మ కు మాత్రం కోపం కట్టలు తెంచుకుంది.

మీ నాన్న బ్రతికున్నప్పుడు కూడా ఇంతే ఎక్కడికి రమ్మన్నా ఇలానే నేను రాను మీరు పోండి అంటూఏది ఆయన చూడలేదు ఆయన రాలేదు కదా అని నేను ధైర్యంగా ఎక్కడికీ కాలు తీసి బయట పెట్టలేదు అంటూ ఆమె బాధనంతా వెళ్లగక్కుతోంది.

"ఇప్పుడవన్నీ ఎందుకు నాన్న మళ్ళీ వచ్చాడుగా, ఇదిగో వీణ్ణి నా బదులు పిలుచుకొని పోండి" అన్నా ధైర్యంగా. "ఏరా చిన్నోడా" అంది అమ్మ.

"నువ్వెప్పుటి నుండో విమానం ఎక్కలేదు అన్నావు కదా , దూరప్రయాణం కదా,ఏదైతే అది కానీ విమానం టికెట్లు బుక్ చేస్తా "అన్నాడు తమ్ముడు.

నేను తప్ప మొత్తం నలుగురు పెద్దలు ,బుడ్డోడు ఒకడు, ఐదు మందికి టికెట్లు బుక్ అయినాయి. నేను రాలేదన్న ఒకే ఒక్క కారణం మా అమ్మను క్రుంగదీస్తోంది. ....నా మటుకు అది చిన్నదే కానీ ,ఆమెకు అదే పెద్ద కారణం.

ఎలాగోలా టికెట్లు కాస్తా బుక్ చేసుకున్నారు.వారం రోజుల తరువాత ప్రయాణం.కాశీ లో ఎక్కడ దిగాలి?, బస ఎక్కడ? , ఎన్ని గుళ్ళు ఉన్నాయి?, దూరం ఎంత? , ఆటో వాళ్ళు ఎంత తీసుకుంటారు? ఇలాంటి సవాలక్ష ప్రశ్నలకు ఒక్కటే సమాధానం. అదే యు ట్యూబ్ .

అన్ని ఛానళ్లు తిప్పి తిప్పి చూస్తున్నారు, ఫోన్లోని డేటా అంతా అయిపోతోంది , కానీ ఛానల్ మార్చే కొద్దీ కొత్త కొత్త విషయాలు పుట్టుకొస్తున్నాయి. అందరూ చెప్పేది ఒకటే. అక్కడ ఒక చోటు నుండి మరొక చోటుకు ఆటోలు, రిక్షాలు తక్కువ, నడక ఎక్కువ అని. ఈ ఒక్క విషయం చాలు మా గుండెల్లో రైళ్లు పరిగెత్తడానికి .

మా అమ్మకునడక అంటేనే కష్టం . రాను పోను ఆటో అంటేనే ఎక్కడికైనా సిద్ధమవుతుంది. అలాంటిది నడక అంటే వామ్మో ఇప్పుడు తలుచుకుంటేనే భయమేస్తోంది . అయినా సరే ఎలాగోలా కాశీ యాత్ర ప్రారంభించాలని "అక్కడికి వెళ్లాక అన్నీ సర్దుకుంటాయి వెళ్దాం పద " అన్నాడు తమ్ముడు.

విమానానికి బట్టలు కూడా పరిమిత బరువులోనే తీసుకెళ్లాలని టికెట్లలో రాసి ఉండడంతో నలుగురు నాలుగు బ్యాగులు తీసుకుని విమానం ఎక్కడానికి బెంగళూరుకు బయలుదేరారు .నేనేమో ఇక్కడ వాళ్లందరూ కాశీయాత్రకు బయలుదేరారు అని నాతోటి ఉద్యోగులకు చెబితే, వారిలో కొందరు నువ్వు వెళ్లకుండా అప్పుడే పుట్టిన బిడ్డను పంపించడమేమని ఆశ్చర్య పోతే , మరి కొందరు చిన్న బిడ్డను అంత దూరం ఎందుకు పంపించావ్ అంటూ నాకే ఎదురు ప్రశ్న వేశారు .అందుకని సాధ్యమైనంత వరకు ఎవరికీ తెలియకుండా వాళ్ళ ప్రయాణాన్ని మనసులోనే ఆస్వాదిద్దామని నిర్ణయించుకున్నాను.

రాత్రి 9:00 కల్లా బెంగళూరుకు చేరింది వాళ్ళ కారు .అక్కడి నుండి ఉదయం ఆరింటికి విమానం ,విమాన ప్రయాణం అంటే అప్పటి వరకు ఎవరికీ తెలియదు ఒక్క మా తమ్ముడికి తప్ప , వాడు ఇదివరకే అండమాన్ వెళ్ళొచ్చాడు. మీ ఊహలు అక్కడితో ఆపేయండి. అండమాన్ అంటే అక్కడ దీవులని చూడడానికి మాత్రమే. రాత్రి బెంగళూరులో విపరీతమైన చలి. విమాన ప్రయాణికుల్ని ఓ రెండు మూడు గంటలు ముందే విమానాశ్రయంలోనికి అనుమతిస్తారని చెప్పడంతో రాత్రంతా బయటే తెచ్చుకున్న పడక బట్టలతో కాలం గడిపేశారు.

విపరీతమైన చలి, అయినా విమాన ప్రయాణం ముందు అది వాళ్లకు పెద్దగా కనపడలేదు. ఉదయం ఆరింటికి విమానం బయలుదేరేందుకు సిద్ధమయ్యే ముందు నాకు ఫోన్ చేశారు. మేము విమానం ఎక్కడానికి సిద్ధమయ్యాం, ఫోన్ స్విచ్ఆఫ్ వస్తుంది నువ్వు భయపడొద్దు అని , అదేముంది మీరు వెళ్ళండి అంటూ ఫోన్ కట్ చేసి గాఢ నిద్రలోకి జారుకున్నా .ఏడింటికి మెలుకువ వచ్చే సమయానికి ఫోన్ రింగ్ అయింది. మేము ఇప్పుడే కాశీలోకి అడుగుపెట్టాం అని ప్రయాణం నిజంగా ఎంత సుఖమయిందో ,డబ్బుంటే ఎంతటి కష్టసాధ్యమైన పని అయినా చిటికలో అయిపోతుందని ఇదొక నిదర్శనం అనుకోవచ్చేమో .

పూర్వం కాశీకి వెళ్లాలంటే నడక మార్గం ద్వారానో లేదా బండ్ల పైన వెళ్లేవారు ఇప్పుడు వెళ్తే ఎప్పుడు తిరిగి వస్తారో కూడా తెలియక కాశీ ప్రయాణం అంటేనే అదో చివరి ప్రయాణం ...చివరి మజిలీగా భావించేవారు. అలాంటిది ఒక్క గంటలో కాశీలో అడుగు పెట్టారంటే నాకే ఆశ్చర్యం వేసింది .అవును నిజంగా ప్రపంచం చాలా ఆధునీకరింపబడింది అనిపించింది. అయినా నేను విమానం ఎక్కలేదు కదా కాశీలో అడుగుపెట్టలేదు కదా. ఈ ఆలోచనలు మాత్రం నాలో మళ్ళీ మొదలయ్యాయి అయినా ఏం చేద్దాం? అనుకుంటూ ఓ అరగంటలో ప్రయాణమై రైల్వేస్టేషన్ కుచేరుకున్నాను ఆఫీసుకు వెళ్లడానికి.

★

కాశీలో అడుగుపెట్టగానే మా అమ్మ కళ్ళల్లో ఆనందాన్ని ఆమె మాటల్లోనే నేను మొదట విన్నాను. ఇక మావాడి అరుపులు, కేకలు మామూలే.అందరూ అక్కడికి వెళ్లగానే మన తెలుగువారి సత్రంలో ఒక మంచి రూమ్ తీసుకున్నారు . అక్కడ స్నానాలు ముగించాక సాయంత్రం దేవుని దర్శనానికి ముందే బుక్ చేసుకున్న టికెట్లు తీసుకొని వెళ్లారు.

అనుకున్నదొకటి 'అయినది ఒకటి అంటారు కదా. ఇక్కడ అంతా ముందే మానసికంగా సిద్ధమయ్యారు నడక తప్పదు .అలానే నడుచుకుంటూ ఓ రెండు కిలోమీటర్లు వెళ్లాల్సిన పరిస్థితి వచ్చేసరికి కాస్త కష్టంగానే అనిపించింది. అందునా అక్కడి సందులు మనలా లేకపోవడంతో ఇంకా చాలా ఇబ్బందిగా తోచింది వాళ్ళందరికీ. సాయంత్రం స్పర్శ దర్శనానికి విశ్వనాథుని సన్నిధికి చేరుకున్నారు.

దర్శనం అంతంత మాత్రమే అయిందని చెప్పింది మా అమ్మ. ఎందుకంటే ఆమె కాస్త వంగి స్వామిని తాకే ముందుగానే అక్కడున్న సిబ్బంది టక్కున లేపేసి ఇక వెళ్ళు చాలు అన్నారట . అంత దూరం నుంచి వచ్చి కనీసం తాకలేదే అన్న బాధ ఆమెలో మొదలైంది. ఆ ఆలోచనలతో రాత్రి రూమ్ కొచ్చి పడుకున్నారు అందరూ.

" ఏం ఎలా జరిగింది దర్శనం ?" అని నా ఫోన్. దాంతో అందరూ బాగా జరిగింది అని చెప్పినా, మా అమ్మ మాత్రం" ఏం చెప్పమంటావు నన్ను ఇక్కడ తాకనీయలేదు,తోసేసారు "అంటూ తన బాధ వెలిబుచ్చింది." అంతే కదా జనాలు ఎక్కువ ఉండేటప్పుడు వాళ్ళు మాత్రం ఏం చేస్తారు చాలాసేపు ఉండనివ్వరు. ఒక్క క్షణమైనా విశ్వనాథుని చూడగలిగావంటే అది నీ అదృష్టం "అన్నాను నేను.

అయినా ఆమె మాటల్లో తృప్తి కలగటం లేదు. అందుకే రెండోసారి దర్శనానికి తీసుకెళ్లమని చెప్పాను మా తమ్ముడికి ,వాడు సరే అన్నాడు. కాకపోతే మరుసటి రోజు మేము అందరం త్రివేణి సంగమానికి వెళ్తాము అన్నారు.

అక్కడ త్రివేణి సంగమంలో స్నానం చేసి నాన్నకు తర్పణాలు వదిలి అలాగే అక్కడున్న శక్తిపీఠంలోని అమ్మవారిని దర్శనం చేసుకొని వస్తామని చెప్పారు. అంత దూరం ప్రయాణం అంటే మళ్ళీ అలసిపోతారని వారించాను "అయినా ఇంత దూరం వచ్చాక అలసి పోవడం ఏమిటి " అని అందరూ నన్ను ఎదిరించి, నా మాట లెక్కచేయకుండా కారు తీసుకొని బయలుదేరారు.

ఉదయాన్నే బయలుదేరిన వారు మధ్యాహ్నానికి త్రివేణి సంగమం చేరుకొని అక్కడ అమ్మవారిని దర్శనం చేసి, అలాగే త్రివేణి సంగమంలో స్నానంతో పాటు నాన్నకు తర్పణాలు వదిలి, బాగా అలసిపోయి సాయంత్రం ఏడింటికి తిరిగి మళ్ళీ కాశీకి చేరుకున్నారు. అక్కడితో వాళ్ళకి ఆ రోజు పూర్తయింది. తర్వాత రోజు ఉదయాన్నే వారాహి అమ్మవారి దర్శనం ముగించుకొని, అక్కడ నుండి కాలభైరవ దర్శనానికి వెళ్తూ వెళ్తూ మార్గమధ్యంలో ఓ దలారిచే మోసపోయారు. మిమ్మల్ని దగ్గర ఉండి దర్శనం చేయిస్తానని ఓ 1500 రూపాయలు తీసుకొని గుడి ముందర వదిలేసి వెళ్ళిపోయాడట. దాంతో చిన్నోడిని చంకలో వేసుకొని జనాల్లో నడుచుకుంటూ బాగా నలిగిపోయి దర్శనం ముగించుకొని బయటకు వచ్చారు అందరూ.

ఓ బోటు మాట్లాడుకుని ఓ రెండు గంటల పాటు గంగా నదిలో ఘాట్లన్నీ తిరిగొచ్చారు. చిన్నోడి కేరింత అంతా ఇంతా కాదు. గంగా నదిలో ప్రయాణం వాళ్లు అక్కడ ఆనందించిన క్షణం, ఇక్కడ ఫోటోలో చూసి మురిసిపోయా. కానీ గంగా నదిలో కలుషితం ఎక్కువ అయిందని మా అమ్మ నాతో చెప్పింది. అదంతా మనం చేసుకున్న పాపమే (కలుషితమే) కదా. ఇకపైనైనా దాన్ని కలుషితం చేయకుండా ఉంటే బాగుంటుందని విశ్వనాథుని మొక్కుకోమని చెప్పాను. (అంటే మీరక్కడ కలుషితాలు వదలద్దని).

అలాగే విశాలాక్షి అమ్మవారి దర్శనం చేసి తిరిగి సాయంత్రం రూముకు చేరుకున్నారు. మరుసటి రోజు ఇక బయలుదేరాల్సిన సమయం వచ్చింది. అందుకని మరొక్కసారి అందరూ కలిసి విశ్వనాథుని దర్శనానికి వెళ్లారు. ఈసారి సాధారణ దర్శనమే అయినా అమ్మ చాలా తృప్తిగా చూశాను అంటూ ఫోన్లో చెప్పింది. దీంతో విశ్వనాథుడి దర్శనం ముగించుకొని తిరిగి విమానంలో తిరుపతికి బయలుదేరారు. మరుసటి రోజు ఉదయం 10 కల్లా అందరూ ఇంట్లో ఉన్నారు.

చూసారా ఓ వారం రోజులు కూడా సమయం లేకుండానే ఇంత యాత్ర పూర్తి చేశారు అని నేను అన్నాను. దీంతో అమ్మ ఓ మాట చెప్పింది "మా అమ్మమ్మ చెప్పేది కాశీకి వెళ్ళాలంటే ఉండాల్సింది డబ్బు, సమయము కాదు. ఏ యాత్రలనైనా మనిషి శారీరక శ్రమను భగవంతుడు పరీక్షిస్తాడు. అక్కడ మనిషి శారీరక శ్రమ ఎంత చేస్తున్నాడు, అది ఎలాంటిది? ఎలాంటి స్థితిలో ఉన్నాడని భగవంతుడు పరీక్షిస్తాడట. అంతే కదా మరి మనిషి శారీరక సామర్థ్యం బాగున్నప్పుడు మానసిక

ఆరోగ్యం కలుగుతుంది . మానసికంగా ఆరోగ్యంగా ఉన్నప్పుడు భగవంతుని దర్శనం సులభంగా అవుతుంది.

అంతేకానీ ఎంత సంపద ఉన్నా ఎన్ని సులభమైన మార్గాలు వెతికినా భగవంతుని దర్శనం అనేది కష్టతరం అవుతుంది. కాశీకి వెళ్లి ఏం నేర్చుకున్నారు అని ఎవరైనా అడిగితే కాశీకి వెళ్లాలంటే ముందు మానసికంగా ,ఆ తరువాత శారీరకంగా బలంగా ఉండి దైవ దర్శనానికి వెళ్లండి . అప్పుడే ఆ దైవం మీద మనకు గురి కుదురుతుంది అని చెప్పాలి.

ఎందుకంటే శారీరక బలం అనేది మన చేతుల్లోనే ఉన్న అంశం దాన్ని సక్రమంగా పాటించగలిగితే ఎక్కడికి వెళ్లినా కష్టం అనిపించదు .అలాకాక సులభంగానే అన్ని జరగాలంటే కుదరదు కదా కాశీ యాత్ర మా ఇంటిల్లి పాదికి ఓ కొత్త అనుభూతిని మిగిల్చింది. ఎక్కడికైనా వెళ్లే ముందు మానసికంగా, శారీరకంగా సంసిద్ధమై వెళ్తే యాత్ర పరిపూర్ణంగా ఉంటుందని అర్థమైంది.

అంతేకాక కుటుంబంలోని వ్యక్తులందరూ కలసి వస్తేనే బాగుంటుంది అన్న ఆలోచన కూడా మన యాత్రను పరిపూర్ణం చేయలేదు. ఎందుకంటే ఒకరికి సమయం ఉన్నప్పుడు మరొకరికి సమయం దక్కాలి అన్నా అది కుదరని పని. అందుకని మన మానసిక ఆలోచనలను కుటుంబంలోని వారిపై కాకుండా మనం చూడాలన్న కోరికతో వెళ్లినప్పుడే ఏ యాత్ర అయినా పరిపూర్ణమవుతుంది .అలాంటి యాత్ర మరొక్కసారి కలగాలంటే ఆ విశ్వనాథుని ప్రార్థించింది అమ్మ.

మీ

సింగంపల్లి శేష సాయి కుమార్

★ ★ ★

లాస్ వేగాస్ (యాత్రా కథనం)

– సబ్బని లక్ష్మీ నారాయణ.

అమెరికా వచ్చిన కొత్తల్లో లాస్ వేగాస్ వెళ్దాం డాడీ అన్నాడు మా శరత్. అమెరికా అంటే న్యూయార్క్, నయాగరా, చికాగో, వాషింగ్టన్ లాంటి ప్రదేశాలు చూస్తారు కాని లాస్ వేగాస్లో ఏముంటుందో నాకు తెలియదు. లాస్ వేగాస్ చూడవలసిన ప్లేస్ అక్కడ కసినోలు ఉంటాయి, బాగుంటుంది అన్నాడు. అక్కడి నుండి గ్రాండ్ కెనియన్, అంటిలోప్ కెనియన్ కూడా చూడచ్చు అన్నాడు, టికెట్ బుక్ చేస్తానన్నాడు. అమెరికాలో డిమాండ్ బట్టి రేటు చొప్పున విమాన టికెట్స్ గాని, లాడ్జింగ్ రేట్లు గాని వీకెండ్స్ లో ఎక్కువగాను, వీక్ మధ్యలో తక్కువగాను ఉంటాయన్నాడు. అంటే వీకెండ్స్ శుక్ర, శని, ఆదివారాల్లో ఉన్న రేట్లు సోమ, మంగళ, బుధ ,గురువారాల్లో ఉండవు. అలా మూడు నాలుగువందల డాలర్లు రౌండ్ ట్రిప్ ఉన్న విమాన టికెట్ వీక్ మధ్యలో వంద డాలర్ల లోపు దొరకవచ్చు, మూడు నాలుగువందల డాలర్లు రేటు ఉండే లాడ్జింగ్ వీక్ మధ్యలో నూటా యాబయి రెండు వందల డాలర్లకే దొరుకచ్చు. అమెరికా దేశీయ విమానయాన సంస్థల్లో ఫ్రాంటియర్, అమెరికన్, సౌత్ వెస్ట్, యునైటెడ్, అలాస్కా లాంటి సంస్థలు ఉన్నాయి. అవి ఇందించే సౌకర్యాలను బట్టి వాటి రేట్లలో కూడా తేడాలు ఉన్నాయి. ఒకోసారి మనం బుక్ చేసుకొనే విమానాశ్రయమును బట్టి కూడా విమాన టికెట్ రేటు ఉంటుంది అన్నాడు.మాకు అనుకూలంగా ఉన్న ఫ్రాంటియర్ ఎయిర్ లైన్స్ ద్వారా శాన్ ఆంటోనియా విమానాశ్రయం నుండి మాకు మే మాసం 18 వ తేది గురువారం టికెట్ బుక్ చేశాడు లాస్ వేగాస్ కు, తిరుగు ప్రయాణానికి మళ్ళీ ఆదివారం ఉదయం లాస్ వేగాస్ నుండి శాన్ ఆంటోనియా కు చేశాడు.

బుదవారం సాయంత్రమే శాన్ ఆంటోనియా కు బయలుదేరాం ఆస్టిన్ నుండి రమాకాంత్ వాళ్ళ ఇంటికి.ఆ రాత్రి వాళ్ళ ఇంట్లోనే పడుకున్నాం. తెల్లవారి సాయంత్రం 4 గంటలకు ఉంది విమానం. గురువారం ఉదయం నుండే శరత్ వర్క్ హోం చేశాడు ఆఫీస్ పనిని. మధ్యాహ్నం 3 గంటలవరకే శరత్ ను, నన్ను, శారదను విమానాశ్రయంలో డ్రాప్ చేశాడు కార్తిక్. మా సృజన డాక్టర్ సలహాపై ప్రయాణం చెయ్యవద్దు అంటే రమాకాంత్ వాళ్ళ ఇంట్లోనే రెస్ట్ తీసుకుంటానంది మేం వచ్చేవరకు. విమానాశ్రయంలో చెకప్ తర్వాత మా విమాన ప్రయాణం మొదలయ్యింది. ఇండియా లో ప్రయాణికులు ఎక్కువగా బస్సుల్లో, రైళ్ళలో ప్రయాణిస్తారు, విమానాల్లో ప్రయాణించేవారు తక్కువ. అమెరికాలో ఓ నాలుగైదు గంటలలోపు ప్రయాణమైతే కార్లల్లో వెళ్తారు, అంతకు మించి ప్రయాణం విమానాల్లోనే

వెళ్తారు. అమెరికాలో బస్సుల్లో ప్రయాణించేవారు తక్కువ, వందల సంఖ్యల్లో అన్నట్లుగా ఇక్కడ ఇంటికో కారు కాదు, మనిషికో కారు ఉంటుంది. శాన్ అంటోనియాకు లాస్ వేగాస్ కు దాదాపుగా 2000 కి.మీ. పైగా దూరం ఉంటుంది. కారులో వెళ్తే 19 గంటలవరకు పడుతుంది. రెండు రోజుల్లో వెళ్ళడం కూడా కష్టం. విమాన ప్రయాణమైతే రెండున్నర మూడు గంటల్లో వెళ్ళవచ్చు. అమెరికా ప్రయాణములో ఇది మాకు రెండవసారి విమానం ఎక్కడం. విమానం పక్షిలా లేచి గాలిలో ప్రయాణిస్తుంటే వింతైన అనుభవం. దూది పింజల్లాంటి మబ్బుల్లోంచి, కింద ఎడారిలాంటి మైదానాలు వందలకొద్దీ కిలోమీటర్ల గుట్టలవరుసల మీది నుంచితేలిపోతుంటే ఎంత దూరం మనిషి ఇలా

ప్రయాణించవచ్చు అనిపిస్తుంది. రెండున్నర గంటల ప్రయాణంతో మేం లాస్ వేగాస్ మెకరాన్ అంతర్జాతీయవిమానాశ్రయంలో దిగినాం. ఎడారి ప్రాంతమైన లాస్ వేగాస్ లో అధునాతనమైన రద్దీగా ఉండే విమానాశ్రయం అది. ఇటీవలి కాలం లెక్కల ప్రకారం ఏటా సరాసరిగా నాలుగున్నర కోట్ల మంది ప్రయాణికులు ఈ విమాశ్రయం గుండా వస్తుంటారు, పోతుంటారు అని తెలుస్తుంది. అది విమానాశ్రయమా అంతే కాదు అంతర్జాతీయ వేదిక అని అనిపిస్తుంది ! విమానాలు పక్షుల్లా వాలుతుంటాయి, ప్రయాణం ఒక సరదానా ఇక్కడ అనిపిస్తుంది!

విమానాశ్రయం గుండా బయటకి వస్తూ విమానాశ్రయం వాళ్ళు కల్పిస్తున్న సౌకర్యంలో భాగంగా కొంత దూరం ట్రైన్ ఎక్కి, మరి కొంత దూరం బస్ ఎక్కిరెంటల్ కారు దగ్గరకు వెళ్ళాం. అక్కడ తిరుగడానికి కారు బుక్ చేశాడు మా అబ్బాయి. నిజంగా కారు లేనిది కాలు కదుపలేము అమెరికాలో అనిపించింది. రోజుకో నూరు డాలర్ల వరకు రెంట్ కట్టి పెట్రోలె పోసి వాడుకుంటే ఈజీగా ఉంటుంది కాని, మనం వెళ్ళవలసిన ప్లేస్ కు కారు మాట్లాడుకొని వెళ్తే దానికే నూరు, నూటయాభై డాలర్లు అవుతాయి. అందుకే అమెరికాలో ఉన్న వారికి స్త్రీలకైనా, పురుషులకైనా ముఖ్యంగా కారు ఉండాలే, కారు నడుపరావాలే. అది ప్రథమ అవసరం. ఇంకా కారుకైనా, మనిషికైనా తప్పకుండా ఇన్సురెన్స్ ఉండాలే. అవసరమైనపుడు స్వతహోగా మనము లక్షల్లో చెల్లించలేం వైద్య ఖర్చులు మనిషికైనా, కారుకైనా.

శాన్ అంటోనియా టైం, లాస్ వేగాస్ కంటే రెండు గంటలు ముందుగా ఉంటుంది. మూడు గంటల ప్రయాణం తరువాత లాస్ వేగాస్ లో రెండు గంటల సమయం వెనుక తేడాతో సాయంత్రం 5 గంటలు దాటింది. గమనించి చూస్తుంటే లాస్ వేగాస్ నగరం ఒక ఎడారి ప్రాంతం లా ఉంది. చెట్లు అసలు తక్కువ అని చెప్పచ్చు నేను చూసిన టెక్సాస్రాష్టము తో పోల్చి చూస్తే. అక్కడ ఉన్న చెట్లు ఏమిటి అంటే ఈత, ఖర్జూరపు చెట్ల లాంటివే కనిపించాయి. మేం ముందుగాకార్లో జిపిఎస్ అడ్రస్ పెట్టుకొని అక్కడికి దగ్గరలో ఉన్న వాల్ మార్ట్ కు వెళ్ళాం. మూడు రోజులకు సరిపడా వాటర్ బాటిల్స్ తీసుకున్నాం. ఒక ఆరెంజ్ జ్యూస్ డబ్బా తీసుకున్నాం. ఒక బ్రెడ్ పాకెట్ తీసుకున్నాం. ఒక చిప్స్ పాకెట్ తీసుకున్నాం. ఒక డజన్ అరటి పండ్లు కూడా తీసుకున్నాం. అక్కడ నుండి అడ్వాన్స్ గానే బుక్ చేసిన 'హోటల్ బ్యాలిస్' కు వెళ్ళాం. అమెరికాలో కారు ఉండడం, కారు నడుపడమే కాదు, కారును పార్కింగ్ చూసుకొని పెట్టడం కూడా ముఖ్యం. హోటల్స్ నానుకొని కారు పార్కింగ్ కోసం అంతస్తుల భవన సముదాయాలు ఉన్నాయి.

పెయిడ్ పార్కింగ్ క్రెడిట్ కార్డ్ ద్వారా రోజుకు పది డాలర్ల వరకు చెల్లించవలసి ఉంటుంది. మూడో అంతస్తులో కారు పార్క్ చేసి లిఫ్ట్ ద్వారా వచ్చి హోటల్ దగ్గరకు వెళ్లాం. మమ్మలను ఇద్దరినీ ఒక దగ్గర ఉండుమని చెప్పి, కౌంటర్ దగ్గరకు వెళ్లి మా హోటల్ రూమ్ కీ తీసుకొని వచ్చిందు శరత్. ఆ హోటల్ కారిడార్ ఎంట్రెన్స్ లో అంతర్జాతీయ అధునాతన సమాజం కనిపించింది. ఎక్కడివారు ఈ జనాలు అంటే ప్రపంచ దేశాల వారు అనిపించింది. ఎవరి బిజీలో వారు వస్తున్నారు, పోతున్నారు. ఎక్కడానికి, దిగడానికి లిఫ్ట్లే కాదు, ఎస్కలేటర్లు ఉన్నాయి. అది కసినోతో, రెస్టారెంట్ల తో కూడుకొనిఉన్న అంతర్జాతీయ త్రీ స్టార్ హోటల్. హోటల్ 66వ అంతస్తులో మా రూమ్ ఉంది. ఇంత పెద్ద స్టార్ హోటల్లో ఉన్నామా, ఉంటామా,మా అబ్బాయి అమెరికాలో ఉన్నాడు కాబట్టి రాగలిగాం అనిపించింది! సౌకర్యవంతమైన ఎయిర్ కండిషన్డ్ రూమ్, రెండు విలాసవంతమైన బెడ్స్, టీవీ, ఫోన్, బాత్రూం లో వేడి నీటి చన్నీటి సౌకర్యం, బట్టలను ఇస్త్రీ చేసుకొనే సౌకర్యం ఇస్త్రీ పెట్టెతో సహా, వేడి వేడిగా కాఫీ గాని, బ్లాక్ టీ గాని కలుపుకొనే సౌకర్యం ఉంది. ఒక్కసారి హోటల్ కిటికీ గాజు అద్దం పరదాను తొలగించి చూస్తే, ఓహ్ ! ఇదా లాస్ వేగాస్ అంటే ! మిరుమిట్లు గొలిపే లాస్ వేగాస్ స్ట్రిప్ నన్ను ఆశ్చర్యంలో ముంచెత్తింది. హోటల్ బలాజియో పక్కన సరస్సులోని ఫౌంటెన్లు జిలుగువెలుగుల్లో పాటలకు అనుగుణంగా నృత్యం చేస్తున్నాయి. ఆగి చూడవలసిందే ఆ దృశ్యాన్ని, ప్రపంచంలోని అందాల వెలుగులన్నీ లాస్ వేగాస్ స్ట్రిప్ పైనే ఉన్నాయా అనిపించింది!

లాస్ వేగాస్ అమెరికా దేశపు నోవెడ రాష్ట్రపు మొజావె ఎదారి ప్రాంతపు పర్యాటక నగరం.

ఆ నగరం చుట్టూ కొండలు, గుట్టలు, రాళ్లు, రప్పలు వందల మైళ్లు వ్యాపించి ఉన్నాయి. పంటలు కూడా సరిగా పండవు. అలాంటి కరువు ప్రాంతాన్ని కూడా ప్రపంచములోనే గొప్ప పర్యాటక కేంద్రంగా అభివృద్ధి చేశారు అమెరికా వారు. రాళ్లు రప్పలు, కొండ ప్రాంతం అయినా కాసులపంట ఎడతెరిపి లేకుండా ఏడాది పొడుగునా పండుతుంది అని చెప్పవచ్చు. ఆ లెక్కన ఇక్కడ పంటలు కాదు కాసులు పండుతాయి అదే విచిత్రం అనవచ్చు ! ఇక్కడ ప్రభుత్వ అనుమతితో నడిచే జూదగృహాలు ఉంటాయి వాటినే కసినోలు అంటారు! అతివలు అందాలు ఆరబోస్తారు, ఇక్కడ కోరుకున్నోళ్లకు కోరుకున్నంతలాస్ వేగాస్ లో. నిరంతరం మత్తులో జోగుతుంది, సేదదీరేది ఎప్పుడోతెలియనట్లుగా !ఈ నగరం నిద్రపోదు దాని పేరు లాస్ వేగాస్ అని చెప్పవచ్చు ! లాస్ వేగాస్ నగరం నిద్దుర పోదు, రాత్రి, పగలూ ఒక్కటే ఇక్కడ అని చెప్పవచ్చు. ! ఒంటిపై స్పృహ ఉంటే కదా, ఇక్కడి మనుషులు ఉట్టి మరబొమ్మలు అనిపిస్తుంది ! రంభ, మేనక, ఊర్వశి, తిలోత్తమలు ఎక్కడో లేరు అందాల లాస్ వేగాస్ నగరం లోనే ఉన్నారనిపిస్తుంది! ఆడు, పాడు, తిను, తాగు బతుకొక జూదంలాస్ వేగాస్ 'కసినో' లలో అని తెలుస్తుంది. అంతస్తుల భవనాలు, నగరపు ఆభరణాలు లాస్ వేగాస్ జిలుగు వెలుగులు అని చెప్పాలనిపిస్తుంది. ఈ నగరం రాత్రి వెలుగులలో జిగజిగలాడుతూ కాంతి తోరణాలు కట్టినట్లు కనిపిస్తుంది! ఐఫిల్ టవర్ నమూనాను ప్యారిస్ లోనే కాదు, ఇక్కడా చూడచ్చు, అమెరికాస్టాచ్యూ అఫ్ లిబర్టీ, గ్రీక్, ఈజిప్ట్ స్పింక్స్, పిరమిడ్ల నమూనాలుఇక్కడ చూడచ్చు లాస్ వేగాస్ నడిబొడ్డులో!

అమెరికాను చూడాలని ఉందా, లాస్ వేగాస్ ను దర్శించు కనిపిస్తుంది లాస్ వేగాస్ లో తిరుగాడుతుంటే! ఇక్కడ అందాలు ఆరబోసుకొని జానెడు బెత్తెడు వస్త్రం ధరించి రోడ్డు మీద తిరుగాడుతున్న ముద్దుగుమ్మలతో ఫొటో దిగాలని ఉంటే, దిగవచ్చు లాస్ వేగాస్ లో ఐదు, పది దాలర్లు ఇచ్చి వాళ్ళకు! బొమ్మ చూపిస్తూఅడుగుతారు బ్రోకర్లు ఇక్కడ అమ్మాయి కావాలా అని లాస్ వేగాస్ లో ! ఇక్కడి 'కసినో'ల్లో టేబుల్లపైఅమ్మాయిలు తొంబై శాతం నగ్నంగా దాన్సులు చేస్తారు చూసేవాళ్ళకు కనువిందు చేస్తూ. క్లబ్ లు , డ్యాన్సులు మనం సినిమాల్లో చూస్తాం , ఇక్కడ లాస్ వేగాస్ లో నిజంగా చూడచ్చు!విందు, చిందు, మందు, పొందు, అడుగడుగునా పసందులాస్ వేగాస్ లో ! మొలపై జానెడు గుడ్డ తో అమ్మాయిలనర్తనం వయ్యారంగా కాసులకోసమేనా అనిపిస్తుంది ! కసినోల్లో ఆట జాగ్రత్తగా, మెలకువతో ఆడాలి పైసలు పోవచ్చు, రావచ్చు ! ప్యారిస్ కు వెళ్ళీ చూడక్కర్లేదు ప్యారిస్ అందాలు లాస్వేగాస్ ప్యారిస్ హోటల్లో చూడచ్చు అని చెప్పవచ్చు. నాలుగు కిలోమీటర్ల మేర ఉన్న లాస్ వేగాస్ స్ట్రిప్ పై నడక, అదొక వింత ప్రపంచం అద్భుత లోకం అని చెప్పవచ్చు. ప్రపంచములోని కాంతులన్నీ వెలుతురు పిట్టల్లా లాస్ వేగాస్ వీధుల్లోనే కుప్పపోసారా అనిపిస్తుంది రాత్రిపూటా !

దేశం అమెరికా , రాష్ట్రం నోయిడా అందచందాల అడ్రస్ లాస్ వేగాస్ అని చెప్పాలనిపిస్తుంది !

ముచ్చటగా మూడు రాత్రులుగడిపాను, నాదొక విచిత్ర అనుభవం లాస్ వేగాస్ లో ! మేం శాన్ ఆంటోనియాల్లో బయలుదేరం గారమాకాంత్ అన్నాడు, లాస్ వేగాస్ అంటే లాస్ వేజేస్ అని, నిజమేమేనేమోఅనిపించింది అందరు డబ్బులు ఖర్చుచేసుకొని వస్తారు కాబట్టి అక్కడ.

రాత్రి తొమ్మిది గంటల తరువాత హోటల్ రూమ్ లోంచి బయటికి వెళ్ళితే లాస్ వేగాస్ అందచందాలు చూస్తూ, వింతలు విడ్డూరాలు చూస్తూ కాసినోలు దర్శిస్తూ నచ్చిన ప్రదేశాల్లో ఫొటోలు దిగుతూ రాత్రి రూమ్ కు వెళ్ళి పడుకునే వరకు రెండు గంటలు దాటిపోయింది. మధ్యలో అర్ధ రాత్రి సమయంలో మా హోటల్ పక్కనే ఉన్న సబ్ వే లో సబ్ తిన్నాము. హోటల్ రూమ్ కు వెళ్ళి కాసిన్ని మంచినీళ్ళు తాగి పడుకుంటే తెల్లవారి ఉదయం ఎనిమిది గంటలకునిద్ర లేచాము.

మీ

సబ్బని లక్ష్మీ నారాయణ

★★★

ప్రాప్తమంటే? – ప్రాప్తముంటే?

–కొంకేపూడి అనూరాధ

అది మే నెల ఒకటవ తేదీ 2023 వ సం.ము. చల్లని సాయం సమయంలో హైదరాబాద్ జూబ్లీహిల్స్ ఫిలింనగర్ నుండి సికింద్రాబాద్ రైల్వే స్టేషన్ కికారు మెత్తగా దూసుకుపోతోంది. మా బాబు శ్రీనివాస్ కారు డ్రైవ్ చేస్తున్నాడు. కారులో నేను, మా శ్రీవారు ప్రసాద్ గారు, కోడలు కిరణ్మయి మనవరాలు ఆద్యుతి ఉన్నాము. సికింద్రాబాద్ నుండి విశాఖ వెళ్లే గరీబ్ రథ్లో విశాఖకి మా తిరుగు ప్రయాణం. మమ్మల్ని ట్రైన్ ఎక్కించడానికి వస్తున్నారు మా బాబు (మా వారి అన్నగారి అబ్బాయి) కోడలు. కారు ఓ ఫర్ లాంగ్ దూరం వచ్చిందో లేదో మా వారు ""మీ పిన్నికి కేదార్ చూపిద్దామని అనుకున్నాను మీతో వచ్చే ప్రాప్తం మాకు లేదేమో రా"" అన్నారు. అది విన్న నాకు చాలా బాధ కలిగింది. కారు డ్రైవ్ చేస్తూనే ఆన్లైన్లో ఫ్లైట్ టికెట్లు చూశాడు మా బాబు. డెహ్రాడూన్ కి రెండే రెండు టిక్కెట్లు మిగిలి ఉన్నాయి. మాకోసమే అన్నట్లుగా. హెలికాప్టర్ మీద కానీ కేదార్ కొండకు వెళ్లలేని అనారోగ్య పరిస్థితి నాది. కారణం ఇటీవలే అత్యవసర సర్జరీ చేయించుకున్నాను. మా వారి మాటలు విన్న క్షణాన నా మనసులో ఒక విధమైన తెగింపు, ఆ సదా శివుని యందు శరణాగత భావం జనించాయి. వెంటనే ఆలస్యం చేయకుండా మా బాబుతో ""వాసూ! మాకోసమే ఆ రెండు ఫ్లైట్ టికెట్లు ఉన్నాయేమో. మీతో వస్తాము. కొండ ఎక్కడం దర్శనం చేసుకోవడం సంగతి ఆ శివుడే చూసుకుంటాడు"" అన్నాను. అది విన్న ముగ్గురు ఎంతో సంతోషంగా చప్పట్లు కొట్టారు. మా బాబు వెంటనే డెహ్రాడూన్ కి వాళ్లతో పాటుగా మేము వచ్చేటట్లు ఫ్లైట్ టికెట్లు బుక్ చేశాడు

ప్రాప్తమంటేఅదేనేమో

ఇక ప్రాప్త ముంటే – ఈ విషయానికొస్తే మే 5వ తేదీన మా అబ్బాయి కోడలు మనవరాలు కేదార్నాథ్ వెళదామని రెండు నెలల ముందే ఫ్లైట్ టికెట్లు, రూములు, అర్చన సేవలు టికెట్లు అన్నీ బుక్ చేసుకున్నారు. హైదరాబాదు నుండి డెహ్రాడూన్ వరకు విమాన ప్రయాణం. అక్కడనుండి క్యాబ్ లో హరిద్వార్, కేదార్నాథ్, తుంగ నాథ్, బద్రీనాథ్, రిషికేష్ దర్శించుకుని తిరిగి డెహ్రాడూన్ విమానాశ్రయానికి చేరుకొని హైదరాబాద్ తిరిగి వచ్చేటట్లుగా ప్లాన్ చేసుకున్నారు.

అనుకున్న ప్రకారం మే 5వ తేదీ ఉదయమే అందరం కలిసి హైదరాబాదులో బయలుదేరి ఆ సాయంత్రానికి హరిద్వార్ చేరుకున్నము.

వేగంగా పరవళ్లు తొక్కుతూ ప్రవహిస్తున్న ఆ గంగానదిని చూడగానే మనసు పవిత్రమై ఆనందంతో పరవళ్ళు తొక్కింది. మా రెండు జంటలు గంగా నదిలో సరిగంగ స్నానాలు చేసాము. హిమాలయాల నుండి మంచు కరిగి వచ్చిన నీరేమో చల్లగా ఉండి మాకు కొత్త శక్తిని ఇచ్చింది. వైశాఖ పూర్ణిమ నాటి పూర్ణ చంద్రబింబం గంగా నదిలో ప్రతిబింబించి మనసుని ముగ్ధులను చేసింది. హోటల్ రూమ్ అద్దాలలో నుంచి గంగా నది అందాలు రెట్టింపు పై ఆ ప్రవాహఝురుల శబ్దం ఇప్పటికీ మా చెవులకు శ్రవణానందం కలిగిస్తున్నాయి.

విశాలమైన గంగా తీరం మధ్యలో ఎత్తైన శివుని విగ్రహం

పచ్చని ప్రకృతితో నిండిన ఎత్తైన కొండలు, మానసా దేవి, చండీ దేవి ఆలయాలు రోప్ వే మీద వెళ్లి దర్శించడం ఓ మధురానుభూతి. మార్గమధ్యంలో అక్కడక్కడ పురివిప్పి తిరుగుతున్న నెమళ్లు క్రీం కారం తో షడ్జమాన్ని వినిపించాయి. ఆ మరునాడు ఉదయమే భక్తి ప్రపత్తులతో గంగా హారతి దర్శించుకుని కేదార్నాథ్ కి క్యాబ్లో బయలుదేరాము.

ఉదయం 10 గంటలకు మా క్యాబ్ హరిద్వార్ నుండి బయలుదేరింది. ఆకాశాన్ని అంటే ఎత్తైన పర్వతపంక్తులు , తీర్చి దిద్దినట్లున్న పైన్, దేవదారు వృక్షాలు, కొండల మీద నుంచి జారి పడుతున్న జలపాతాలు, భగీరథి, మందాకిని, అలకనంద, సంగమ స్థానాలు దాటుకుంటూ, ప్రమాదకరమైన మలుపులను దాటుకుంటూ, హిమగిరి సొగసుల అందాలు తనివి తీరాగోలుతూ మురిసిన మనసులతో, ఆ రాత్రి ఏడు గంటలకు సీతాపూర్ చేరుకున్నాము. సీతాపూర్ హోటల్లో ఆ రాత్రికి మా బస.

దారి పొడవునా మా క్యాబ్ డ్రైవర్ జగదీష్ ఘడువాలీ భాషలో కొద్ది హిందీని మేళ వించి అక్కడి విశేషాలను వివరించాడు.

ఈ జన్మలో చూడలేను అనుకున్న హిమాలయాల సౌందర్యం ఎంతగానో మురిపించింది.

హిమాలయాలు తెల్లగా మంచు ముద్దలా ఉండే వాటి అంచులపై సూర్యకిరణాలు పడి బంగారు తీగల దర్శనమిచ్చాయి.

తింటే గారెలే తినాలి / చూస్తే హిమాలయాలనే చూడాలి అని నేను అంటాను.

ఇప్పుడే అసలు కథ ప్రారంభం

మనసులో ఏమూలనో ఆ కేదార్ నాథుడు తప్పకుండా దర్శనం ఇస్తాడు అనే నమ్మకం ప్రగాఢంగా ఉంది. అయినా శివలీల కనుగొనడం సామాన్యమా?

సీతాపూర్ లోని హోటల్లో మా బస ఖాళీ చేసి ఉదయమే సోన్ ప్రయాగ మీదగా గౌరీకుండ చేరాలి. అక్కడినుండి అసలైన కేదార్ యాత్ర ప్రారంభం. గుర్రాలు, డోలీలు, బుట్టలు ,కాలినడక ద్వారా 16 కిలోమీటర్లు కొండ మీదకి ప్రయాణం. మా బాబు , కోడలు నడిచి వెళ్ళేటట్లు, మేము ముగ్గురం హెలికాప్టర్ ద్వారా వెళ్ళేటట్లు ప్లాన్ చేసుకున్నాము

గత వారం రోజులుగా కురుస్తున్న మంచు తుఫాన్ (అవలాన్స్) కారణంగా దారి అంతా మంచుతో కప్పబడి పోయింది. ఆర్మీ వారు దారి అంతా శుభ్రం చేసి రెండు రోజుల క్రితమే దర్శనాలు ప్రారంభించారు. ఆ కారణంగా క్యూ ఎక్కువై కాలినడక చాలా సమయం పడుతుంది. ఇది చూసి మా డ్రైవర్ జగదీష్ అందరికీ హెలికాప్టర్ టికెట్లు ప్రయత్నిస్తాను అనడంతో రెండు రోజులు పాటు హెలిపాడ్ వద్ద ఎదురు చూశాము. మా కళ్ళముందే అనేకసార్లు హెలికాప్టర్ కేదార్ వెళ్ళి రావడం చూసి మాకు టికెట్లు దొరకని కారణంగా నిరాశ చెంది""ఏం పాపం చేసామూ మాకు దర్శనం అవడం లేదు""అని బాధపడి నిరాశ నిస్పృహల మధ్య తుంగనాథ్ కి బయలుదేరాము.

తుంగనాథ్ ప్రపంచంలో అతి ఎత్తైన శివాలయం కలది. ఉత్తరాఖండ్ రాష్ట్రం రుద్రప్రయాగ జిల్లాలో ని ఐదు పంచకేదార్ లలో ఒకటి. ఇక్కడి పర్వతాలు మందాకిని, అలకనంద నదీ లోయలను ఏర్పరుస్తాయి.12, 073 అడుగుల ఎత్తులో ఈ దేవాలయం ఉంది. దీనిపైన చంద్రశిల ఉన్నది. మహాభారత ఇతిహాస నేపథ్యం ఇక్కడ ఉన్నది. ఎద్దు రూపంలో ఉన్న శివుడు యొక్క చేతుల భాగమే ఈ దేవాలయం లో ప్రతిమ.

చోప్టా

పచ్చని పచ్చిక బయళ్లు ఎత్తయిన పర్వతాలు, లోయలు, దారి పొడవునా రుద్రాక్ష చెట్లు, దేవదారు భూషాన్ పూల చెట్లు తో శివపార్వతులు ప్రకృతి పురుష రూపంలో అణువణువునా నిండి భూతల స్వర్గం లో తేలియాడించాయి.

నిశ్శబ్దమైన వాతావరణంలో జలపాతాల సవ్వడి రకరకాల పక్షుల కిలకిలా రావాలు పచ్చికమేస్తున్న గుర్రాల మెడలో కట్టిన గంటల చప్పుడు గుర్రపు డెక్కల చప్పుడు వర్ణనాతీతం. అక్షరాలకు అందని అలౌకిక ఆనందం. ఎంత వర్ణించినా తక్కువే. కస్తూరి జింకల అభయారణ్యము చోప్టాలో ఉన్నది. ఇక్కడి పగటి ఉష్ణోగ్రత 16*డిగ్రీల సెల్సియస్ రాత్రుళ్ళు మైనస్ డిగ్రీ లతో ఉండి విపరీతమైన చలి.

ఆ రాత్రి చోప్టా లో బస చేసి తెల్లవారి ఉదయమే డోలీలలో ఆరు కిలోమీటర్లు కొండ ఎక్కితుంగ నాథ్ దేవాలయాన్ని దర్శించాము. అక్కడినుండి హిమాలయాలు ప్రకృతి కాన్వాస్ పై అందాలొలుకుతూ పిండి గుట్టలుగా పోసినట్లు కనిపించాయి.

అదే రోజున మధ్యాహ్నం బదరీనాథ్ కి బయలుదేరాము.

బదరీనాథ్ కొండలు చేతికి అందేటట్లుగా ఉండి అబ్బురపరిచాయి. ఆ రాత్రికి రూములో బస చేసి ఉదయాన్నే ఉష్ణకుండు లో స్నానం చేసి బ్రహ్మకపాలం లో పిత్ర కర్మల నాచరించి బదరీనాథ్ లో నర నారాయణుని దర్శించాము. దేవాలయంలో అన్న ప్రసాదము స్వీకరించిహృషీ కేశ్ కి బయలుదేరాము.

ఇంకా తిరుగు ప్రయాణం లో ఉన్నము.

క్యాబ్ కొద్ది దూరం వచ్చాక మా డ్రైవర్ జగదీష్""చాచా,చాచీ (అంటే నేను మా వారు) అస్తమాను ఈ ప్రాంతాలకు రాలేరు. ఎల్లగైనా సరే వారికి కేదార్ దర్శనం చేయించే మిమ్మల్ని పంపుతాను. తెల్లవార్లు డ్రైవ్ చేసి సీతాపూర్ లో దింపుతాను అక్కడినుండి మీరు కేదార దర్శనం చేసుకుని రండి""అని తానే మా తరపున నిర్ణయం తీసుకున్నాడు. అన్నట్లుగానే తెల్లవారేసరికి మమ్మల్ని సీతాపూర్ చేర్చాడు. దారి మధ్యలో తాను రాసిన కవితలు (పానీ క పత్తార్) వినిపించాడు.

వెళ్లిపోయిన వాళ్ళ మళ్ళీ కేదార్ రావడం ఏమిటి? ఆశ్చర్యంతో మాకు నోట మాట లేదు. మైండ్ అంతా బ్లాక్.

★ ప్రాప్తముంటె ★.........

ఇప్పుడు శివుడు ఎవరు? ఆయన లీల చిత్రాతి చిత్రం.

బదరీ నుండి తెల్లవారులు ప్రయాణించి, గౌరీ కుండ్ నుండి బుట్టలో కూర్చునికేదార్ ఆలయానికి చేరుకుని ఆకలి, నిద్ర, ఆహారం లేకుండా నీరసం లేకుండా ప్రదోషపు వేళ శివ దర్శనం చేసుకున్నాము

ఇదంతా ఆయన లీల కాదూ?

స్వయం నిర్ణయం తీసుకొని మమ్మల్ని మళ్ళీ కేదార్ తీసుకువచ్చిన డ్రైవర్ జగదీష్ శివుడా?

వీపుకి బుట్టను కట్టుకొని, ఎన్నో ప్రమాదపు అంచుల మలుపులను దాటుతూ బండలను ఎక్కుతూ 16 కిలోమీటర్లు నన్ను బుట్టలో మోస్తూ దేవాలయానికి చేర్చిన అబ్బాయి శివుడా?

60 సం లు దాటిన మా జంటను బాధ్యత పడి తమతో యాత్ర చేయించడానికి అంగీకరించిన మా బాబు శివుడా?

అసలు నాకు కేదార్ చూపించాలనే గాఢమైనసంకల్పం కలిగిన మాశ్రీవారు శివుడా?

వామదేవ, ఈశాన, అఘోర, సద్యోజాత , తత్పురుష, ముఖాలు కలిగిన ఆ పరమశివుడే ఈ నాలుగు రూపాయలలో నాకు తన దర్శన భాగ్యం కలిగించాడు.

ఇదే శివ సంకల్పం

ఇదే శివానుగ్రహం!

మరువలేని, మరుపురాని, మరులు కొలిపే మా కేదార్ యాత్ర మధురానుభూతులతో దిగ్విజయంగా ముగిసినది.

మీ

కొంకేపూడి అనూరాధ

యదార్థ యాత్ర

— నూతలపాటి నాగేశ్వర రావు

అనగనగా......నులక మంచంపై కప్పిన బొంత పై వాలుగా పడుకొని అమ్మమ్మ పై చేతులు వేసికథను చెప్పమని అడిగినా, అడగకున్నాప్రతిరోజూ కథ అలానే చెప్పడంమొదలు పెడుతుంది.

చెప్పేవి కాకమ్మ కబుర్లు, జోల పాటలు కాదు.కథలు వింటుంటేహాయిగా నిద్రపట్టేది. అలాచెప్పిన కథలు ఆలకించి అర్థం చేసుకునే వయసులేని కాలం గడిచి, పెద్ద అయ్యాక గాని వాటి ఆంతర్యాలు తెలియరాలేదు.

కథలు చెప్పే క్రమంలో, రామ తీర్థం గూర్చి చెప్పిన రాత్రిమగతనిద్రలోకి జారుకోవడంతో, అమ్మమ్మ చెప్పిన కథతెలుసుకునేఅవకాశం లేకుండా పోయింది.

పొద్దున్నే నిద్ర లేచి రాత్రి చెప్పిన కథ మరలా చెప్పమని అడిగితే, బోసి నోరుతో ముసి ముసి గా నవ్విందే కాని కథ చెప్పలేదు.

యథావిధిగా అమ్మమ్మ నన్ను తయారు చేసి పాఠశాలకు పంపింది. రాత్రి అయ్యేసరికి పనులన్నీముగించుకొని అమ్మమ్మ మంచం పైకి చేరి కథలు చెప్పించుకోవడం దినసరి కార్యక్రమంలా జరుగుతుండేది.

నాన్న లక్ష్మయ్య దేవుడ్ని నమ్మే తత్వం కాదు.అమ్మ సుబ్బాయమ్మ పరమ భక్తురాలు.

అమ్మమ్మ దేవుడిని నమ్ముతుందో లేదో మాత్రం కనిపెట్టడం కష్టతరమైన విషయం. పూజలు చేయదు. దేవునికి సంబంధించిన పురాణ గాథలు తరచుగా చెప్పడంతో దేవుడ్ని నమ్ముతుందేమోనన్నభ్రమ కలుగుతుంది.

ఎనిమిదో తరగతి చదివే టప్పుడు అంటే1974–75 మధ్య కాలంలో నన్ను తీసుకొని కావమ్మ అమ్మమ్మ, అమ్మ, నాన్నలు సంతనూతలపాడు గ్రామానికి సుమారు 8.08 మైళ్ళదూరం లో ఉన్న రామతీర్థం కు వారితో బాటు ప్రైవేట్ బస్ లో తీసుకెళ్లారు. గంటలో రామతీర్థం చేరుకున్నాము.యాత్రికులు, భక్తులతో కిటకిటలాడుతోంది. అంతమందిని చూడడం అదే మొదటిసారి కావడంతో అమ్మమ్మ చేతిని విడిచిరెట్టించిన ఉత్సాహంతో పరుగు పరుగున కొండలపై వున్న పెద్ద పెద్ద బండరాళ్ళ పైకి ఎక్కుకుంటూ వెళ్ళాను. అమ్మమ్మ పిలిచినా పట్టించుకోలేనంతగా,

ఒంటరిగా అల్లరి చేశాను.

అక్కడనుండి జనాల మధ్య, మనుషులను తాకుతూ నడుస్తుంటే కొత్తగా అనిపించింది. చివరకు అమ్మమ్మ దగ్గరకు వెళ్ళి చేరాను. అమ్మ కోప్పడింది. నాన్న, అమ్మమ్మపల్లెత్తి మాటఅనలేదు. రామతీర్థమంతా కలియ తిరిగాను. అమ్మమ్మ అక్కడి విశేషాలు, స్థల చరిత్రచెబుతుంటే వినిపించుకోకుండానే వెళ్ళిపోయాను. పరిసరాలుకొత్తగా ఉండడంతో గుడ్లప్పగించి చూస్తూ సంతోషం లో మునిగి పోయాను. మధ్యాహ్నసమయానికి అమ్మమ్మ ఉన్న చోటుకు వచ్చి చేరాను. కోపాన్ని ప్రదర్శించకుండా చిత్రాన్నం తినిపించింది. తిరిగిలగెత్తుకుంటూ నిక్కరు పైకి లాక్కుంటూ, తిరగడం మొదలు పెట్టాను. అమ్మ పిలుస్తున్నా పట్టించుకోలేదు. తిరుగుతుంటే సాయంత్రమయ్యింది. అమ్మమ్మ కోసం వెదికాను, కనిపించలేదు. నడక దారులు చాలా ఉండడంతో సరైన దారిని భ్రమపడినడక సాగించడంతో దారి తప్పాను.తిరునాళ్ళ లో జనసందోహం మధ్య అయోమయానికి, ఆందోళనకు గురయ్యాను.

అటూ ఇటూతిరుగుతూ పెద్దగా అరుస్తూ రామతీర్థమంతా తిరిగి అమ్మ, నాన్న, అమ్మమ్మ ల కోసం చూశాను, కనిపించకపోయేసరికి కళ్ళల్లోనీళ్ళ సుడులు తిరిగాయి.

సమయం గడచిపోతోంది. సూర్యుడు పశ్చిమ దిగువకు వెళ్ళి పోతున్నాడు. మరింత భయం నాలో కలుగుతోంది. చీకట్లు కమ్ముకుంటున్నాయి. ప్రభల కున్న దీపాల వెలుగులో మసకగాకనిపిస్తోంది. ఆ వెలుతురులోనే మరలా తిరగడం మొదలు పెట్టాను.అలసటతో అక్కడ సమీపంలో ఉన్న బండ రాయి పైకళ్ళు నలుచుకుంటూ కూర్చున్నాను.

అక్కడకు వచ్చిన డ్రైవరు నన్ను చూసి బస్ ఆపాడు. బస్సు దిగికండక్టర్ నా వద్దకు వచ్చి ఎందుకు ఇక్కడ ఒంటరిగా కూర్చొని ఉన్నావు? మీ అమ్మా నాన్నలు ఎక్కడ? అని అడగ్గానే, నాకు మరింత ఏడుపొచ్చింది.వీపుపై సుకుమారంగా చేతితో తట్టాడు కండక్టర్. ఏ ఊరు మీది అని అడగగానే 'సంత నూతలపాడు' అని చెప్పాను. ఎవరి అబ్బాయివని అడగ్గానే కావమ్మ మనవడినని గర్వంగాచెప్పాను.భుజం పట్టుకొని బస్ ఎక్కించుకొని మావూరిలో దింపి నన్నుమాయింటివరకు తీసుక వెళ్ళాడు. భయంతోచెమట పట్టి, మాసిన బట్టలతో ఇంటి ముందు నిలబడ్డాను.

యింటిముందు వీధిలో వారందరూ గుమికూడి వున్నారు.

పాపం ఒక్కగానొక్క మనవడు తప్పిపోయాడు. చీమకుర్తి పోలీసు స్టేషన్ లో ఫిర్యాదు చేశారట. ఇక వాడు దొరకడం, దొరకకపోవడం అంతాపై వాడి దయ, ఇలాంటి మాటలు వినిపిస్తున్నాయి.

నిలబడి ఉన్న నన్ను గమనించిన అమ్మమ్మ వడి వడిగా అడుగులు వేసుకుంటూ, కాలర్ పట్టుకొని ఇంట్లోకిలాక్కెళ్ళింది.స్నానం చేయించి, వేడి వేడి అన్నం, ముద్దపప్పు, నెయ్యితో కలిపి తన

చేతితో తినిపిస్తుంటే నా మనసులోని బాధ అంతా తీరినట్లనిపించింది.నాన్న కోపంగా నాలుగు మాటలు అన్నారు. అమ్మవీపుపై నాలుగైదు దెబ్బలు అరచేతితో విమానపు మోత మోగించింది. శబ్దమే కాని దెబ్బలు నాకు మధురానుభూతిని కలిగించాయి.

అసలు ఏమి జరుగుతోందో తెలియని వయసు. పల్లెటూరి వాతావరణం. అంతా అయోమయంగా ఉంది.

కాలం గిర్రన తిరిగింది. కాల క్రమంలో ముందుగా అమ్మమ్మ, తదుపరి కాలంలో నాన్న, మరికొంతకాలానికి అమ్మగతించిపోయారు. ముగ్గురూ లేనిలోటు ప్రతిక్షణం నన్ను వెంటాడుతూనే ఉంది. చేయగలిగింది ఏమీ లేదు. కాలం తో బాటు మనమూ నడవడమే.

గత కాలజ్ఞాపకాలు మనసును నిద్రలేపినప్పుడు చిన్న వయసులో చేసిన ప్రవర్తనలు, తుంటరితనం గూర్చి అర్థమయ్యేది కాదు.

మరొకసారి రామతీర్థం వెళ్లాలనుకున్నాను. కారణాలేమైనా వెళ్ళడం కుదరలేదు. గట్టిగా ప్రయత్నిస్తే కుదిరేదేమో .దానికంటే ముందుగా చరిత్ర, స్థలపురాణం తెలుసుకోవాలనిపించింది. అప్పటికే ఉద్యోగరీత్యా గ్రామాన్ని వదలి భాగ్యనగరం లో నివాసంవుంటున్నాను.

సమీప గ్రంథాలయం సందర్శించి రామతీర్థం గూర్చి కొంత సమాచారం పొందగలిగాను. చిన్న నాటి స్నేహితుడైన ఆంజనేయులు ని సంప్రదిస్తే అతను వ్యయ ప్రయాసలకోర్చి మరికొంతసమాచారం అందించాడు.

ఇన్నాళ్లూ సదరుసమాచారాన్ని పంచుకోవడానికి చేసిన ప్రయత్నం ఫలించలేదు. సరైన వేదిక కోసం నిరీక్షించాను. ఇప్పుడు సరైన వేదిక, సందర్భం రావడంతో సమాచారాన్ని ఈ నాలుగు మాటల ద్వారాపంచుకోవాలనిపించింది.

రామ తీర్థం పుణ్యక్షేత్రమూల విరాట్ శ్రీ మొక్ష రామ లింగేశ్వర స్వామి. ప్రకాశం జిల్లా చీమకుర్తి మండలం,ఆర్.యల్.పురం గ్రామ పంచాయతీలో ఉంది. దీనికి రామ తీర్థం రామాయణ కాలపు క్షేత్రమని పేరు. దీనికి దక్షిణ కాశి అనే పేరు కూడా వాడుకలో ఉంది.

త్రేతా యుగంలో శ్రీరాముడు వనవాసం చేస్తూ ఇక్కడకు వచ్చి,శ్రీ శివ లింగాన్ని ప్రతిష్టించారని,స్వామి వారిని రామలింగేశ్వరస్వామి అని పిలుస్తారు.

స్థల పురాణం ప్రకారం చీమకుర్తి గ్రామం నుండి 3 కి. మీ దూరానగల చీమలమర్రి నుండి 'నిజలింగ చిక్కయ్య' అనే శివభక్తుడు రామతీర్థం కు వచ్చి శ్రీ స్వామి వారిని దర్శించి, మొక్షంపొందారని. అందు చేతశ్రీ మొక్షరామ లింగే శ్వర స్వామి గా ప్రాచుర్యం పొందారని తెలుస్తోంది.

అమ్మవారి పేరు బాలత్రిపుర సుందరీ దేవి. శివని శిరస్సున ధరింపబడి యున్న గంగమ్మ

తల్లి,రామతీర్థంలోనే కొలువై ఉంటానని కోరగా, స్వామిఒప్పుకానలేదని భక్తుల నమ్మకం. ఎల్లప్పుడు గంగమ్మతల్లికి అక్కడజంతు బలులు జరుగుతుంటాయి గనుక ఆ ప్రాంతమంతా రక్తంతో నిండిపోయి, రకరకాల పక్షులువచ్చి ఆరక్తాన్ని త్రాగుతూఅశుభ్రంగా ఉంటుందనిచెప్పి ఆమెను సముదాయించారని భక్తుల నమ్మకం.

గంగమ్మ ఈ ప్రాంతంలో ఎటువంటి పక్షులు రాకుండా చూసుకుంటానని నచ్చ చెప్పి, అనుమతితో ఇక్కడే కొలువైన స్వామి గుడికి బయట పక్కన కొలువైనారు. నాటి నుండిపక్షులు పుణ్య క్షేత్రమగురామతీర్థంలో వాలిన దాఖలాలు లేవు.ఇది అమ్మవారి ఆజ్ఞ గా అమలవుతోంది.

రామతీర్థంలో శ్రీ వీరభద్ర స్వామి మరియు108 శివలింగాలు ప్రతిష్ఠింపబడినవి .

రామ తీర్థంలో తెలుగు చోళులు శ్రీ మొక్ష రామలింగేశ్వర స్వామి వారి దేవాలయ ప్రాకారాలు నిర్మించేటపుడు బోధిసత్త్వ అవలోకేశ్వర విగ్రహం బయలు పడింది.దీనినిబట్టి ఇక్కడ క్రీ.శ రెండవ శతాబ్దం నాటి తొలితరం బోధి విగ్రహం ఉన్నట్లు గుర్తించారు.

రామతీర్థ్యం ఒకప్పుడు జైనుల నివాసం. ఇక్కడ వర్ధమాన తీర్థంకరుల విగ్రహాలు లభ్యమైనవి.

జైన మత ప్రస్తావన సముచితంగా వుంటుంది.

జిన అనగా విజేత.జైనమతాన్ని అవలంబించినవారిని జైనులంటారు. జైనమతాన్ని మొదటితీర్థంకారుడైన వృషభనాథుడుస్థాపించాడు.

జైనమత గురువులనుతీర్థంకరులని అంటారు. 23 వ తీర్థంకరుడు పార్శ్వనాధుడు.

24 వ తీర్థంకరుడు వర్తమాన మహావీరుడు .

భారతదేశంలో జైనులు ఒక చిన్న సమూహంగా ఉండేవారు. వీరి జనాభా దాదాపు 42 లక్షలు ఉండేది.జైనమతాన్ని శ్రమణ మతము అని కూడా అంటారు . జైనులు 24 మంది తీర్థంకరులు.

వీరు మొదట క్షత్రియులు, మొదటి 22 మంది తీర్థంకరులు పౌరాణిక వ్యక్తులు. 23, 24 వతీర్థంకరులు చారిత్రక పురుషులు.

జైనులు మన దేశంలో ఎక్కువగా బీహారు నందలి మగధ ప్రాంతంలో ఉండేవారు. క్రీ.పూ 6 వ శతాబ్దంలో జైనులు–జైనమతం ప్రాచుర్యంలోకి వచ్చినది.

తీర్థంకరులు అంటే జైన ఉపాధ్యాయులు.

తీర్థం అనగా స్నానం అని, జైనులు తమ లోకి కొత్తవారిని తీసుకానేటపుడు వారికి పవిత్ర స్నానం చేయించి, వారికి జైన శిక్షణ ఆరంభించేవారు. దీనిని 'కళ్యాణం' అనిజైనులు పిలిచేవారు.

జైనుల స్థావరాలలో ప్రతిరోజు కొత్తవారు చేరుచూ, కళ్యాణ క్రియ తర్వాత జైనులుగా మారేవారు. ఆ సమయంలో తమ ప్రాంగణాలను మామిడాకులతో అలంకరించేవారు.

అందుకే తెలుగు నాట 'నిత్యకళ్యాణం – పచ్చతోరణం' అనే మాట వాడుకలోనికి వచ్చింది.

దేశ సంస్కృతి, సాంప్రదాయాలు సమాజంలోని ప్రజల అలవాట్లు నడవడికలను బట్టి ఆధారపడి ఉంటాయి.

క్రీ. పూ. 6వ శతాబ్దంలో ఆనాటి సమాజంలో అధర్మం, అసత్యం, అన్యాయం, అక్రమాలు ఎక్కువగాతాండవం చేస్తున్నాయి. అలాంటి సమయంలో సమాజంలోని రుగ్మతలను అరికట్టడానికి ఆధ్యాత్మిక మార్గమే ప్రధానమనే భావన వలనజైన, బౌద్ద మతాలు ఆవిర్భావానికి మూల కారణమయ్యాయి. జైనమతం, బౌద్ధమతం కంటే ముందు ప్రాచీనకాలం లోఏర్పడినది.జైన, బౌద్ధమతాలు ఒక విధంగా సమకాలీన మతములనియే చెప్పాలి.తరువాత జైన, బౌద్ధ మతములననుసరించి హిందూమతం ఏర్పడినదనే బలమైన వాదన వుంది.

జైన, బౌద్ధ, రామానుజ మతం వరకు అన్నీ నాస్తిక మతాలే !

జైనమతాన్ని వ్యాప్తి చేసింది వర్ధమాన మహావీరుడు. జైనమతం ఆయన బోధనలపై ఆధారపడి వ్యాప్తి చెందినది.

మహావీరుని అసలుపేరు వర్ధమానుడు. జ్ఞానోదయమైన తరువాత ' మహావీరుడు ' అని పేరు పొందాడు. ఈయన భార్య పేరు యశోద. వీరికి ' ప్రియదర్శి ' అను పుత్రిక ఉంది. ఐహిక భోగాలు మహావీరునికి సంతృప్తి నివ్వలేదు. సత్యాన్వేషణ కొరకు ప్రపంచ పర్యటన చేశాడు.

నలందలో గోశాలి ముష్కరిన్నతుని దర్శించి విషయ జ్ఞానాన్ని పొందినాఅతడు సంతృప్తి చెందలేదు. మునులు, మేధావుల దగ్గరకు వెళ్ళి సత్యాన్వేషణ గూర్చితెలుసుకొన్నాడు.తృప్తి చెందలేదు. శరీరం శుష్కించు వరకు 13 సం.లు తపస్సు చేశాడు. జ్యంభిక గ్రామం వద్ద ధ్యానంలో ఉండగా జ్ఞానోదయమయినది.అప్పటినుండి ఆయనను జినుడు అని అనగా జ్ఞానం పొందినవాడు అని, వర్ధమానుడు అని పిలుస్తున్నారు.

మహావీరుడు తాను పొందిన జ్ఞానాన్నికోసల – మగధ ప్రాంతములందు ప్రజలకు బోధించాడు. తదుపరి ప్రపంచములోని వివిధ ప్రాంతాలకు వెళ్ళి సత్యాన్వేషణ, మొక్ష మార్గాలను విశదపరిచి బోధ చేశారు.

జైనమతంలో మహావీరుడు 3 సూత్రాలు పాటించాలని చెప్పాడు.వానినే త్రిరత్నములు అని అంటారు.

అవి

1. సమ్యక్ విశ్వాసము
2. 2.సమ్యక్ జ్ఞానం
3. 3.సమ్యక్ క్రియ

జైన మతంలో పంచ సూత్రాలను పార్శ్వనాథుడు బోధించాడు.

1. జీవహింస చేయరాదు

2. అసత్యము ఆదరాదు.

3. దొంగతనం చేయరాదు

4. ఆస్తిపాస్తులు ఉండరాదు..

5. బ్రహ్మచర్యం

సల్లేఖన వ్రతము: చేతన, అచేతన అన్నీ సమానమేనని, అన్నింటిలో జీవం ఉంటుందని బోధన చేయడం జరిగినది.

ఆత్మకు కులం, మతం, జాతి, రీతి లేవు.శాంతి,అహింస కలిగి ఉండాలి.మనచుట్టూ ఉండే అనేక పశుపక్షాది జీవరాశులన్నింటికీఒకటేప్రాణం కలిగి ఉండని,

మహావీరుడు పునర్జన్మ ఉంటుందని చెప్పినాడు.అన్నింటికి మొక్ష మార్గమే ప్రధానమని, ప్రస్తుత సమాజంలో ప్రజలు చేసే పాపం, పుణ్యం అనే వానిని గురించి బోధించాడు.

పాపాలు చేసి వ్రతాలు, నోములు చేసినంతమాత్రాన మొక్షం రాదని, మహావీరుడి బోధనలను అతని ప్రధాన శిష్యుడు ఇంద్రభూతి గౌతమ జైన ఆగమాల పేరుతో సంకలనం చేశాడు. అహింసయే పరమోధర్మ అన్న సూత్రాన్ని గట్టిగా వివరించాడు. అరిషడ్వర్గాలను జయించినవాడు.

జైన మతంలో క్రీపూ. 300 సం. ల క్రితం శ్వేతంబరులు, దిగంబరులని రెండు తెగలుగా విభజన చెందారు.

దిగంబరులకు నాయకుడు భద్రబాహు. వీరు దక్షిణ భారతదేశానికి వలస వెళ్లారు.

శ్వేతాంబరులు, శూల బాహు నాయ కత్వంలో మగధలో ఉన్నారు.

మహావీరుడు తాను పొందిన జ్ఞానాన్నిదేశ విదేశాలలోని ప్రజలకు వ్యాప్తి చెందించారు.

జైనమత గ్రంథం ప్రత్యేకంగా లేదు. కాని 12 అంగాలుగా పవిత్ర గ్రంథాలను సంకలనం చేసి నారు.

కర్నాటకలోని శ్రావణ బెలగోళలో జైన (కంఠం) పవిత్ర దేవాలయం ఉన్నది.

జ్ఞానం కలిగి వుండాలనేదే జైన మత సూత్రము. ఇది మహావీరుడు చెప్పిన సూత్రాలలో అతి ముఖ్యమైనది.

శ్రీకృష్ణదేవరాయలవారురామతీర్థం ను సందర్శించి వెళ్ళారని చెబుతారు.

ఆలయ ప్రధాన గోపుర గోడల పై దేవ నాగరి లిపి, వివిధ ప్రాచీన లిపులతో నాటి రాజులు, స్వాములు వచ్చి వివిధ విషయాలను చెక్కించారు.

శ్రీ స్వామి వారికి అభిషేకం చేయడానికి దగ్గరలో నీరు లభ్యం కానందున, శ్రీరాములవారు తనబాణంతో కోనేరు ను త్రవ్వించారట. దీనినివిభూదిగుండం అని పిలుస్తారు. భక్తులు అందులో స్నానమాచరించి, స్వామి వారిని దర్శించుకానేవారు. అందువలనే 'రామతీర్థం' అనేపేరు స్థిరపడింది.

కోనేరులోని అడుగున ఉన్నమట్టినితీసుకొని నుదుటన ధరించిన అది విభూదిగా మారేదట. కోనేరులోని నీటి అడుగు భాగాన్నిగమనించినచో విభూది వలెకనిపిస్తుంది.

ఈ ఆలయ ప్రాంగణంలోని 'విభూతి గుండం' గా ప్రసిద్ధి చెందిన కోనేరు అభివృద్ధికి, చీమకుర్తి మండల పరిషత్తు, ఆర్.ఎల్.పురం పంచాయతీ నిధుల నుండి, ఇటీవల ప్రభుత్వం 50 లక్షల రూపాయలు కేటాయించింది. కొన్నళ్యక్రితమేపనులు ప్రారంభమైనవి. ఈ పనులలో భాగంగా కొత్తగా ఇక్కడ మెట్ల నిర్మాణం, భక్తులు బయట స్నానాలు చేసేటందుకు వీలుగా షవర్ల ఏర్పాటు, ప్రహరీ, దుస్తులు మార్చుకునేటందుకు గదుల నిర్మాణం మొదలగు పనులు చేపడుతుండడం ఆశాజనకమైన విషయంగా చెప్పుకోవచ్చు.

మరికొన్ని దేవాలయాలు నిర్మాణ దశలో ఉన్నాయి.

ఇక్కడ స్వామివారికి ప్రతిరోజు మహన్యాస పూర్వకముగ రుద్రాభిషేకం నిర్వహిస్తారు. బిల్వదళాలతో పూజలు చేస్తారు.

అభివృద్ధిపేరిట ఇక్కడ పురాతన శివ లింగాలు, అనేక శిల్పాలు మట్టిలో కలిసిపోయాయి. స్థానికులు లేదా పురావస్తు శాఖ అంతగా పట్టించుకోలేదనే చెప్పాలి. ఇక్కడి తిరునాళ్లలో ప్రభల పై ఉన్నంత ఆసక్తి ఆలయాలపై లేకపోవడం అత్యంత విచారకరం.

అనాది కాలం నుంచి ఉన్న ఈ శివాలయం ప్రాగణంలో 108 శివలింగాలు ఉన్నట్లు పెద్దలు చెప్పుకుంటారు. నిజానికి ఇక్కడ ప్రాశస్త్యం ఎంత ఉన్నా గ్రానైట్స్ తవ్వకాల వలన ఆలయ చరిత్ర, విశిష్టత కుచించుకుపోయాయనే చెప్పాలి.

రామతీర్థ క్షేత్రాన్ని మరింతగా అభివృద్ధి చేస్తే ఇక్కడ ప్రకృతి, ఆలయ వైభవంతో గొప్ప పర్యాటక క్షేత్రంగా మారుతుందనడంలో ఎలాంటి సందేహం లేదు.

ఎంతటి సమాచారమైనా గ్రంథాలద్వారా తెలుసుకోవడంతో బాటు స్వయంగా పరిశీలిస్తే మనకు నిజం బోధపడుతుంది. ఎలాగైనా ఒకసారి క్షేత్రాన్ని దర్శించి పరిశీలించాలని

నిశ్చయించుకొని రామతీర్థం కారులో బయలుదేరాను. రహదారులు బాగున్నాయి. రామతీర్థానికి చేరుకోవడానికి ఎంతో సౌకర్యంగా రహదారులుండడం, రవాణా వాహనాల తాకిడి ఎక్కువగా వుండడం అభివృద్ధికి సూచికగా అనిపించింది.

రామ తీర్థం ను చూస్తుంటే చిన్నతనంలో తెలిసీ తెలియని వయసులో కొండలు ఎక్కడం, దారి తప్పి పోవడం ఒక రంగుల కలవలే కళ్ళ ముందు ప్రత్యక్షమయ్యింది.

దేవాలయానికి రంగులు వేసి ఉండడం, చుట్టుపక్కల అన్నదాన సత్రాలు ఉండడం మనసుకు ఆహ్లాదాన్ని కలిగించాయి. నిశితంగా పరిశీలిస్తే కులాల పేర్లతో అన్నదాన సత్రాలుండడంమనసు చివుక్కుమంది.

పుణ్య క్షేత్రవాతావరణం ఆహ్లాదకరంగా ఉంది.కాని అక్కడ సమీపంలో గ్రానైట్ త్రవ్వకాలవల్ల పర్యావరణం లో మార్పులు సంభవించాయి.

పచ్చని చెట్లు, పాతకాలపు కట్టడాలు, చారిత్రాత్మక ఆధ్యాత్మిక వాతావరణం ఆస్వాదించాలంటే రామతీర్థం తప్పక దర్శించవలసిన యాత్రా స్థలంగా చెప్పుకోవచ్చు.

కావమ్మ అమ్మమ్మ బోసినవ్వ నాముందు మరొకసారి ప్రత్యక్షమయ్యింది. దానిలోని అంతరార్థంనేటికి కాని తెలియరాలేదు.

పెద్దల మాటలు, చేతలు పిల్లలు ఆకళింపుచేసుకోవాలంటేఉమ్మడి కుటుంబాల తోనే సాధ్యమౌతుంది. వివాహం కాగానే కొత్తకాపురమని, ఇంటి పెద్దలను వదలి ఒంటరిగాకుటుంబ జీవితాన్ని వెళ్ళదీస్తే జీవితకాలంలో అనేక మధురమైన స్మృతులను,సంఘటనలను వారసత్వ సంపదను కోల్పోవాల్సి ఉంటుంది.

నా ఇద్దరు కుమారులు తమ బాల్యంలో వారి అమ్మమ్మ నుండి కథలు, గాథలు వినడానికి, ఆలకించడానికి ఉమ్మడి కుటుంబ వారసత్వ ఫలితంగానే సాధ్యపడిందని సంతోషంగా కాసింత గర్వంగా చెప్పవచ్చు.

తదుపరి తరాన్ని గూర్చి తెలుసుకోవడానికి భవిష్య సంఘటనలు తెలుసుకోవడానికి కాలంతో ప్రయాణించాల్సి ఉంది.

యదార్థ యాత్ర నాకు కనువిప్పు కలిగించింది. ఆలోచనా సరళి, నిబద్ధత, పెద్దల మాటలపట్ల గౌరవభావం మొలకెత్తాయనడంలో ఎలాంటి సందేహం లేదు. మరెందరికో స్ఫూర్తిని కలిగిస్తుందని వాస్తవ యాత్రా సంఘటనలు గుర్తున్నంత మేరకు పొందుపరుస్తున్నాను.

మీ

నూతలపాటి నాగేశ్వర రావు

★★★

యాత్రాఫలం

– బి.నర్సన్

ముంబై గేట్ వే ఆఫ్ ఇండియా దగ్గర పొద్దుటినుండే యాత్రికుల సందడి మొదలైంది. టాక్సీ దిగుతూనే 'ముందు ఎలిఫెంటా కేవ్స్ చూసొద్దాం, వచ్చినాక ఎంతసేపైనా కూచొని అన్ని చూడొచ్చు' అనుకుంటూ రమేష్ టికెట్ల కోసం కౌంటర్ వైపు వెళ్ళాడు. రమేష్ భార్య భారతి, కూతురు హిమజ ఖాళీస్థలం కోసం కొంత వెనక్కి జరిగి పక్కనే ఉన్న విదేశీ వనితల వైపు వింతగా చూస్తూ నిలబడ్డరు.

టెన్త్ లో స్కూల్ టాపర్ అయితే అజంతా ఎల్లోరా చూయిస్తాను అని కూతురుకిచ్చిన మాట పెరిగి పొడవై అజంతా ఎల్లోరా, నాసిక్, త్రయంబకేశ్వర్, ముంబై దాక వచ్చింది. అమ్మాయి చదువులో పడితే మళ్ళీ సమయం దొరకదని అన్నింటికీ ఒప్పుకున్నాడు రమేష్.

వేసవి సెలవులు మొదలయ్యాయి కాబట్టి కేవ్స్ టికెట్ కొంటర్ల వద్ద జనం రద్దీగా ఉన్నారు. లైన్లో నిలబడి దిక్కులు చూస్తున్న రమేష్ కన్ను పక్కనున్న బోర్డుపై పడింది. పెద్దవాళ్ళకు రూ. 200 /- టికెట్ అని ఉంది. అబ్బో ఎక్కువే అని మనసులో అనుకున్నాడు. సోమవారం సెలవు. వర్షాకాలం– జూన్ మధ్య నుండి సెప్టెంబర్ చివరిదాకా బోట్ల సౌకర్యం ఉండదంట. మొత్తానికి తమకు అన్ని కలిసొచ్చాయని అనుకుంటుండగా కౌంటర్ దగ్గరైంది.

చేతిలో టికెట్లతో వచ్చిన రమేష్ పదండి అంటూ ఇద్దరిని గేట్ వే కి వెనుకవైపున్న ఎర్రని రాతిమెట్లవైపు తీసికెళ్ళాడు. సముద్రపు అలల తుంపర్లతో మెట్లు తడిసి పొద్దుటి ఎండకు మెరుస్తూ కళ్ళు జిగేలుమనిపిస్తున్నాయి. అడుగు వేయగానే నున్నటి రాయిపై కాలు జారేలా ఉంది. రమేష్ భుజాలను పట్టుకొని భారతి, హిమజ జాగ్రత్తగా అడుగులు వేసి పడవ నిలిపే చోటుకు చేరుకున్నారు. పడవల్లో ఎక్కించేవాడికి టికెట్లు చూయిస్తే 'ఏ బోట్ ఫుల్ హోగయా.. దూస్రా ఆరా టహరియే' అంటూ ముందుకు పోకుండా చేయి అడ్డం పెట్టాడు. అలల తాకిడికి కాళ్ళు తడుస్తుంటేకొత్త భయంతో ముగ్గురు కొంత వెనక్కి కదిలారు. మజిలీ ముగించుకొని తిరిగి వస్తున్నఓడలు చిన్నప్పుడు

వానాకాలంలో నీటి కాలువల్లో వదిలిన కాగితం పడవల్లా సముద్రంలో అలలపై తేలియాడుతూ వరుసగా కనబడుతున్నాయి. అప్పటికే యాత్రికులతో నిండిన పడవ మెల్లగా ముందుకు కదులుతూ కంటి చూపుకు దూరమవుతోంది. పడవకు ఈ వైపున ఉన్న కొందరు నిలబడి నాసటికి చేయి అడ్డం పెట్టుకొని కంటి నిండుగా కనబడుతున్న తాజ్ హోటల్లను వింతగా చూస్తున్నారు. అందరు తలెత్తిజంట హోటల్ల భవన భవన అందాలను వింతగా చూస్తుంటే ఒకామె మాత్రం రమేష్ నే చూస్తోంది.

ఎవరీమె అలా నన్నే చూస్తోంది అని రమేష్ దూరమవుతున్నఆ ముఖాన్ని పరీక్షగా చూశాడు.

అరె.. ఆమె సుమిత్ర కాదు గదా .. అలాగే కనబడుతోంది. అవునేమో .. ఏమో ఒకే పోలికలున్నవారెందరుండరు అనుకుంటున్న రమేష్ 'బోట్ వచ్చింది నాన్నా!' అని హిమజ చేయి లాగడంతో తేరుకున్నాడు. పడవకు, చివరి మెట్టుకు మధ్య వారధిలా వేసిన చెక్కపై బోట్ వాడి చేయి సాయంతో అడుగులు వేసి అలలకు ఊగుతున్న పడవలోకి ఎక్కి కూచున్నారు. క్షణాల్లో నిండిన పడవ ముందుకు కదిలింది. ముందు పడవ కానరాని దూరం వెళ్ళిపోయింది. ఆవిడ చూపులు మాత్రం రమేష్ వెంట వస్తున్నట్లే ఉన్నాయి.

ఎలిఫెంటా గుహల్లోకి వెళుతున్నామన్న విషయమే మరిచిపోయేలా పడవ ప్రయాణం ఎంతో హాయిగా, ఆహ్లాదంగా ఉంది. చూస్తుండగానే గేట్ వే ఆఫ్ ఇండియా, న్యూ, ఓల్డ్ తాజ్ మహల్ హోటల్లు మెల్ల మెల్లగా సైజు తగ్గిపోతూ అగ్గిపెట్టెల్లా మారి కనుమరుగైపోయాయి. చుట్టూ సముద్రం, అక్కడక్కడా చిన్న పడవలు, తీర పోలీసు పహారా నీటి వాహనాలు, కొంత బరువుగా తాకే సముద్రపు గాలి అంతా కొత్త వింతగా ఉంది. కొద్దిసేపు సముద్రం అందాల్ని కనుల విందుగా ఆస్వాదించిన రమేష్ కు తిరిగి ఆమె గుర్తుకొచ్చి ఆమె సుమిత్ర కాదు గదా అనే సందేహం ఆయన్ని తొలియడం మొదలైంది.

'నాన్న.. దిగాలి' అని హిమజ చేయి పట్టి లేపింది. మెల్లగా దిగిన ముగ్గురు కొద్ది దూరాన ఉన్న చిన్నరైలును ఎక్కారు. అయిదు నిమిషాల్లో రైలు గుహ పాదాల దగ్గర ఆగింది. మెట్లెక్కుతూ గుహల్ని చూస్తున్న రమేష్ కళ్ళ ముందు ఆవిడ రూపమే లీలగా వచ్చి పోతోంది. మనసు రాతి శిల్పాలపై నిలవడం లేదు. తమకన్నా ముందు దిగినవారు కనబడతారేమోనని వేగంగా అడుగులేస్తున్నారు. 'ఏమిటి మీ తొందర .. చూడ్డానికి వచ్చినాక ఆదరాబాదరా పనికొస్తదా!' అని భారతి చొక్కా పట్టి ఆపుతోంది. 'నాన్నా! ఇదే ఈ త్రిమూర్తి విగ్రహం.. ఫేమస్!' అంటూ హిమజ ఆ గుహ వైపు ఆయన్ని లాక్కుతోంది. అక్కడక్కడా ఫోటోలు దిగారు. మెట్లదారి అయిపోయి చిన్నకొండ ఎక్కుతున్నట్లుగా మిగతాగుహలు ఎత్తుపై ఉన్నాయి. ఆలోచనతో మెదడు బరువెక్కి రమేష్ కు శరీరమే అలసినట్లుగా అనిపిస్తోంది.

'మీరు ముందు నడవండి. నేను మెల్లగా వెనకాల వస్తాను' అంటూ తల్లి కూతుళ్లను వెళ్ళమన్నాడు. 'రామ్మా.. అసలు ఇంత దూరంలోశిల్పాలు చెక్కడమే వింత, అద్భుతం' అంటూ హిమజ తల్లి చేయి పట్టుకొని కుడివైపున ఉన్న గుహల వైపు నడిచింది. ఎడమవైపున ప్రహారీలా ఉన్న మూడడుగుల గోడపై కూచొని రమేష్ తిరిగి వెళుతున్నవాళ్లను చూస్తున్నాడు. వారిలో సుమిత్రలా కనబడ్డ మనిషి కోసం కళ్ళు జల్లెడ వెతుకుతున్నాయి.

ఆనాటి స్మృతులు గుండెలో తిరుగుతుంటే రమేష్ కళ్ళు తడిసిపోయాయి.గుంటూరు ప్రాంతం నుంచి తమ ఊరికి ప్రైవేట్ ప్రాక్టీస్ కోసం వచ్చిన డాక్టర్ కూతురు సుమిత్ర. ఇద్దరూ డిగ్రీలో క్లాస్ మేట్స్. కాలేజీ ఫంక్షనల్లో ఇద్దరు కలిసి డ్యూయెట్లు పాడుతూ దగ్గరయ్యారు. అవి హిందీలో బాబీ, తెలుగులో మరోచరిత్ర సినిమాలొచ్చిన రోజులు. ఒక దాంట్లో అంతస్తులు భేదమైతే, మరో దాంట్లో కులమతాలు. బాబిలో పెద్దలు రాజీ పడితే, మరో చరిత్రలో ప్రేమ జంట ప్రాణాలు తీసుకుంటుంది. తమిళ దర్శకుడు ఎంత కర్కోటకుడు అని తెలుగువాళ్లంతా బాధపడ్డారు. రమేష్ సుమిత్రల మధ్య అటు అంతస్తుల ఇటు కులమతాల తారతమ్యాలున్నాయి.

'రమేష్. నా కన్నా నీవే అందంగా ఉంటావ్!' అంటూ ఎప్పుడు ఆయన బుగ్గ గిల్లేది సుమిత్ర. గుర్తొచ్చి చెంపలు తడుముకున్నాడు. కన్నీళ్లు చేతికంటాయి. కర్చీఫ్ తో శుభ్రంగా తుడుచుకున్నాడు.

'నేను నిన్ను ప్రేమిస్తున్నాను. ఇద్దరం బాగా చదువుకొని మంచి ఉద్యోగాలు దొరికాక పెళ్ళి చేసుకుంటాం అని ఇంట్లో చెప్పాను' అంటూ రమేష్ బుగ్గపై ముద్దు పెట్టుకుంది సుమిత్ర ఓ రోజు.

'నేను నీతో ఎందులోనూ సరి తూగను. నీవు ఒక్క ప్రేమనే చూస్తున్నావు. నాకు మన చుట్టూ ఉన్న లోకం కనిపిస్తోంది' అన్నాడు రమేష్.

'మనల్ని ఎవ్వరు విడదీయలేరు' అంటూ రమేష్ భుజంపై చేయివేసి దగ్గర హత్తుకుంది.

ప్రేమకున్న అడ్డుగోడలు ఎంత పెద్దవో సుమిత్ర ఊహించలేక పోయింది.

వేసవి సెలవుల్లో బంధువుల ఇంటికెళ్లిన సుమిత్ర తిరిగి రాలేదు. కొన్నళ్ళకు డాక్టర్ గారి బోర్డు మాయమైంది. అలా దూరమై క్రమంగా గుండెలో మధురమైన బాధగా మిగిలిపోయిన సుమిత్ర తారసిల్లడమే ఓ వింత. కనీసం కంటి నిండా చూసుకానే అవకాశమైనా దక్కితే బాగుండు అని ఆయన మనసు తపస్సు చేస్తోంది.ఏమి అర్థం కాని స్థితిలో ఆకాశం వైపు చూస్తూ కళ్ళు మూసుకున్నాడు రమేష్.

పైకి వెళ్లిన తల్లీకూతుళ్లు మొత్తం ఏడు గుహలను ఓపిగ్గా చూశారు. అయిదు శైవ గుహలు, రెండు బౌద్ధ గుహలున్నాయి. శైవ గుహల్లో ఒక దాంట్లో శివలింగం, మరో దాంట్లో అర్ధనారీశ్వరం, ఇంకో దాంట్లో శివ పార్వతుల కల్యాణానికి చెందిన శిల్పాలున్నాయి.ఎత్తైన ప్రాంతం నుంచి చుట్టూ చూస్తూ 'ఇక్కడెవరైనా ఉంటారా?' అంది భారతి. 'ఆ. మూడు చిన్న పల్లెలున్నాయట. ఒక ప్రైమరీ

స్కూల్ కూడా ఉంది' అంది హిమజ. 'అమ్మో..ఇవేమి జీవితాలు. కష్టమే..' అనుకుంటూ కూతురు చేయి పట్టుకొని కిందికి అడుగులేసింది.

మిగిలిన చిన్న చిన్న గుహలను చూసి పక్కనే వరుసగా జాతరలా ఉన్న దుకాణాల వైపు వెళ్లారు. సముద్రపు గవ్వలు, శంఖాలు ముందు పోసుకొని వాటిపై పేర్లు చెక్కేవాళ్లు వెంట పడ్డట్లు అడుగుతున్నారు. త్రిమూర్తి ఆకారాన్ని చెక్కిన శంఖాన్ని గుర్తుగా కొనుక్కొంది హిమజ. మరోవైపు చిన్న రాతి విగ్రహాలు ముందు పెట్టుకొని ఓ ముసలమ్మ కనబడింది. నున్నగా ఉన్న ఆ బొమ్మల్ని చూసి 'ఇవి రాతివేనా!' అని అడిగింది భారతి. ముసలమ్మకు ఏమర్థమైందో కానీ జొన్నన్నట్లు తలాడించి ఓ బొమ్మను భారతి చేతిలో పెట్టింది. సుమారు ఫీటు సైజులో ఉన్న ఆ బొమ్మలో పడుకొన్న తల్లి మోకాళ్లపై ఆడుకుంటున్న పాప ఆకారాలున్నాయి. చూడగానే ఇష్టపడ్డ భారతి బేరమాడి రెండు వందలకు ఆ బొమ్మ కొని బ్యాగులో పెట్టుకొంది.

'ఇక వెళదాం పద. మీ నాన్న వెనకాల వస్తాడేమో అనుకున్నాను. ఏదీ.. రానే లేదు. ఎక్కడో ఒక్కరే ఉంటారు' అంటూ కూతుర్ని కదిలించింది. ఈలోగా దర్వాజాకు కట్టుకొనే పూసల దండను హిమజ కొనేసింది. 'ఇంకేమి కొనకు. ఇక్కడన్నీ డబుల్ రేట్లుంటాయని ముందేచెప్పాడు. టూర్ లో ఎన్ని కొంటే అంత బరువైపోతామని మీ నాన్న సూత్రం' అంటూ కూతురు భుజం పట్టుకొని కిందికి నడిచింది.

'అదిగో.. అక్కడకుచున్నారు మీనాన్న' అంటూ ఇద్దరు ఆయన దగ్గరికి వచ్చారు. దిక్కులు చూస్తున్న రమేష్ తో'నాన్నా! ఇంకా కొన్ని ఫొటోలు దిగుదాం' అంటూ హిమజ ముందుకు కదిలింది.

'అలా ముఖం కందిపోయిందేమి?' అంది భర్తను చూస్తూ.

'ఎండకు' అన్నాడు.

'అబ్బో.. సుకుమారులు' అంటూ అడుగు ముందుకేసింది.

'సంచి బరువుగా కనిపిస్తోంది. ఏం కొన్నావ్!' అని రమేష్ అనగానే ఆగి బ్యాగ్ లోంచి బొమ్మను తీసి 'రాతి శిల్పమండీ.. ఎంత అందంగా ఉంది' అంటూ భర్త చేతిలో పెట్టింది. 'ఇది రాతిదా.. సుద్ద బొమ్మకు నల్ల రంగు వేశారు. ఇదిగో బ్యాగులో పెట్టగానే ఈ మూలకు రంగు పోయి సుద్ద కనబడుతోంది. కొనొద్దంటే వినరు కదా!' అంటూ బొమ్మను భారతి చేతిలో పెట్టాడు. 'అబ్బా ముసల్ది ఎంత మోసం చేసింది' అంటుండగా 'తొందరగా రండి ఫొటోలు దిగొద్దా!' అని హిమజ తొందర పెట్టడంతో అటు వెళ్లారు.

సుమారు మూడు గంటల్లో ఎలిఫెంటా కేవ్స్ దర్శనం ముగిసింది. బుల్లి ట్రైన్‌టికెట్ అప్ అండ్ డౌన్ ఉంటుంది కాబట్టి సరాసరి రైలెక్కి బోటు దగ్గరికి వెళ్లడమే మిగిలింది.

తిరుగు ప్రయాణానికి పడవ ఎక్కుతుంటే ఆమె కోసం వెతకమన్నట్లు రమేష్ మనసు వెనక్కి లాగుతోంది. ఈ గుహల్లో దొరకని మనిషి ఇంకెక్కడా దొరికే కనబడే అవకాశం లేదు. గేట్ వే అంచుపై ఆగిన పడవలోంచి దిగి మొకాళ్లపై చేతులు వేసుకుంటూ మెట్లెక్కి సముద్రానికి అడ్డుకట్టగా కట్టిన పిట్టగోడపై హమ్మయ్య అనుకుంటూ ముగ్గురు కూచున్నారు. ఓల్డ్ తాజ్, న్యూ తాజ్ హోటల్ల గురించి హిమజ తల్లికి ఏదో చెబుతోంది. 'వాటి దగ్గరికి వెళ్దామా!' అనిభారతి అంటుంటే వినే పరిస్థితిలో రమేష్ లేదు. తల్లి మాట విన్న కూతురు 'ఫుట్ పాత్ నుంచి ఏమి చూడలేము. ఇక్కడి నుంచే బాగా కనబడుతుంది' అని, వాటి వైపే కన్నార్పకుండా చూస్తూ తల్లికి ఆ హోటల్ల విశేషాలు చెబుతోంది. 'అబ్బో. నిజమా.. అంత ఖరీదంటుందా..' అంటూ ముఖం ఆశ్చర్యంగా పెడుతూ వాటిని గుచ్చి గుచ్చి చూడసాగింది భారతి.

పక్కనే ఉన్న రమేష్ పరధ్యానంలోనే చక్కర్లు కొడుతున్నాడు. ఇంతలో ఆయన ముందుకు ఒకాయన వచ్చి 'మీరు రమేశా?' అన్నాడు వినయంగా.

ఔనన్నట్లు తలూపాడు రమేష్ ఆయన్ని ఎగాదిగా చూస్తూ.

'నేను సుమిత్ర భర్తను. మీ పేరు రమేషేనా అని కనుక్కొని రమ్మంది. అదిగో అక్కడ కూచుంది సుమిత్ర.' అన్నాడు వేలెత్తి అదే పిట్టగోడపై మలుపు వద్ద కూచున్న మనిషి వైపు చూపిస్తూ.

రమేష్ నోటా మాట రావడం లేదు. ఆయన చూపించిన వైపు పరీక్షగా చూశాడు. సుమిత్రనే. తల దించుకొని కూచుంది. కట్టుకున్నవాడితో తమ ప్రేమ విషయం చెప్పేసిందా.. ఇప్పుడు తానేమి చేయాలి ఎటూ అర్థం కాని పరిస్థితి.

అయితే ఏమిటి అన్నట్లు రమేష్ ఆయన ముఖంలోకి ముభావంగాచూశాడు.

ఆయన రమేష్ చేయి పట్టుకొని 'మీ సుమిత్రని కలవరా!' అంటూ వెంట తీసికెళ్ళాడు.

సుమిత్ర పక్కన ఖాళీగా ఉన్న చోట కూచోబెట్టి 'ఇతనేనా నీవన్న రమేష్!' అని ఆమెతో అన్నాడు.

సుమిత్ర తల ఎత్తకుండా అలాగే బొమ్మలా ఉండిపోయింది.

రమేష్ కూడా బిగుసుగా కూచున్నాడు.

వారి ముభావాన్ని గమనించిన శేఖర్ 'నా ముందు మాట్లాడుకోవడం మీకు ఇబ్బందిగా ఉంటే అలా వెళ్ళండి!' అంటూ గేట్ వే వైపు చేయెత్తి చూయించాడు.

సుమిత్ర లేచి మౌనంగా ముందుకు నడవడంతో రమేష్ ఆమెను అనుసరించాడు.

యాత్రికులు చల్లుతున్న గింజల్ని తింటున్న పావురాలను దాటుకొని గేట్ వే నీడలో ఆగిన సుమిత్ర తల ఎత్తి రమేష్ ముఖంలోకి చూసింది.

మళ్ళీ కలుస్తామని ఇద్దరూ కలలో కూడా అనుకోలేదు.

అపురూప కళాఖండాన్ని కనులారా చూస్తున్నట్లు ఇద్దరి ముఖాల్లో అలౌకిక ఆనందం పొంగిపొర్లుతోంది. రమేష్ కు అడుగు దూరంలో ఉన్న సుమిత్ర మరింత దగ్గరగా జరిగి తన రెండు చేతులతో ఆయన ముఖాన్ని తడుముతూ మురిసిపోతోంది. రాలిపోయిన పూవు తిరిగి చెట్టు చేరువైనట్లు వికసిస్తోంది రమేష్ ముఖం.

రమేష్ కళ్ళల్లో తిరిగి కనిపించిన ఆనాటి ప్రేమకు పరవశమైన సుమిత్ర ఆయన్ని గట్టిగా వాటేసుకుంది. రమేష్ కి తన దేహం దూదిపింజలా తేలిపోతున్నట్లనిపించింది. ప్రేమానందభరిత స్పర్శకు ఇంత మహత్తు ఉంటుందని రమేష్ కు తొలిసారిగా తెలియవచ్చింది. గేట్ వే వద్ద ఫొటోలు తీసుకుంటున్న యాత్రికులు 'వాటే లఫ్లీ కపుల్' అంటూ కెమెరాలను వీరివైపు తిప్పి క్లిక్ మనిపిస్తున్నారు. ఆ సందడికి తేరుకున్న సుమిత్ర సుతారంగా రమేష్ ను వదిలేసి ఇక వెళ్తాననట్లు కళ్ళతో చెప్పి వడి వడిగా భర్తవైపు నడిచింది. దగ్గరైన సుమిత్ర తలను నిమురుతూ శేఖర్ ఆమెను తన గుండెలకద్దుకున్నాడు. కృతజ్ఞతగా భర్త ఛాతీపై ముద్దు పెట్టుకుంది. తడుస్తున్న కళ్ళను తుడుచుకుంటూ తల తిప్పుకుండా భర్తచెయ్యి పట్టుకొని ముందుకు సాగింది సుమిత్ర.

తేరుకున్న రమేష్ కు సుమిత్ర అల్లుకుపోయిన ఆ రెండు క్షణాలే తన జీవితమేమోననిపించింది. చివరి నిమిషంలో ఈ విచిత్రాన్ని చూసిన భారతి కదలి వచ్చి 'ఎవరీమె?' అంటూ రమేష్ భుజం తట్టింది.

'ఎవరనుకుందో ఏమో! ఇదేంటి?' అని అడగ్గానే వదిలి తన దారిన తాను వెళ్ళిపోయింది.' అన్నాడు భార్య వెంట నడుస్తూ.

'బొంబాయి అంటేనే మనుషులు విచిత్రంగా ఉంటారు. పదండి. చౌపాటి బీచ్ దగ్గరేనంటా. అది చూశాక ఛత్రపతి శివాజీ బొమ్మ, బోట్ హౌస్ దగ్గరికెళ్ళాలి' అంటూ కూతురు కూచున్న చోటికి వెళ్ళింది.

మీ

బి.నర్సన్

అలా ప్రకృతి ఒడిలో...

విజయ దుర్గ . ఎల్

"రామ్! ఎంతసేపు లేవండి! సరదాగా ఎంజాయ్ చేయడానికి వచ్చినప్పుడు కూడా ఇలా నిద్రపోతూ ఉంటే ఎలా? మీరు లేవలేదని పిల్లలు కూడా లేవడం లేదు. త్వరగా లేచి రెడీ అయితే మనం స్టార్ట్ అవుదాం. ఇప్పుడు బయలుదేరితే గాని త్వరగా చేరుకోలేం. మధ్య మధ్యలో సైట్ సీన్ చూసుకుంటూ వెళ్లేసరికి ఈవినింగ్ అయిపోతుంది. మీకు తెలుసుగా ఇక్కడ నాలుగు అయ్యేసరికి సాయంత్రం అయిపోతుంది ఇంక చాలు లేవండి" అంటూ....

ఈశాన్య రాష్ట్రం అయినా అస్సాంలో గౌహతిలో ఒక హోటల్ రూమ్ లో భర్తని నిద్ర లేపుతూ రూమ్ వెకేట్ చేయడానికి వస్తువులను సర్దుతూ ఉంది రమ్య.

"అబ్బా! ఉండవే ఈ చలికి లేవాలంటే చాలా ఇబ్బందిగా ఉంది. అనవసరంగా వచ్చావేమో అనిపిస్తుంది" అంటూ బ్లాంకెట్ మరింతగా పైకి కప్పుకుని ముడిచిపెట్టుకుని పడుకున్నాడు రామ్.

అప్పటికే టైం 7 దాటుతూ ఉండేసరికి, ఇక తప్పక బలవంతంగా రామ్ కప్పుకున్న దుప్పటి లాగి పడేసి,

"ఈ మాత్రం దానికి ఇక్కడికి రావడం ఎందుకు? అదేదో ఇంట్లోనే ఉండేవాళ్ళంగా ఇంత ఖర్చు పెట్టి రావడం అవసరమా? టూర్ ప్లాన్ చేసుకున్నాం దాని ప్రకారం వెళ్ళాలిగా... మీరే ఇలా ఉంటే ఎలా?"

"పిల్లలు లేవండి త్వరగా! హీటర్ ఆన్ చేసి ఉన్నాను వేడిగా నీళ్లు వస్తున్నాయి ఎనిమిది గంటలకల్లా రెడీ అయ్యారా సరే, లేదా ఇటు నుంచి వెనక్కి వెళ్ళిపోదాం" అని సీరియస్ గా వార్నింగ్ ఇచ్చింది.

అప్పటికే మెలకువగా ఉన్నా కూడా చలి కారణంగా లేవ లేకుండా ఉన్న పిల్లలు రామ్ కూడా రమ్య వార్నింగ్ కి లేచి కూర్చుని, ఒక్కొక్కరుగా పరుగు పరుగున వెళ్లి ఫ్రెష్ అయి బయటకు వచ్చారు.

రమ్య నవ్వుకుంటూవాళ్ళు వచ్చేసరికి అన్ని సర్దేసి, వాళ్లు కూడా తెచ్చుకున్న బ్రెడ్ టోస్టర్ లో బ్రెడ్స్ రోస్ట్ చేసి, మినీ ఇండక్షన్ స్టవ్ పై ఆమ్లెట్ వేసి, ఇనిస్టెంట్ నూడిల్స్ చేసి బ్రేక్ ఫాస్ట్ రెడీ చేసింది.

రామ్ రమ్యను మెచ్చుకుంటూ...

"నువ్వు సూపర్! జర్నీలో కూడా మాకు టైం కి అన్ని అమరుస్తావు" అంటూ వేడివేడిగా బ్రేక్ ఫాస్ట్ లాగించేసి, ఓకే పిల్లలు ఇవాళ నేచర్లో మనం ఫుల్ గా ఎంజాయ్ చేద్దాం" అన్నాడు.

రామ్ సెంట్రల్ గవర్నమెంట్ ఉద్యోగి. ఉద్యోగ కారణంగా సొంత రాష్ట్రంలో కాకుండా బయట రాష్ట్రాల్లోనే ఎక్కువగా తిరుగుతూ ఉంటాడు. ఈసారి తనకి ఈశాన్య రాష్ట్రం అస్సాంలో పోస్టింగ్ పడింది. అక్కడే రెండు సంవత్సరాలుగా ఉంటున్నాడు. మొదట్లో అస్సాంలో మారుమూల ప్రాంతంలో ఉన్న చోట ఉండడానికి రమ్యకి పిల్లలకి చాలా విసుగ్గా అనిపించేది. అక్కడ వాతావరణం కూడా అనుకూలంగా ఉండేది కాదు.

ఎండాకాలంలో ఎండ విపరీతంగా ఉంటూ తట్టుకోలేనట్టుగా ఉండేది. తెల్లవారి ఐదు అయ్యే సరికే పూర్తిగా సూర్యోదయం అయిపోయి ఉదయం పది అప్పుడు ఉండే అంత ఎండ ఉండేది. ఇక వర్షాకాలం చెప్పాల్సిన అవసరమే లేదు. వర్షం మొదలైందంటే పది రోజులు ఎడతెరిపి లేకుండా కురుస్తూనే ఉండేది. వర్షాలు తగ్గే సమయానికి అక్టోబర్ లోనే చలికాలం మొదలయ్యేది.అక్టోబర్ లో మొదలైన చలికాలం డిసెంబర్ జనవరి నెలలకు వచ్చేసరికి టెంపరేచర్ బాగా తగ్గిపోతూ... సూర్యాస్తమయం సాయంత్రం నాలుగు అయ్యేసరికి అయిపోవడంతో చీకటి పడిపోయేది. రాత్రులు సింగిల్ డిజిట్ కి టెంపరేచర్ పడిపోవడంతో చాలా ఇబ్బంది పడేవారు.

ఈ రెండు సంవత్సరాల్లో అక్కడ వాతావరణానికి అలవాటు పడ్డరు. అస్సాం కి జాబ్ కి వచ్చినప్పటి నుంచీ, ఆ వాతావరణానికి భయపడి ఎటూ కదలకుండా ఉండిపోయిన రామ్! పది రోజులు సెలవు పెట్టి మేఘాలయ ట్రిప్ ప్లాన్ చేశాడు. చలికాలంలో వద్దు తర్వాత వెళ్దాం అని రమ్య ఎంత అన్నా కూడా...

"ఇలాంటి అప్పుడు వెళ్తే థ్రిల్ గా ఉంటుంది. అయినా కావాలనుకున్నప్పుడు సెలవులు దొరుకుతాయా ఏంటి? ఏం పర్వాలేదు సరదాగా ఎంజాయ్ చేసేద్దాం. ఈ రోజు గౌహతికి మనం బయలుదేరి వెళ్లిపోయి రూమ్ లో ఉండి, రేపు ఉదయమే అక్కడి నుంచి మేఘాలయ వెళ్దాం. అక్కడ ఉన్న చుట్టుపక్కల అన్ని చూసుకోవచ్చు" అన్నాడు.

"సరే అలాగే" అని రమ్య టూర్ కి రెడీ అయ్యింది.

అలా ఈ రోజు అంతా కలిసి, గౌహతిలోని జోరబట్లో వాళ్ళు స్టే చేసిన హోటల్ నుంచి షిల్లాంగ్ బయలుదేరారు.

అస్సాం బోర్డర్ దాటి మేఘాలయ స్టేట్ లోకి ఎంటర్ అవుతున్నప్పుడు బోర్డర్ సెక్యూరిటీ అందరినీ చెక్ చేసి అప్పుడు వెళ్లడానికి పర్మిషన్ ఇచ్చారు.

అప్పటివరకు స్లోగా వెళ్లిన రామ్ కార్ స్పీడ్ పెంచాడు. ఎటు చూసినా పచ్చని ప్రకృతి, కనుచూపుమేరంతా పచ్చగా కనిపిస్తూ ఉంటే మనసుకి చాలా హాయిగా ప్రశాంతంగా అనిపించింది. లోయ పక్క నుంచి వెళ్తున్నప్పుడు పిల్లలు కాస్త భయపడ్డారు. రమ్య వాళ్లని సముదాయిస్తూ నేచర్ ని ఎంజాయ్ చేయమని మధ్య మధ్యలో వ్యూ పాయింట్ దగ్గర ఆగి, ప్రకృతి చూస్తూ చక్కగా ఫొటోస్ తీసుకుంటూ ప్రయాణాన్ని ఆహ్లాదంగా సాగించారు.

రామ్ రమ్య కారులో వెళ్తూ... అక్కడ ట్రాఫిక్ డిసిప్లైన్ ని గమనించారు. ఎవరు ఓవర్‌టేక్ చేసి వెళ్లడం గాని, ఓవర్ స్పీడ్ డ్రైవ్ చేయడం గాని లేదు. డబల్ రోడ్ అయినా... లైన్ క్రాసింగ్ చేసి ఇవతలకు రాకుండా ఒక పద్ధతిగా లైన్ లో వెళ్లడం చూసి ఆశ్చర్యపోయారు. ఇంకా వాళ్లని ఆశ్చర్యపరిచిన విషయం ఏమిటంటే, వాళ్లు వ్యూ పాయింట్స్ దగ్గర ఆగినప్పుడు అక్కడ ప్రతి ఒక్కరూ కూడా ఇంగ్లీషులోనే మాట్లాడడం. పార్కింగ్ దగ్గర టోకెన్ ఇచ్చే అబ్బాయి దగ్గర నుంచి, చిన్న అంగడి దగ్గర ఉండే ముసలమ్మ వరకు అందరూ ఇంగ్లీషులోనే చక్కగా మాట్లాడుతుంటే వేరే దేశానికి వచ్చామా అనే అనుభూతి చెందారు.

టైం పదకొండు అయ్యేసరికి ఉమియా లేక్ చేరుకున్నారు. అక్కడ కార్ ని పార్కింగ్ లో ఉంచి, లేక్ అందాలని చూస్తూ.. రకరకాల పోజుల్లో ఫోటోస్ తీసుకుని, అక్కడికి పక్కనే ఉన్న శివాలయాన్ని దర్శించుకుని తిరిగి ప్రయాణం కొనసాగించారు. ఎటు వెళ్తున్నా లేక్ అందాలు కనువిందు చేశాయి. కొద్ది దూరం ముందుకు వచ్చిన వాళ్లకి, ఉమియో లేక్ పై ఉన్న డ్యాం మరింత ఆకర్షించింది. అప్పటికే వాటర్ ఫ్లో ఎక్కువ ఉండడంతో డ్యాం గేట్లు ఎత్తి ఉన్నాయి. పిల్లలు గొడవ చేయడంతో కార్ ని సైడ్ కి ఆపిన రామ్! కార్ పార్క్ చేసి వచ్చేలోపు రమ్య పిల్లలతో కలిసి డ్యాం మీదకి పరుగున వెళ్లి, చిన్నపిల్లలా గంతులు వేసింది.

రామ్ నవ్వుకుంటూ వాళ్లను చేరుకుని, తెరిచి ఉన్న గేట్ నుంచి పరవళ్ళుతొక్కుతూ ముందు ఊరుతున్న నీటిని చూస్తూ..మైమరిచిపోయాడు. అక్కడే అందరూ స్నాక్స్ కొనుక్కుని తిని ఎంజాయ్ చేసి తిరిగి వాళ్ల ప్రయాణాన్ని మొదలుపెట్టారు

ఉమియా లేక్ నుంచి బయలుదేరినప్పటి నుంచి ఘాట్ రోడ్ మరింత మెలికలు తిరిగి ఉండడంతో, రమ్యకి కడుపులో తిప్పినట్టుగా అయ్యి నీరసంగా తల వాల్చేసింది.

"ఎంజాయ్ చేయాలంటావు? ఘాట్ రోడ్ పడదు! ఇలా అయితే ఎలా?" అన్నాడు.

"అయినా మరీ ఇన్ని మెలికలు అంటే ఎలా అండి బాబు. మీరు స్లోగా డ్రైవ్ చేస్తుంటేనే ఇంత ఇబ్బందిగా ఉంది. ఇంక స్పీడ్ గా వెళ్లే వాళ్ళ పరిస్థితి ఎలా ఉంటుందో! కడుపులో ఉన్నది అంతా అమాంతం బయటకు వచ్చేస్తుంది కాబోలు!" అంది.

రామ్ నవ్వుతూ... "అలా ఏమి అవ్వదులే, హిల్ స్టేషన్ అంటే అలానే ఉంటుంది. కళ్ళు మూసుకుని రెస్ట్ తీసుకో తగ్గిపోతుంది" అంటూ... "పిల్లలు మీరు కాస్త రెస్ట్ తీసుకోండి రా! ఉదయం నుంచి గెంతుతూనే ఉన్నారుగా! మనకి ఇంకా వన్ అవర్ పైనే పడుతుంది. షిల్లాంగ్ సిటీ ఎండ్ లోకి వచ్చాం. ఇప్పటి వరకు ట్రాఫిక్ లేకపోయినా ఇప్పుడు చాలా ఎక్కువ ఉంటుంది" అన్నాడు.

"సరే డాడీ!" అంటూ పిల్లలు ఇద్దరు విండో కి అతుక్కుపోయి బయట పరిసరాలను చూస్తూనే నెమ్మదిగా నిద్రలోకి జారుకున్నారు.

మ్యూజిక్ సిస్టం లో ప్లే అవుతున్న లైట్ మ్యూజిక్ వింటూ.. కార్ స్లో గా డ్రైవ్ చేసుకుంటూ అప్పుడే పెరుగుతున్న ట్రాఫిక్ ని నెమ్మదిగా అనుసరిస్తూ ముందుగా వాళ్ళు బుక్ చేసుకున్న హోటల్ కి చేరుకున్నాడు.

హోటల్ చేరుకునే సమయానికి రమ్య నార్మల్ అవ్వడంతో, ముందుగా అందరూ రూమ్ కి చేరుకుని ఫ్రెష్ అయ్యి లంచ్ చేయడానికి బయటికి వచ్చారు. లంచ్ చేసిన తర్వాత షిల్లాంగ్ వ్యూ పాయింట్ కి వెళ్లి అక్కడి నుంచి షిల్లాంగ్ సిటీ అందాలను చూస్తూ... ఎలిఫెంట్ ఫాల్స్ కి వెళ్లి, ఈవినింగ్ వరకు ఎంజాయ్ చేశారు. ఒక పక్కన చలిగా అనిపిస్తున్నా కూడా... నీటిలో ఆడుకుంటూ పిల్లలు పూర్తిగా తడిచిపోయారు. రమ్య గొడవ చేసి ఇంక చాలు వెళ్దాం అని, ఇద్దరికి బట్టలు మార్చి బయటికి తీసుకొచ్చింది.

అక్కడ బయట ఉన్న అంగళ్ళలో ఎక్కువగా వెదురుతో తయారుచేసిన వస్తువులు కనపడ్డాయి. అవి చాలా ఆకర్షణీయంగా ఉండడంతో, ఇంటి అలంకరణ కోసం కొన్ని తీసుకుంది. రామ్ రమ్యకు సర్ప్రైజ్ ఇవ్వాలని వెదురుతో చేసిన ఒక హ్యాండ్ బ్యాగ్ రమ్యకు తెలియకుండా కొని తెచ్చి తన చేతిలో పెట్టాడు.

రమ్య దానిని చూస్తూ... "వావ్! ఎంత బాగుంది. లెదర్ బ్యాగ్స్, ఉలెన్ బ్యాగ్స్, క్లాత్ బ్యాగ్స్ ఎన్నెన్నో చూసాం కానీ, ఈ వెదురుతో చేసిన బ్యాగ్ చాలా అందంగా ఉందండి" అంటూ దానిని ఆప్యాయంగా తడిమింది.

"సరే ఇప్పటికే చీకటి పడింది. చలి ఎక్కువ అయిపోతుంది తట్టుకోవడం కష్టం. పదండి రేపు ఉదయాన్నే చిరపుంజి వెళ్దాం. అక్కడ వాటర్ ఫాల్స్ కేవ్స్ అన్ని చూద్దాం" అన్నాడు.

"వావ్ సూపర్!" అంటూ కేరింతలు కొడుతూ తిరిగి హోటల్ రూమ్ కి చేరుకుని అక్కడికే ఫుడ్ తెప్పించుకుని వేడివేడిగా తినేసి రూమ్ హీటర్ ఆన్ చేసుకుని అంతా వెచ్చగా నిద్రపోయారు.

ముందు రోజు ఎంజాయ్మెంట్ ఏంటో చూడడంతో, నెక్స్ట్ డే రమ్య లేపకముందే పిల్లలు వాళ్ళంతట వాళ్ళే లేచి గబగబా రెడీ అయిపోయి రమ్యను రామ్ ని తొందరపెట్టారు. రామ్ రెడీ అయ్య పిల్లలిద్దరినీ చూసి నవ్వుతూ...

"పదండి వెళ్దాం" అని కారులోకి వచ్చి కూర్చుని గూగుల్ లో మ్యాప్ సెట్ చేసుకున్నాడు.

కారులో వెళ్తూ పిల్లలతో చిరపుంజి గొప్పతనం వివరించాడు.

"చిరపుంజి మేఘాలయలోని కాశీ హిల్స్ జిల్లాలో ఉండే చిన్న పట్టణం. ఎప్పుడూ వర్షాలు పడుతూ ఉండడంతో, ఇక్కడి వాతావరణం అత్యధిక తేమ కలిగి ఉంటుంది. అంతకు ముందు వరకూ ఇక్కడే ఎక్కువ వర్షపాతం నమోదు అయ్యేది. ఇప్పుడు మౌస్నారామ్లో అత్యధిక వర్షపాతం ఉంటోంది.

ఇక్కడ మరో విశిష్టత ఏంటంటే, వర్షపాతం ఎక్కువ ఉన్న కారణంగా ఇక్కడ చెట్లు ఎప్పుడూ పచ్చదనంతో నిండి ఉంటాయి. వందల సంవత్సరాల నుంచి ఉన్న చెట్ల ఊడలను, వాటి వేర్లను ఇక్కడ ప్రజలు బ్రిడ్జిలుగా మలుచుకుని, వారు సులువుగా ఒక ప్రదేశం నుంచి మరొక ప్రదేశానికి తిరగడానికి ఉపయోగిస్తూ ఉంటారు. అందుకే, చిరపుంజి లివింగ్ బ్రిడ్జెస్ కు పెట్టింది పేరు. వీటిని బ్రిడ్జిలుగా మలచడానికి పది, పదిహేను సంవత్సరాలు పడుతుంది. అయితే ఇవి వందల సంవత్సరాల పాటు ఉంటాయి. ఇప్పటికీ ఉపయోగిస్తున్న ఒక పురాతన బ్రిడ్జి వయస్సు 500ఏళ్లు ఉంటాయని అంచనా" అన్నాడు.

పిల్లలు ఇద్దరూ, రమ్య... రామ్ చెప్పిన దానికి ఎంతో ఆశ్చర్యపోతూ...

"వావ్ సూపర్! మన సిరీస్ లో కేబుల్ బ్రిడ్జ్ చూసాం కానీ, ఇలా చెట్లు ఊడల్ని చెట్ల వేర్లని బ్రిడ్జిలుగా మలిచి లివింగ్ బ్రిడ్జిలను తయారు చేసుకుంటున్న వీళ్ళ తెలివితేటల్ని మెచ్చుకోకుండా ఉండలేం. పెద్దపెద్ద ఇంజనీర్లకి సమానం వాళ్ళు" అంది.

"అవును" అని నవ్వుతూ కారు స్లో చేశాడు.

"ఇక్కడెందుకండి? మనం ఇంకా చిరపుంజి చేరుకోలేదు ఇక్కడ చుట్టుపక్కల ఏమైనా ఉన్నట్టు కూడా కనిపించడం లేదు" అంది.

"చూపిస్తా పదండి" అంటూ కార్ పార్క్ చేసి, "స్నాక్స్ వాటర్ బాటిల్స్ ఒక బ్యాగ్ లో సర్దుకోండి. ఇప్పుడు మనం ఒకే చోట ఉన్న ఐదు వాటర్ ఫాల్స్ ని చూద్దాం" అన్నాడు.

వాటర్ ఫాల్ అనగానే పిల్లలు గంతులు వేస్తూ... "పదండి పదండి" అన్నారు.

పరుగున ముందుకు వెళ్ళిన పిల్లలు అక్కడ ఉన్న బోర్డు మీద "గార్డెన్ ఆఫ్ కేవ్స్" అని చదివారు.

రమ్య నవ్వుతూ… "గార్డెన్ ఆఫ్ కేవ్స్ అంటే, ఇది గుహల తోట!" అంది.

రామ్ నవ్వుతూ…

"అవును ఈ ప్రదేశంలో చాలా గుహలు ఉన్నాయి. ఇంకా వాటర్ ఫాల్స్ కూడా చాలా ఎక్కువ ఉన్నాయి. ఈ ప్రదేశానికి చాలా ప్రత్యేకత ఉంది. వేరే లోకంలో అడుగుపెట్టినట్టే ఉంటుంది మనకి" అంటూ కౌంటర్లో టికెట్స్ తీసుకుని, అందరితో కలిసి లోపలికి అడుగు పెట్టారు.

ఒక వ్యక్తి వీళ్లకు గైడ్ చేస్తూ… అక్కడ ఉన్న ఒక్కొక్కటి ఎక్స్ప్లెయిన్ చేస్తూ ముందుకు తీసుకుని వెళ్ళాడు. ముందుగా ఎడమవైపుకి వెళ్లిన వారికి ఒక గుహలా ఉంది, అందులో చివరి వరకు వెళ్ళిన తర్వాత పైన ఓపెన్ గా ఉంది సూర్యకిరణాలతో పాటు చిన్న జలపాతం కిందకి కురుస్తూ.. చూడడానికి చాలా అందంగా కనబడింది. పిల్లలుపరుగున ముందుకు వెళ్తుంటే, గైడ్ వాళ్ళని వారిస్తూ…

"ఇక్కడ అంతా జారుడుగా ఉంటుంది అలా తొందరపడకండి" అని చెప్పి వాళ్లకు అక్కడ రకరకాల ఫోటోలు తీసి వెనక్కి తీసుకుని వచ్చాడు. ఇదు వరకు అక్కడ ఉన్న వాటర్ ఫాల్స్ ని చూపిస్తూ… వాటి గురించి ఎక్స్ప్లెయిన్ చేశాడు.

రమ్యకి ఆ ప్లేస్ చాలా చాలా నచ్చేసింది. రామ్ తో,

"రామ్ మరెప్పుడైనా మనం పిల్లల్ని వదిలి ఇద్దరమే వద్దాం. ఎంత రొమాంటిక్ గా ఉంది కదా ఈ ప్లేస్!" అంది.

పిల్లలు గైడ్ తో దూరంగా ఉండడంతో, రామ్ రమ్యను దగ్గరగా హత్తుకుంటూ…

"అవును రా! ఈ చల్లని వాతావరణం, ఎటు చూసినా పచ్చదనం, ఈ జలపాతాలు నిజంగా చాలా అంటే చాలా బాగున్నాయి. కచ్చితంగా మనిద్దరం ఒంటరిగా మరోసారి వచ్చి, ఒక రొమాంటిక్ డేట్ ప్లాన్ చేసుకుందాం" అన్నాడు.

రమ్య సిగ్గుగా రామ్ గుండెల పై వాలి, "అలాగే" అంటూ… పిల్లల కేకలు వినపడడంతో రామ్ కి దూరంగా జరిగింది.

గైడ్ రామ్ వరకు వచ్చి, "నాతోటి రండి మీకు ఇప్పుడు మరొకటి చూపిస్తాను" అంటూ మరో దిక్కుగా తీసుకుని వెళ్లి వెదురుతో చేసిన వంతెన మీద నడిపించుకుంటూ చాలా దూరం తీసుకుని వెళ్ళాడు. అక్కడ ఒక కొండ మధ్య నుంచి చిన్న నీటి ధార కిందకి పడుతూ ఉంది. ఆ గైడ్ దానిని చూపిస్తూ…

"ఈ వాటర్ లో చాలా మెడిసిన్ కలిసి ఉంటాయి. ఎన్నో కొండల మీద నుంచి ఎన్నో వనమూలికలను దాటుకుంటూ వచ్చిన ఈ నీళ్లలో ఎన్నో ఔషధ గుణాలు ఉన్నాయి. మీరు ఆ నీటిని తాగవచ్చు" అన్నాడు.

గైడ్ అలా అనగానే, రమ్య తన దగ్గర ఉన్న వాటర్ బాటిల్స్ లో నీటిని పంపేసి, ఆ నీటిని అందులో పట్టుకుని అందరూ తాగారు. ఎంతో తియ్యగా ఆ రుచిని వర్ణించలేనట్టుగా ఉండడంతో, కడుపునిండా నీళ్లను తాగేసి తిరిగి ఖాళీ బాటిల్స్ లో నీళ్ల పట్టుకుని వెను తిరిగి వచ్చారు.

గైడ్ వాళ్ళని ఒకచోట నిలబెట్టి, దూరంగా కనిపిస్తున్న కొండని చూపిస్తూ...

"ఆ కొండను దిగిన కనిపిస్తున్నది బంగ్లాదేశ్!" అన్నాడు.

అందరూ ఆశ్చర్యంగా అటు వైపు చూసి,

"అంటే మన బంగ్లాదేశ్ బోర్డర్ వరకూ వచ్చేసామా!" అన్నారు.

"ఇక్కడ రెక్కలు కట్టుకుని అక్కడ వాలితే బంగ్లాదేశ్ చాలా దగ్గర కానీ, రోడ్ లో చుట్టూ తిరిగి వెళ్లాలంటేనే చాలా దూరం" అని నవ్వుతూ వాళ్లని మరోవైపు తీసుకుని వెళ్లి, కొండ రాయిలో సహజంగా ఏర్పడిన హార్ట్ షేప్ లో ఉన్న నీటి గుంటను చూపించాడు. అందులో నీరు ఎప్పటికప్పుడు ఊరుతుంది అని, హార్ట్ షేప్ లో ఉన్నందున 'హార్ట్ స్టోన్' అంటారు అని చెప్పాడు.

అక్కడ కూడా రకరకాల ఫోజుల్లో ఫోటోస్ తీసుకుని ఎన్నెన్నో మధురానుభూతులతో గార్డెన్ కేవ్స్ నుంచి బయటపడ్డారు.

రమ్య రామ్ తో,

"అవును రామ్! ఇక్కడ మనకి ఏమీ తెలియదు కదా! నువ్వేంటి అన్నీ తెలిసినట్టుగా ఆ గైడ్ కంటే ముందే వెళ్ళిపోతున్నావు? ఇవన్నీ నీకు ఎలా తెలుసు?" అని అడిగింది.

రామ్ నవ్వుతూ...

"ఎలా ఏముంది? గూగుల్ అమ్మ ఉందిగా... మనం ఇలా టూర్ వెళ్తున్నాము అన్నప్పుడే, నేను ఏ ఏ ప్లేస్ లోకి వెళ్ళాలి? ఎలా వెళ్లాలి? అక్కడ ఎలా ఉంటుంది అన్ని తెలుసుకున్నాను. ఏమీ తెలుసుకోకుండా తెలియని ప్లేస్ కి వెళ్తే చాలా ఇబ్బందులు పడాల్సి వస్తుంది. అంతేకాక, కొత్త ప్రదేశంలో కొత్త వ్యక్తులను నమ్మితే చాలా మోసపోతాం. ఇలాంటి టూరిస్ట్ ప్లేసుల్లో మరింత మోసం ఉంటుంది. అందుకే నా జాగ్రత్తలో నేను ఉండి ముందే అన్ని తెలుసుకున్నాను. కాకపోతే, ఇక్కడికి వచ్చాక తెలిసింది ఏంటంటే... నేను తెలుసుకున్నది పది శాతం కూడా లేదని. కాకపోతే, వీళ్ళకి మరీ మనం ఏమీ తెలియకుండా ఉన్నట్టుగా ఉంటే, మనల్ని మోసం చేసే అవకాశం ఉంది కాబట్టి నాకు తెలిసినది వాళ్లు మాట్లాడుతున్న దాన్ని ఎనలైజ్ చేస్తూ... నాకు ముందే తెలిసినట్టుగా, ఇక్కడకు అంతకుముందే చాలాసార్లు వచ్చినట్టుగా బిల్డప్ ఇస్తూ కవరింగ్ ఇచ్చాను. అందుకే మనల్ని ఆ గైడ్ ఎక్కువ డబ్బులు డిమాండ్ చేయలేదు" అని చిన్నగా కన్ను కొట్టి స్మైల్ ఇచ్చి, కార్ గేర్ మార్చి చిరపుంజి వైపు కార్ ని పోనిచ్చాడు.

"అమ్మో! రామ్! నువ్వ కనపడవు గాని, చాలా కంత్రివి. నెక్స్ట్ ఎక్కడికి?" అంది.

"ఇంకెక్కడికి, "ద బర్త్ హౌస్ ఆఫ్ రైన్" అని నవ్వుతూ అన్నాడు.

"ఇవన్నీ చూస్తుంటే ఒక రోజు సరిపోతదా అనిపిస్తుంది. దారి పొడవునా ఏదో ఒకటి ఉన్నాయి" అంది.

"అవును ఒక రోజు సరిపోదు. మినిమం టు డేస్ లేదా త్రీ డేస్ ఉంటేనే, ఈ చిరపుంజి అందాలన్నిటిని తనివి తీరా ఆస్వాదించగలుగుతాం " అన్నాడు.

మీ

విజయ దుర్గ . ఎల్

దారి మల్లయి

– శానాపతి (ఏడిద) ప్రసన్నలక్ష్మి

అమెరికా ఇప్పట్లో వెళ్తానని నేనసలు అనుకోలేదు. ఆ వెళ్ళే అవకాశం అనుకోకుండా వస్తే ఆ ఆనందమే వేరు కదా. పెట్టె బేడా పట్టుకుని... ఆకాశ మార్గాన్న విమానంలో ఎగిరిపోయాను.

ఆ విదేశంలో కాలు పెట్టినప్పుడు... అంతా కొత్తగా అనిపించింది. కొత్త వాతావరణం, కొత్త మనుషులు. ఒక్కసారిగా మనసులో గందరగోళంగా అనిపించింది.

మా వాడి చిన్నప్పుడు చేయి పట్టుకుని నడిపించిన నేను, వాడి చేయి పట్టుకుని నడవాల్సిన అవసరం వచ్చిందిప్పుడు.

అక్కడ మొదటిసారిగా చూసాను... ఎక్కడ చూసినా ఎంతో అందంగా కట్టిన చెక్క ఇళ్లను. ఆ చలి ప్రదేశాల్లో వారికవే భద్రత నిస్తాయట. వెచ్చదనానికి ఫ్లోరంతా కార్పెట్లు పరిచి... చూడ్డానికి, మసలడానికి కూడా ఎన్నోసౌకర్యాలు కనిపించాయి.

ఇల్లినాయిస్, ఇండియానా, ఒహాయో, నార్త్ కరోలినా, మిషిగన్, పెన్సిల్వేనియా, న్యూజెర్సీ, న్యూయార్క్ లాంటి స్టేట్స్ తిరుగుతూ... బంధువులను కలసినప్పుడు వారు మన భారతీయుల్ని పరిచయం చేస్తే చాలు, వారెంతో ఆప్తులైనట్టు నా మనసెంతో సంతోషంగా అనిపించేది. అక్కడ చూసిన పచ్చిక మైదానాలు, కొండలు, లోయలు, జల పాతాలు, నదులు ఇవన్నీ చూసేసరికి ప్రకృతిలో లీనమయిపోయేదాన్ని. అన్నిటికన్నా ఆశ్చర్యం... అక్కడ వింతలూ, విడ్డూరాలతోపాటూ, రాత్రి తొమ్మిదవుతున్నా చీకటి పడకపోవడం. అక్కడ సూర్యోదయం, సూర్యాస్తమయ సమయాలు చూసి అనుభవించిన ఆ అనుభూతే వేరు.

ఇక చికాగో, న్యూయార్క్ వెళ్ళినప్పుడు విల్స్ టవర్, వరల్డ్ ట్రేడ్ సెంటర్ పై అంతస్తులు ఎక్కినప్పుడు ఆ గాజు అద్దాల్లోంచికనిపించిన ఎన్నోఎత్తైన భవనాలు చూస్తుంటే... రెండు కళ్ళూ చాలవనిపించింది. ఆ భవనాలు, రకరకాల విదేశీ మనుషుల్ని చూసాకా అమెరికా అభివృద్ధి ఎంతో తెలిసింది.

నేను అక్కడున్న మూడు నెలల్లో... శ్రుతలతో పాటూ... అపశ్రుతులు కూడా వుంటాయనిఅనుకోగలనా...? రెండు ప్రాణ గండాలను తప్పించుకోవడమే కాదు, తట్టుకోలేని వార్త విని కూడానా గుండె ఆగిపోకుండా ఉన్నందుకు నేనెంత స్ట్రాంగో అని తెలిపోయింది.

మా పెద్దబ్బాయి, కోడలు, ఐదేళ్ల మనుమరాలితో కార్లో వెళ్తుండగా జాతీయ రహదారిపై కారు ప్రమాదం జరిగింది.

తుక్కుతుక్కె పోయిన కారులోంచి చిన్న దెబ్బ కూడా తగలకుండా అందరూ బయటపడటం నిజంగా ఒక మిరాకిల్. అలాగే... బాత్ టబ్ చుట్టూ వుండే గ్లాస్ జరుపుతుండగా దాని హ్యాండిల్ చేతిలోకి వూడివచ్చేయడంతో ఆ గ్లాస్ మొత్తం కిందపడుతూ ముక్కముక్కలవ్వడం కళ్ళారా చూశాను. చేతికి, కాలుకీ చిన్న గాయాలే అయినా, అది ఏ తల మీదో పడకుండా పెద్ద ప్రమాదం నుంచే ఆ దేవుడు తప్పించాడనిపించింది. ఈవిధంగా రెండు ప్రమాదాలతో ప్రాణ గండం నుంచి బయటపడ్డాను.

ఇక నా జీవిత ప్రయాణంలో ఊహించని మరో మలుపు తో మనసంతా అలజడి సృష్టించింది. ఆ వార్త విని గుండె కూడా తట్టుకుని నిలబడగలిగే రోజు వచ్చిందంటే... నేను చాలా గుండె నిబ్బరమైన మనిషినని చెప్పుకోవచ్చేమో.

ఐదేళ్ల తర్వాత మా చిన్నబ్బాయిని చూసానన్న సంతోషాన్ని ఆవిరి చేస్తూ... తన నిర్ణయాన్ని బయటపెట్టాడు. వాడిపై ఎన్నో ఆశలు పెట్టుకుని, ఎన్నో కలలు కంటున్న నాకు వాడి మాటలు విన్నాక నాలో ఏదో తెలియని నీరసం ఆవరించింది. తల నుంచి కాళ్ళవరకూ ఒకటే జలదరింపు. చిన్నతనంలోనే పెద్ద చదువుల కోసం అమెరికా పంపించి సరిదిద్దుకోలేని పెద్దతప్పు చేశామా అనే అపరాధ భావన మనసును పిండేసింది. మా చేయి దాటిపోయి... మా ప్రమేయం లేకుండా చాలా పెద్ద నిర్ణయం తీసుకున్నాడు. ఇప్పుడు చేసేదేమీ లేదు. మాకు ఇష్టమున్నా, లేకపోయినా వాడిష్టపడ్డ ఓ విదేశీ అమ్మాయితో పెళ్లి జరిగిపోవడం ఖాయమనిపించింది. ఈ విషయం ఇండియాలో వున్న నా భర్తకు తెలిస్తే తట్టుకోగలరా? నాలో భరించ లేనంత వేదన గూడుకట్టుకుంది.

వాడి దగ్గర వుండగా అన్యమనస్కంగా రోజులు గడుపుతున్నాను గానీ... వాడికి తెలీకుండా కన్నీళ్లు కార్చని రోజు లేదు. మబ్బు కమ్ముకున్న ఆకాశాన్ని చూస్తే వర్షం పడుతుందని ఎలా తెలుస్తుందో... అదే విధంగా దిగులు నిండిన నా ముఖాన్ని చూసి... నా మస్తిష్కాన్ని కనిపెట్టేసాడు.

"ఏంటమ్మా...! ఇప్పుడు విదేశీ అమ్మాయి అయితే నీకేమయ్యింది? ఒకవేళ ఇండియానే అయితే రాష్ట్రం వేరంటారు. రాష్ట్రం ఒకటైతే ప్రాంతం వేరంటారు. ప్రాంతం ఒకటైనా మతాలు, కులాలు అంటూ ఏదో ఒకటి చెప్పరని ఏంటి? మీరు ఎలాంటి అమ్మాయిని చూసేవారో నాకు తెలీదు గానీ, నాకు అన్ని విధాలానాకునప్పుతుంది అనుకున్నాకే ఈ నిర్ణయానికి వచ్చాను. ఒకవేళ మీరు

చూసినా ఇలాంటి మంచి అమ్మాయిని అయితే నా జీవితంలోకి తీసుకురాలేరు.

నువ్వు ఆ అమ్మాయిని చూస్తే మాత్రం ఇలా మాట్లాడవు."అన్నాడు తనను అర్థం చేసుకోమన్నట్టు.

వాడు చాలా పెద్దవాడై పోయి అన్ని విషయాలు చెప్పాకా, ఇక నేనేం మాట్లాడగలను? వాడి జీవితాన్ని వాడు తీర్చు దిద్దుకోవాలనుకుంటున్నాడు. వాడు చెప్పిన దాంట్లో తప్పేం లేదు. నేనే ఎక్కువగా ఆలోచిస్తూ మనసు పాడు చేసుకుంటున్నాననిపించింది.

"సరేరా... నీ ఇష్టం" అన్నాను ముక్తసరిగా.

ఒరోజు న్యూయార్క్ చూపించడానికి తీసుకెళ్ళి అక్కడే ఆ అమ్మాయి వుంటున్న ఫ్లాట్ కి తీసుకెళ్ళాడు. తలుపు తీయగానే నమస్కారం అంటూ ఎంతో సంస్కారవంతంతో నన్ను సాదరంగా లోనికాహ్వానించింది. చూడ్డానికి సన్నగా, పొడవుగా నాజుగ్గా చాలా బావుంది. శుభానికి సూచనగా స్వీట్స్ బాక్స్ ఓపెన్ చేసి తీసుకోమని, చక్కటి టీ తయారు చేసి, ఆతిథ్యం ఇచ్చింది. ఇల్లంతా చూపిస్తూ ... గోడలపై వున్న పెయింటింగ్స్ ని చూపించి,వాళ్ళ అమ్మమ్మ వేశారని ఎంతో మురిపెంగా చెప్తుంటే... పెద్దలపై తనకున్న అభిమానం ఏంతో అర్థమయ్యింది. ఇల్లంతా ఎంతో చక్కగా నీటుగా సర్దుకని వుండటంతో... ఇంటిని అలంకరించడంలో ఎంతో శ్రద్ధ ఉందనిపించింది. క్రమ పద్ధతిలో సర్ది వుంచిన బుక్స్ రాక్ లో పెద్ద బాలశిక్ష తెలుగు పుస్తకాన్ని చూసి మరింత ఆశ్చర్యానికి లోనయ్యాను. తెలుగు నేర్చుకోవడానికి ఆమెకున్న ఆసక్తికి సరస్వతీదేవి తప్పకుండా కటాక్షిస్తుందనిపించింది.వాళ్ళ కుటుంబ ఫోటో ఆల్బం చూపిస్తూ... ఈ లోకంలో లేని తల్లి దండ్రులను, బంధువులను వచ్చీ రాని తెలుగు పదాలతో విడమరచి చెప్తుంటే... వారి కుటుంబ వివరాలు నాకు తెలియాలని చెప్పే తపన ఆ అమ్మాయిలో కనిపించింది. తాను చిన్న తనం నుంచీ నేర్చుకున్న వయోలిన్ వాయించి చూపుతుంటే... చక్కటి కళాకారిని కనిపించింది. తాను స్నేహితురాలు పెళ్ళికి ఇండియా వచ్చినప్పుడు ఎంతో ఇష్టపడి కొనుక్కున్న అరడజను చీరలు, బంగారు గాజులు చూపిస్తుంటే... మన సాంప్రదాయాన్ని ఎంతగా ఇష్టపడుతుందో చూసి ముచ్చటేసింది. వాళ్ళమ్మ జ్ఞాపకంగా దాచుకున్న చిన్న చిన్న జ్యూయలరీని అపురూపంగా చూపించుకుంటుంటే... వాటిపై తాను చూపించే విలువ ఆ అమ్మాయి కళ్ళల్లో తణుకులీనింది. అంతే కాదు...నాకు మంచి జరగాలని...వాళ్ళు విశ్వాసంతోనమ్మే ఒకరకమైన చైన్ నాకు కానుకగా ఇచ్చి, దాని గురించి తెలియచేస్తూ ఇంగ్లీష్ లోనూ, తెలుగులోనూ ప్రింట్ తీసిన ఆ సారాంశం వున్న కాగితాన్ని నా చేతిలో పెట్టిందంటే... ఇతరులకి కూడా మేలు జరగాలని కోరుకునే ఆమె నిర్మల హృదయమేమిటో తెలిసింది. తర్వాత ఇండియన్ రెస్టారెంట్ కి తీసుకెళ్ళి మనకు నచ్చే టిఫిన్స్ ఆర్డర్

చేసి... తాను కూడా ఎంతో ఇష్టంగా తింటుంటే... మన ఆహారపు అలవాట్లకు కూడా బాగా కలిసిపోతుందని తెలుస్తూనే వుంది.

సాంప్రదాయమైన దుస్తుల్లో మన హిందూ దేవాలయమైన విఘ్నేశ్వరుడు గుడికి వచ్చి... అక్కడున్న అన్ని దేవుళ్ళ దర్శనాలు చేసుకుని... వాటి గురించి అడుగుతూ తెలుసుకోవడం, నాతో పాటూ కుంకుమ బొట్టు పెట్టించుకుని, నేను ఎలా చేస్తే అలాప్రసాదాన్ని కళ్ళకద్దుకుని తింటుంటే... ఎంతో ముచ్చటగా అనిపించి... ఆ అమ్మాయి మా ఇంటి మహాలక్ష్మిగా అడుగుపెట్టడానికి నాకు ఎలాంటి అభ్యంతరం లేకుండా పోయి మనసంతా స్వచ్చంగా అయిపోయిందంటే... ఆరోజు శ్రావణ వరలక్ష్మి వ్రత మహాత్మ్యం వల్లనేమో.

మా దగ్గర నుంచి సెలవు తీసుకుంటూ... రెండు రోజుల్లో ఇండియా రాబోతున్న నాకు "మీ విమాన ప్రయాణం చాలా బాగా జరగాలి" అంటూ ముద్దు ముద్దుగా చెప్పిన ఆమె మాటలు, ప్రవర్తన నా హృదయానికి హత్తుకుపోయాయి.

కలిసివున్న కొన్ని గంటల్లోనే ఆ అమ్మాయి సత్ప్రవర్తన నన్ను ఇంతగా ఆకట్టుకుంటే... నాలుగేళ్ళు కలిసి చదువుకున్న ఆమెలో మా వాడు ఇంకెన్ని సుగుణాలు చూసి వుంటాడో...?

మా సంతోషం కోసం... పరువు ప్రతిష్ఠ అనుకుంటూ మరో అమ్మాయితో పెళ్ళి చేసినా... మా వాడి సంతోషాన్ని దూరం చేయడం ఎంత వరకూ సబబు...?

ఏది ఏమైనా... మా అబ్బాయికి ఈ అమ్మాయికి జోడీ న్యాయంగా అనిపించింది. వాడి నిర్ణయం తప్పు కాదు. మేరేజస్ ఆర్ మేడ్ ఇన్ హెవెన్. మా వారిని ఒప్పించి... వీరిద్దరి పెళ్ళి మా చేతుల మీదుగా రంగరంగ వైభవంగా జరగాలి. న్యూయార్క్ లో నేను ఎక్కిన ఫ్లైట్ ఇండియా వైపు ప్రయాణిస్తుండగా నా ఆలోచనలిలా దారి మళ్ళాయి!

మీ

శానాపతి (ఏడిద) ప్రసన్నలక్ష్మి

★★★

దుబాయ్ డైరీ

–యు. వి. రత్నం

మూడు సంవత్సరాల నుండి అనుకుంటున్న దుబాయ్ ప్రయాణం 2023 ,ఏప్రిల్ 24 వ తారీకు ఎమిరేట్స్ ఫ్లైట్ లో ఖాయం అయింది. తగిన సామాన్లు, మూడు నెలలకు వీసా, సరిపడా మందులు, డాక్టర్ ప్రి స్క్రిప్షన్ తో సహ పాకింగ్ చేసుకోని , హాండ్ లగేజ్ లో కొంత, సూట్ కేస్ లో కొంత సర్దుబాటు చేసుకున్న తరువాత, అత్తాపూ ర్ లో వుంటున్న, నా తమ్ముని కొడుకు కార్లో బయలుదేరి శంషాబాద్ , హైదరాబాద్ విమానాశ్రయం లో డ్రాప్ చేయమనివాడిని అడిగి, వాడి "రెనాల్ట " కార్ లో, శ్రీమతి, నేను శంషాబాద్ విమానాశ్రయంలో కి అడుగు పెట్టే సరికి మూడు గంటలయింది. ఇంక సాయంత్రం ఆరు గంటలకు ఫ్లయిట్. ఫ్లయిట్ బయలు దేరే సమయానికి మూ డు గంట ల ముందుగా రావాలని టికెట్ లో షరతులు.

కరక్ట్ గా నే టైమ్ ప్ర కారమే వున్నాం కంగారుపడకండి , అంది శ్రీమతి.సరే లేవోయ్, నీ లగేజి జాగ్రత్తగా చూసు కోమని చెప్పి , చెకింగ్ కౌంటర్ వైపు క్యూ వద్దకు చేరాను.

అల్లుడు వెంకట్ , మా చిన్న అమ్మాయి భవానీని,పిల్లల ను , నాలుగేండ్ల తరువాత చూడడానికి వెళుతున్న సంతోషం, విమాన ప్రయాణం ఎక్స్ పీరియన్సు, ఎలా వుంటుందోనన్న ఆత్రత ఒక చోట నిలువ నీయని సంతోషం, ఆందోళన, ఉత్సాహం, ముప్పిరి గొన్నాయి.

చెక్ ఇన్ వగయిరాలు , వెరిఫికేషన్ , రూపాయలు నుండి దుబాయ్ కరెన్సీ ధీరమ్స్ పదిహేను వందలకు తీసు కుని, ఇంక అంత కంటే ఎక్కువ ఇవ్వరని పించుకుని కౌంటర్ నుండి బయట పడ్డాను. శ్రీ మతిఅడుగుతానే వుంది , ఏంటండీ ఎయిర్ పోర్టులో కూడా గొడవ. మన ఇంటి దగ్గర బేరం ఆడిన ట్లు, చండాలంగా... ఏంలేదు లే...పా. పదా....

పాస్ పోర్టు వీసా హాండ్ లగేజ్ లో సర్దు కునేటప్పుడు, అల్లుడు వెంక ట్ గారి చెప్పిన మాటలు గుర్తుకు వచ్చేయి. ఎంత ముందు చూపు. "చెకిన్ అయ్యాక పాస్పోర్ట్ ను "ప్రాణం" కన్నా ఎక్కువగా చూసుకోవాలి, మిస్ అయితే అంతే"

ప్రాణం పోయినట్లు లెక్క మావయ్య గారు, జాగ్రత్తగా పెట్టు కోండి. మళ్ళీ ఇండియా గడప తోక్కే దాక. ఆయన మాటలు చెవుల్లో గింగురు మ న్నాయి.

భద్రం గా ఆమె పాస్పోర్ట్, నా పాస్పోర్ట్ హోండ్ లగేజీ లో సర్ది, విమానం మెట్టు మెట్టు కూ హోండ్ లగేజి తడుముతూ లోపలికి అడుగు వేసే సరికి చల్లని గాలి మొఖానికి తగిలి మమ్మల్ని గిలిగింతలు పెట్టింది. ఇంత లో అప్సరస లాంటి ఎయిర్ హోస్టెస్, సీట్ చూపించి, సీట్ బెల్ట్ ఎలా పెట్టు కోవాలో చూపించి, నా మిసెస్ శాంత బెల్ట్ సర్ది వెళ్ళింది.

ఎప్పుడు బయలుదేరిందో , నా హడావుడి లో తెలియ లేదు. బయలు దేరి పది నిముషాలు అయిందని, మనం త్రీథౌజండ్ ఫీట్ ఎత్తున ఫ్లయిట్ వున్నట్లు ఎదురు మానిటర్ లో చూపించింది.

ఇంత లో నే ఎయిర్హోస్టెస్ స్పీకర్లో అదే మాట చెప్పి సీట్ బెల్ట్ వదులు చేసుకుని రిలాక్సవమని చెప్పి క్యాబిన్ లోపలికి వెళ్ళింది. హమ్మయ్య అనుకుని సీట్ లో రిలాక్స య్యాం .

ఎదురుగా సీట్ల లో, పక్కన సీట్ల లో, కంప్యూటర్ మానిటర్ లో సినిమాలు చూసేవాళ్ళు చూస్తున్నారు, స్వంత కంప్యూటర్ వర్క్ లో నిమగ్నమయ్యారు కొందరు. కళ్ళకు ,మొహానికీ మాస్క్ లు పెట్టేసుకుని నిద్ర నటించే వారు, పిల్లలయితే మరీ , ఏరోప్లయిన్ జర్నీ అలవాటయి నట్టుంది, బాగా ఎంజాయ్ చేస్తున్నారు. కొంత మంది యానిమేషన్ చిత్రాన్ని చూస్తున్నారు, మరి కొంతమంది పోగో ,యింకా ఏవేవో ఇయర్ఫోన్ పెట్టు కుని వాళ్ళ లోకంలో వాళ్ళుంటే , వాళ్ళ తల్లి తండ్రులు వాళ్ళ లోకం లో వాళ్ళు తెలి యాడు తున్నారు.

ఓ రచయిత గానేను మాత్రం అందరినీ గమనిస్తూ వున్నా... ఇదో లోకం కాబోలు. ఎక్స్ క్యూజ్ మి..... అన్న ఎయిర్హోస్టెస్ పిలుపు తో ఈలోకం లోకీ వచ్చా.. ఆమె యిచ్చిన నులి వెచ్చని టర్క్ నాప్కిన్ తో మొహం తుడుచుకుంటేఎంతో హాయి అనిపించింది.

మా ఆవిడకయితే శుక్రవారం నాడు శీకాకాయ తో తలంటి పోసు కాని, వెంట్రుకలకు సాంబ్రాణి ధూపం వేసు కున్నంత "హాయి" గా వుండిట.

ఇయర్ ఫోన్ లో అరబ్ ఎమిరేట్స్ గురించి, దుబాయ్ గురించి, వినిపిస్తుంది.కాసేపు ఇంగ్లీష్ లో, కాసేపు అరబిక్ భాషలో చెపుతున్నారు.

మా ఆవిడ కవేమీ పట్టనట్లు విమానం విండో లోంచి, కదిలి పోయే ముఖాలను చూస్తూ ఆశ్చర్యం తో ,సంతోషం తో, విమానంలో ప్రయాణం చేస్తున్న నన్నకించిత్తు గర్వంతో చూస్తున్నది.

"యునైటెడ్ అరబ్ ఎమిరేట్స్ " ఏడు మిడిల్ ఈస్ట్ స్టేట్స్, కలిసి యు. ఏ.ఈగా ఏర్పడింది. అబుదాబి, దుబాయ్, షార్జ, అంజుమాన్, రసల్ కైమా, ఉమల్ క్వ యిన్ , ఫజారియా, అన్నవి. కాపిటల్ సిటీ గా అబుదాబి.

అబుదాబి విస్తీర్ణంలో 83600 స్క్వేర్ కిలోమీటర్లు, 32'278, స్క్విర్ మైల్లు, పాపులేషన్ 5'042315 (2016) కి, కాపిటల్ సిటీ ,అబుదాబి (859749) , అఫిషియల్ లాంగ్వేజ్ అరబిక్. కరెన్సీ అరబ్ ఎమిరేట్స్ ధీరమ్ (AED,)

రుపీ ఇక్వలెంట్ 19 /– . ఇప్పుడు 70/– (ఈ వ్యాసంరాసేనాటికి) దుబాయిని భూతల స్వర్గం అంటారుట. ఎప్పుడు యింక ఎన్నిగంటలలో దుబాయ్ లో కాలిడ తానా అని మనసు వుప్పళ్ళూరు తొంది.

ఎమిరేట్స్ విమానంలో కాలం తెలియకుండానే గడిచి పోయింది.ఇంకో పదిహేను నిముషాలలో దుబాయ్ ఎయిర్ పోర్టు లో లాండ్ అవబోతున్నట్లు మానిటర్ లో వినిపించింది.

ఎయిర్ హోస్టెస్ సేఫ్టీ బెల్ట్ పెట్టు కోమని చెప్పింది. విమానం దుబాయ్ ఎయిర్ పోర్టు రన్ వే వైపు దూ సు కెళ్ళిపోతోంది. ముందుకి వంగి నపుడు ఎయిర్ పోర్ట్ లో దిగుతున్నప్పుడు భయంవేసింది. గుండె మొకాలులోకి దిగి న ట్ల యింది. మా ఆవిడ చేయి గట్టిగా పట్టుకొన్నా. విమా నం ఆగి నాక, చల్లగా మెట్టు ది గు తుం టే, ఎయిర్ హోస్టెస్ నవ్వు తూ టా,టా , చెబుతుంటే, నవ్వుతూ దిగాక , వీల్ చెయిర్ తో, ఒకతను మాపేర్ల తో వున్న ప్లేకార్డ తో నించోని మా కోసం వెయిట్ చేస్తున్నాడు.

అతనే, వీల్చెర్లో చెకిన్ దాకా తీసుకెళ్ళి సామాను కన్ వేయర్ బెల్ట్ మీద నుండి తీసుకొని బయటకు తీసుకునివచ్చేసి, సెల్యూట్ చేసి పక్కనే నిలబడ్డాడు వీల్చెయిర్ అటెన్ డెంటు. కారిడార్ లో అల్లుడు వెంకట్, అమ్మాయి భవాని, పిల్లలు చేతులూపుతూ స్వాగతం పలికారు. మనవడు అనీష్ మనవరాలు వైష్ణవి , సంతోషానికి అవధులు లేవు.

వీల్చెయిర్ వాడికి ఎక్స్ చేంజిధిరమ్ లో నాదగ్గర ఉన్నవి అలవాటు ప్రకారం యి వ్యం గానే, సెల్యూట్ కొట్టి వెళ్ళాడు వీల్చెయిర్ వాడు.

ఇంతలో వెంకట్ గారు , నేను టిప్ యివ్వడం చూశారేమో, " మావయ్య గారు యక్కడ టిప్ లీ్వ్వడం అవి వుండ వు. యింకెప్పుడూ యివ్వ కండి అని హిత బోధ చేశాడు.

అల్లుడన్నప్పుడు, దుబాయ్ నుండి ఇంటికి వచ్చిందాక "టిప్" లు యివ్వడం మర్చిపోయాను.

ప్రపంచం లో నే అద్భుతమైన ఏయర్ పోర్టు దుబాయ్. చూస్తూన్నంత సేపు కండ్లు మిరుమిట్లు గొలిపే నియాన్ లైట్లు, అది పగలో రా త్రో తెలియని వాతావరణం, పూర్తి గా ఎయిర్ కండిషన్ చల్ల దనం, పరిమళ భరిత మైన మలయ మారుతం లా వీచేగాలి. మరో లోకం లో ప్రయాణిస్తున్నా మన్న అను భూతి, అనుభవం.

అమ్మాయి కి అల్లునికి మనసులోనే కృతజ్ఞతలు చెప్పుకున్నాను. ఇంత లో రేనాల్టు కారు డ్రైవింగ్ చేసుకుని వచ్చి లగేజీ డిక్కీ లో సర్దేసి వాళ్ళు వుండే అపార్ట్మెంట్ అల్ ఖిష్ కి బయలు దేరాం. మధ్యలో మనవడు ,మనవరాలు, ఇద్దరు వాళ్ళు కొ చ్చిన అరబిక్ పదాలన్ని ఏకరువు పెట్టారు.

కా సేపు వచ్చీ రాని తెలుగు మాట్లాడారు. కాస్త సంతోషంగా వుంది, తెలుగు మర్చి పోకుండా మా అమ్మాయి పిల్లలకు తెలుగు నేర్పుతుంది అని. కార్లో వస్తున్నంత సేపు ఎదురు పడ్డ కార్ల పేర్లు చెబుతూ నే వున్నాడు. ఇంత వరకు నేనా కార్ల ను చూడలేదు, వాటి పేర్లు తెలియదు.

తాతయ్యా! ఇది యిప్పుడు క్రాస్ చేసి వెళ్ళిందే అది "బుగాటీ" కారు.

ఇదిగిది గో, చూడూ...చూడు ..అది తెలుసా. అది "రోల్స్ రాయల్" ప్ర పంచం లో కెల్లా గ్రేట్ కారు, త్వరగా చూడు మళ్ళీటుఫ్వీఫ్వీ, కె .యమ్ స్పీడ్ లో వెళ్తుంది తెలుసా..మనవడు ఉషారు గా చెబుతున్నాడు.

మనమరాలు అమ్మమ్మ వళ్ళో కూర్చుని కబుర్లు చెబుతోంది. ఇంత లోనే , మామయ్య గారు ఇంటికి వచ్చేసాం దిగండి అంటూ కారు దోరు తీసి నుంచు న్నాడు.

దిగి చసేసరికి పద్నాలుగు అంతస్తుల భవనం. వీళ్ళుండేది పదో అంతస్తు. కారిడార్, లిఫ్ట్ అంతా ఎ.సి. అపార్ట్మెంట్ అంతా సెంట్రల్ ఏ.సి . వాష్ రూమ్లు లావేటరీస్ తో సహా. ఆ రోజంతా రెస్టు .అలసి, పోయామేమో !అది, నేను. భోంచేసి హాయిగా నిద్ర పోయాం.

★

మర్నాడు అల్లుడు వెంకట్ గారు ఎర్లీ గా వస్తాను, గ్లోబల్ విలేజ్ కి (ప్రపంచ సంత) వెళదామన్నా రని , అమ్మాయి చెప్పింది.దాందేవుంది, వెంటనే .... ఓకే అనేశాను.

ప్రపంచం లో వున్న అన్ని దేశాల వారు , గ్లోబల్ విలేజ్ లో స్టాల్స్, పాండాల్లు, ఏర్పాటు చేస్తారు.

వాళ్ళ స్టాల్స్ లోవారి సంస్కృతి, సాంప్రదాయం, దుస్తులు, భావవ్యక్తికరణ నలు అక్కడ ప్రతిబింబిస్తాయి. ఒక్కసారి దుబాయ్ లో గ్లోబల్ విలేజ్ చూస్తే చాలు ,ప్రపంచం మొత్తం తిరిగి చూసినట్టుంది. అదో అద్భుతమైన లో కం అనిపిస్తుంది. ప్రవేశ ద్వారం వెంబడే భారతదేశంలో ప్రపంచ వింతలలో ఒకటైన తాజ్మహల్. ఇండియన్ స్టాల్ లో తిరుగుతుంటే కించిత్తు గర్వం.

ఎదురుగా ఈఫిల్ టవర్, పక్క పాండాల్ లో పీసా టవర్ల రెప్లికాలు. ఇంకా స్టాచ్యూ ఆఫ్ లిబర్టి, నైలు నది,పిరమిడ్లు , రోమ్, పారిస్, వాషింగ్టన్ డి.సి. ఒక టేమిటి, ప్రపంచం లో ని చూడాలిసిన ప్రదేశాలు, ప్రపంచ వింతలు అన్ని ఒకే చోట గుమి గూడి,కన్నుల విందు చేస్తాయి.

ప్రతి సంవత్సరం దుబాయ్ లో ఈ గ్లోబల్ విలేజ్ ని సందర్శించటానికి ప్రపంచ వ్యాప్తంగా సందర్శ కులు దుబాయ్ కి క్యూ "కడతారట. కోట్ల వ్యాపారం అక్కడ జరుగుతుందట. డాలర్లు చేతులు మారతాయి. బిజినెస్ అగ్రిమెంట్లు జరుగుతాయి. అల్లుడుగారు ప్రతివిషయం విశదీకరించారు.

సంవత్సరంలో నవంబరు నుండి జులై నెలవరకు ఈ సంతలాంటి మరో లోకం అక్కడ"మాల్స్" లోపలికెళితే ఎటువైపు వెళుతున్నాము, ఎటువైపు వస్తున్నామో తెలీని దారులు.కొత్త వారికి పక్కన తోడు వుంటేనే కంగారు లేకుండాఉంటుంది.మానవడు నా చేయి పట్టుకాని వదలలేదు.

కార్లు కనిపిస్తే చాలు, ఆ కార్ల పేర్లన్ని చెప్పేవాడు. బుగాటీ, రోల్స్‌రాయల్, బెంజి, రెనాల్టు, నిస్సాన్, బెంట్లీ, ఒక్కొకారు అర మిలియన్నై మాటే.ఇండియా మొదల్నే వు. కార్లు,విమానాలలాడున్నాయి.

పెద్ద పెద్ద పడవల్లా ఉన్నాయి. రోడ్డు మీద కార్లు మంచుమీద స్లెడ్జిస్లా జారిపోతున్నట్లుగా వందలకిలోమీటర్ల స్పీడ్లో వెళ్తుతున్నాయి. ఫోర్వే రోడ్లు.మంచు మీదుగా జారిపోతున్న ఫీలింగ్.ఎక్కడా కుదుపులేనీ ఆకాశయానంలా ప్రయాణం. ప్రపంచంలోని సంపద అంతా ఇక్కడ కుప్పబోసినట్లుగా వుంది. గోల్డ్‌న్ షప్, బంగారు దుకాణాలు, మాల్స్‌లాంటి దుకాణాలు.అన్ని కిక్కిరిసే వుంటాయి.

దుబాయ్‌కరామా ప్రాంతం, క్రీక్‌ప్రాంతాల్లో బంగారుగాజులేమిటి, నక్లీసులేమిటి, కంటెలు, వడ్డాణాలు, కాలిపట్టాలు, అన్నిబంగారంమే. కండ్లమిరుమిట్లు గొలుపుతాయి. ఓపట్టాన అక్కడనుండి కాలుకదపలేము.

యింక హోటల్స్ అయితే చెప్పనలవి కాదు. ఇండియా లోని ఉడిపీ హోటల్దగ్గర నుండీ, చైనీస్, రెస్టారెంట్లు, లెబనాన్‌రెస్టారెంట్లు, అమెరికన్‌ఫుడ్, ఫెస్టివల్స్ ఎన్నో ఆహారపు అలవాట్లను సాంప్రదాయాలను ఇక్కడ కాచివడ బోసినట్టు,అంతా పర్వెక్ట్‌గా వుంటుంది.

అదృష్టం ఏమంటే, నాబోటి వెజిటేరియన్కి, శరవణభవన్లు, ఉడిపీ హోటల్ళు, దర్శనం ఇస్తాయి. అక్కడే ఇడ్లీ, సాంబారు, పెసరట్టు ఉప్మా, ఇంకా పూరి, బంగాళ దుంప కూర, వెజిటబులుల్కూర్మఉటప్ ఒకటేమిటి నల భీమపాకాలన్ని దుబాయ్‌లో ఎంజాయ్యేయవచ్చు. అయితే ఎక్కడా పాన్‌షప్లు, మందు దుకాణాలు, మచ్చు కైనా కనిపించవు.

మన హైదరాబాద్లా ఎక్కడ పడితే అక్కడ కారా కిళ్ళీలు నమిలి ఊసేయడం కనిపించదు. ఎవడైనా తెలీకనో అవసరం అయ్యె, తుత్తూ, అన్నాడా వాడు జరిమానా అయినా కట్టాలి, లేకుంటే కృష్ణజన్మస్దానం లో వూచలు లెక్కెట్టుకోవాలిసిందె.

మనం ఎందుకలాగ చేయలేకున్నాము. మిలీయన్దాలర్ప్రశ్న?, బహుశా రాజుగారి శాసనం అంటే ఇలాగే వుంటుంది కాబోలు.బాహుబలి సినిమాలో రమ్యకృష్ణ"నా మాటే శాసనం అన్నట్లు.

మరో అద్భుతమేమంటే, దుబాయ్‌న్ల వర్గ్గార్డన్. నీరు దొరకని ఎడారిలో, మాడుమాడిపోయే ఎండలో రంగు రంగుల పూల ప్రపంచం అక్కడ కన్నుల విందు చేస్తోంది. గార్డెన్‌గిన్నీస్‌బుక్లోకెక్కిన అందం, ఆనందం అది. చూడాల్సిన ప్రదేశం. అక్కడే పూలతో నిలువెత్తుగా నిర్మించిన ఈఫిల్‌టవర్. పిసా టవర్లు దర్శనం యిస్తాయి.

ఇంకా ఇంకాస్త ముందు కెలితే ఎన్నో చిత్ర విచిత్రాలు. అ తరువాతి రోజు అబూదాబీ ప్రయాణం, గ్రాండ్‌మాస్క్‌ ర్శనం. అక్కడ బుర్కా తప్పనిసరిగా వేసుకోవాలి.

ఏంబిడియపడకుండాబురకావేసుకునిమసీదులోలోకివేళ్ళాం.ఎంతోఆర్థోదాక్సయినమాఆవిడ అక్కడివారిసాంప్రదాయాన్నిగౌరవించిబురకావేసుకుంది.ఆమెవిశాలహృదయానికిఆమెకుప్రేమ పూర్వకమైననిశ్శబ్దకౌగిలిఇచ్చాను.అదోఆనందం.గ్రాండ్‌మాస్క్‌లో ఒకేసారివేలాదిగానమాజుచేసుకు నేఅనువైనప్రదేశంట.

ఇవన్నీ చూస్తూ ఎంజాయ్యేశాం. అమ్మాయి అల్లుడు, పిల్లలతోటి. రెండు నెలలు రెండు రోజులుగా గడిచిపోయాయి. ఇంకా చూడాలిసినవి, ఓవారంలో కంప్లీట్చేయ్యాలి.

సైకిల్కి రోడ్డు పక్కన సెపరేట్గా వుంటుంది. రోజుసైకిలింగ్చేసేవారు, ట్రాఫిక్తో పని లేకుండా వ్యాయామం చేసుకునే సౌలభ్యం వుంది.

ఎడారి సఫారి అదో మెమరబుల్ ఈవెంట్.రాత్రి మౌంట్స్ ఎడారి గుడారాలలో రాత్రిళ్ళు గడపటం ఓ మరువలేని జ్ఞాపకం. వీటన్నింటి కంటే బుర్జు దుబాయ్ నుండి దుబాయ్ని త్రీసిక్టీడిగ్రిస్లో కంప్యూటర్లో చూడడం గొప్ప అనుభవం.

మరోటి దుబాయ్లో చూడాలిసింది బుర్జుఖలీఫా. ఎన్నో జ్ఞాపకాలను ప్రోదిచేసుకుని, అమ్మాయి అల్లుడు పిల్లలు వద్ద నుండి ఇండియా వెళ్ళడం ఎలాగా అనిపించింది. తిరిగివస్తుంటే, ఇంకో సారీ మళ్ళీ వస్తే బాగుండు అనిపించింది.

అయినా"జననీ జన్మభూమిశ్చ స్వర్గా దపి గరీయసి" కదా! షంషాబాద్లో విమానం. దిగి హైదరాబాద్లో అడుగు పెట్టగానే దుబాయి ప్రయాణం ఓ అద్భుతమైన జ్ఞాపకంగా మిగిలిపోయింది.

మీ

యు.వి.రత్నం

★★★

తీర్థ యాత్ర

– కాపెర్ల పవన్ కుమార్

ఇంద్రియాలను త్రికరణ శుద్ధిగా పెట్టుకున్న వారు, ధృడమైన మనసు కలిగిన వారు, అహంకారం లేని వారు, ఇతరుల నుండి ఏమీ ఆశించని వారు, మిత భోజనం చేసేవారు, ఎల్లప్పుడూ సత్యం పలికే వారు, శాంత స్వభావం కలిగిన వారు, తీర్థయాత్రలు చేసిన వారు ఎన్నో యజ్ఞాలు చేసిన ఫలితం వస్తుంది అని మహాభారతంలో నారదుడు ధర్మరాజుకు చెప్పాడు.

హిందూ మతంలో తీర్థ యాత్ర అంటే ఆధ్యాత్మిక యాత్ర, పుణ్య యాత్ర గా చెప్పవచ్చు. నిజానికి తీర్థ యాత్రలు, పుణ్య క్షేత్రాల దర్శనం ఒకటి కాదు. రెండింటికి తేడా ఉంది. తీర్థం అంటే జలం అని అర్థం. నదులు, సముద్రాల తీరంలో దేవాలయాలు ఉంటే వాటిని తీర్థాలు అంటారు. అలా నదీ ప్రవాహానికి చేరువలో లేని ఆలయాలను క్షేత్రాలు అంటారు. ఉదాహరణకు స్థల క్షేత్రాలు, గిరి అంటే కొండల పై ఉన్న ఆలయాలు. ఒకవేళ ఆలయం ఉన్న కొండ పక్కనే నదీ ప్రవాహం ఉన్నా సరే వాటిని క్షేత్రాలు గానే పరిగణిస్తారు.

భారతావనిలో నలు వైపులా ఎన్నో మహిమాన్విత తీర్థాలు ఉన్నాయి. కొన్ని తీర్థాలు శారీరక రుగ్మతలను నయం చేస్తే, మరికొన్ని పాపాలను నశింపజేస్తాయి. అలానే కోరిన కోర్కెలను తీర్చే తీర్థాలూ ఉన్నాయి. ఇటువంటి పుణ్య తీర్థాలలో స్నానం చేయడం వలన ముక్తి లభిస్తుంది. మన పురాణాలు, ఇతిహాసాలలో కూడా చాలాతీర్థాల గురించి ప్రస్తావన ఉంది. వాటిలో కొన్ని కనుమరుగై పోగా మరికొన్ని తీర్థాలు ఇప్పటికీ నిలిచి ఉన్నాయి.

ఆధ్యాత్మిక మార్గంలో ప్రయాణం ప్రారంభించిన వ్యక్తికి తాను నమ్ముకున్న మార్గాన్ని మరింత బలపరిచే అనుభవాలు అవసరమవుతాయి. అటువంటి అనుభవం కోసం కొన్ని ప్రాంతాలను, వ్యక్తులను వెతుక్కుంటూ వెళ్ళాల్సి వస్తుంది. ఇలా వెతుక్కుంటూ వెళ్ళటమే తీర్థయాత్ర. గతంలో ప్రజలు మునీశ్వరుల దగ్గరకు వెళ్ళి తమ సందేహాలను తీర్చుకునేవారు. ఆ మహానుభావులున్న ప్రదేశాలే పుణ్య క్షేత్రాలయ్యాయి. అటువంటి శక్తి ప్రతిష్ఠించిన దేవతామూర్తుల ద్వారా లభిస్తుంది. విశేష స్థలపురాణం కలిగిన పుణ్యక్షేత్రాలను దర్శించటం వల్ల మానవుల

మనసులో మార్పు వస్తుంది. మారిన మనసు మనిషికి ప్రశాంతతను చేకూరుస్తుంది. పుణ్యక్షేత్రాల సందర్శన మనస్సుకు ఆహ్లాదాన్ని ఇవ్వడంతో పాటు వ్యాపారాభివృద్ధి, అనుకున్న కార్యాలు దిగ్విజయంగా పూర్తవుతాయని పెద్దలు చెబుతారు.

ప్రాచీన కాలంనుంచీ ఆంధ్రదేశం శిల్పకళలకు, చిత్రకళకు, వాస్తుకళలకు, పుణ్యక్షేత్రాలలకు, ఇలా మన ఔన్నత్యాన్ని తెలుసుకోవడానికి నేడు మనకు ఉన్న పుణ్యక్షేత్రాలు – దేవస్థానాలు కూడా ఒక సాధనంగా ఉపకరిస్తున్నాయి.

శిథిల ప్రాయమయిన దేవాలయాల్లో కూడా నేటికీ పూజా పునస్కారాలు జరుగుతునే ఉన్నాయి. భగవంతుడి మీద ఉన్న భక్తి విశ్వాసాలు దీనికి ప్రత్యక్ష కారణాలైతే, నాటి విగ్రహ శిల్పసౌందర్యాన్ని, దేవాలయ నిర్మాణాన్ని మట్టిపాలు చేసుకోలేక, నాటి ఆంధ్రమహా వైభవాన్ని గుర్తు చేసుకొని వాటిని పునరుద్ధరించాలనే మహదాకాంక్ష పరోక్ష కారణంగా కనిపిస్తుంది.

ఎన్నో దేవాలయాలు పరమత ద్వేషం వల్ల మట్టిపాలయ్యాయి. పోయినవి పోగా ఉన్న వాటినైనా నిలుపుకొని వాటిని పునరుద్ధరించాల్సిన అవసరం ఎంతైనా వుంది. అది మనందరి కర్తవ్యం. నేడు ఉన్న దేవాలయాలను దర్శించి మనమంతా గర్వపడాలి. వీటి సందర్శనం పూర్వ జన్మ సుకృతమనే చెప్పాలి. అదొక మహాభాగ్యం. అట్టి మహద్భాగ్యం కోసమే మనం "తీర్థయాత్రలు" చేయాలి. ఇది ప్రతి ఒక్కరి ధర్మమని హిందువుల విశ్వాసం. తీర్థ యాత్రలవల్ల ఆయా ప్రాంతాల, అయా ప్రాంతాల జనుల పరిచయం ఏర్పడుతుంది. తద్వారా భావసమైక్యత, దేశ సమైక్యత ఏర్పడుతుంది.

చాలా మందికి కొత్త ప్రాంతాలు సందర్శించాలన్న కోరిక ఉంటుంది. కానీ దాన్ని సాకారం చేసుకోవడంలోనే పలు సమస్యలు ఎదుర్కొంటారు. మిగిలిన యాత్రల సంగతి ఎలా ఉన్నా తీర్థయాత్రల విషయంలో మాత్రం ప్రతి ఒక్కరు తెలుసుకోదగ్గ విషయాలు ఉంటాయి.

భగవంతుడు సర్వాంతర్యామి అన్న కారణంగా ఏ యాత్ర చేయకుండా ఉంటే తరువాత కాలం గడిచి, వృద్ధాప్యంలోకి వచ్చాక, ఆధ్యాత్మికమార్గంలోకి పట్టిన తరువాత బాధపడే స్థితి వస్తుంది. అందువల్ల ఆరోగ్యం సహకరించినప్పుడే ఆర్థిక తదితర సమస్యలను ఏదోలా అధిగమించి కొన్ని ముఖ్యమైన తీర్థయాత్రలైనా పూర్తి చేసే ప్రయత్నం చేయాలి.

విహార, విజ్ఞానయాత్రల మాదిరిగా ఆధ్యాత్మిక పర్యటనలను తేలిగ్గా తీసేయలేం. కొన్ని రకాలఆహ్లాదకర ప్రాంతాలను ఎప్పుడు, ఎలా వెళ్ళి చూసి వచ్చినా పెద్ద తేడా ఉండకపోవచ్చు. కానీ తీర్థయాత్రల విషయం అలా కాదు. ఆయా సందర్భాలు, సమయాలలో అలాంటి వాటికి ప్రత్యేక విలువ, గుర్తింపు ఉంటాయి. ఫలితంగా పుణ్యానికి పుణ్యం, పురుషార్థం లభిస్తాయని పెద్దలు అంటారు. అందువల్ల మంచి సమయాన్ని ఎంపిక చేసుకోండి.

ఆయా పండుగలు, ఉత్సవాలు, వేడుకలప్పుడు, సంబంధిత క్షేత్రాలు శోభాయమానంగా వెలుగొందుతుంటాయి. ఉదాహరణకు పుష్కరాల సమయంలో నదీస్నానం, బ్రహ్మోత్సవాలు, కుంభ మేళాలు, ప్రత్యేక దీక్షలు, జాతర వేళ ఆయా ప్రదేశాలను సందర్శించడానికి ఆనేకమంది అధిక ప్రాధాన్యం ఇస్తుంటారు. ఇలాంటి సమయాల్లో దైవదర్శనాల వల్ల అధిక పుణ్యం సంప్రాప్తిస్తుంది అని పెద్దలు అంటారు.

ఆధ్యాత్మిక యాత్రలు చేయడానికి ముందు వెంట తీసుకెళ్లవలసిన వస్తువులతో పాటు, పూజా సామాగ్రిని కూడా మరిచిపోకూడదు. ప్రతీది అక్కడికి వెళ్లకే కొనుక్కోవచ్చు అనుకొంటే ఒక్కోసారి అనవసర శ్రమ, కాలయాపన, అధిక వ్యయం తప్పకపోవచ్చు. అలాగే యాత్ర నుండి తిరిగి వస్తూ అక్కడి నుండి ప్రసాదాలతో పాటు కుంకుమ, తీర్థ జలాలను తెచ్చుకోవడం మరిచిపోవద్దు. పుణ్య తీర్థాలను దర్శించిన రైతులు అక్కడి తీర్థ జలాన్ని తమతో పాటు తెచ్చుకుని తాము వ్యవసాయం చేసే బావిలో, పంటలపై చల్లుతారు. ఇలా చేస్తే ఆ నేలపై జలానికి లోటు రాదని వారి విశ్వాసం.

తీర్థ జలాన్ని తీసుకు రావడం అనేది కేవలం హిందూ మతంలో మాత్రమే కాకుండా ఇంకా చాలా మత సాంప్రదాయాల్లో మనకు కనిపిస్తుంది. ఉదాహరణకు మక్కా యాత్ర చేసే ముస్లింలు అక్కడి పవిత్ర బావి జామ్ జామ్ నుండి నీటిని తెచ్చుకుంటారు. అలాగే క్రైస్తవులు జెరూసలేం యాత్ర చేసినప్పుడు అక్కడి నుండి కొబ్బరి నూనె ను తీర్థంగా తీసుకుని వస్తారు.

మనం ఒక తీర్థాన్ని, అక్కడి దేవాలయాన్ని దర్శించాలనుకున్నప్పుడు అక్కడికి ఉన్నటువంటి అన్ని రవాణా మార్గాల గురించి తెలుసుకోవాలి. దూర ప్రాంతాలలోని తీర్థాలకు యాత్రల కోసం అవకాశం ఉన్నంత వరకు రైలు ప్రయాణం ఎంపిక చేసుకుంటే మంచిది. ఏ తీర్థానికి ప్రయాణమైనా సరే, మొదట ఇంటి నుండి బయలుదేరేటప్పుడు ఇష్టదైవాన్ని పూజించి, శుభ సమయంలో ప్రయాణం ప్రారంభించాలి.

తీర్థం గురించి, ఆ తీర్థం విశిష్టత, చరిత్ర, దానికి దగ్గరలోని చూడదగ్గ ప్రదేశాల గురించి ముందుగా తెలుసుకుంటే అక్కడికి వెళ్లిన తర్వాత ప్రణాళికా బద్ధంగా యాత్రను ముగించవచ్చు.

యాత్రా స్థలానికి చేరుకున్న తర్వాత ముందుగా అక్కడ ఉన్న తీర్థంలో స్నానం చేసి, ఆ తర్వాతనే దేవాలయ దర్శనం చేసుకోవాలి. ప్రతి తీర్థం గురించి, క్షేత్రం గురించి ప్రజా బాహుళ్యంలో, అంతర్జాలం లో అందుబాటులో లేని ఎన్నో విషయాలు అక్కడి స్థానికులకు తెలిసి ఉంటాయి. అక్కడి ప్రజల జీవన విధానాలు, ఆచారాలు, సాంప్రదాయాలు నిశితంగా పరిశీలించడం ద్వారా తెలియని ఎన్నో విషయాలను తెలుసుకోవచ్చు.

దక్షిణ, ఉత్తర ప్రాంతాలలోని ఆయా దేవాలయాలలో కొన్ని ప్రత్యేక నియమాలు ఉంటాయి. అనేక ప్రధాన క్షేత్రలలో పురుషులు ప్యాంటు, పైన చొక్కాధరించి ఆలయ ప్రవేశం చేయలేరు. విధిగా లుంగీనో, లేదా పంచెనో ధరించాలి. ఏ ప్రాంతానికి వెళ్ళినా అక్కడి నియమాలను ముందే తెలుసుకోవడం మంచిది.

సంప్రదాయాలు, ఆచార వ్యవహారాలకు, అనుగుణంగా దేవాలయాలలో నడుచుకోవాలి. ఉత్తరాది అర్చకులకు, దక్షిణాది అర్చకులకు మంత్రోచ్చరణలోను, వస్త్రధారణలోను కొంత తేడా, మరికొంత పోలిక కనపడుతుంది. మనకు మంత్రాలు వచ్చినా కొత్త ప్రాంతాలలో మనసులోనే చదువుకోవడం మంచిది. పూజారులు సరిగ్గా ఉచ్చరించడం లేదంటే మనం ప్యాంటు, షర్టులతో ఉండి వాటిని చదవడం భావ్యంకాదు.

ఆధ్యాత్మిక యాత్రలకు అన్నిటి కంటే ముఖ్యం మనసు. ఆత్మశుద్ధితో, భక్తిప్రపత్తులతో దైవ సందర్శన చేసుకొంటే యాత్రఫలం సిద్ధిస్తుంది అని పెద్దలు చెబుతారు.

మీ

కాపెర్ల పవన్ కుమార్,

మొబైల్ : +91–9908300831.

★★★

"పచ్చని ప్రకృతిలో పరవశించిన క్షణం"

నామని సుజనాదేవి

పక్షుల కిలకిల రావాలు, పచ్చటి వృక్షాలు, కనువిందు చేసే దేవుడిచ్చిన వరమైన పచ్చటి కాలుష్యం లేని ప్రకృతి, అంతగా సూర్య కిరణాలు సోకని దట్టమైన అడవి,వాహనాల రణగొణ ధ్వనిలేని బాటలో ప్రయాణం, ఎక్కడి నుండి వస్తుందో తెలియని, కొండల మధ్యనుండి నిరంతర ప్రవాహంలా, అమృత వర్షిణిలా కురిసే కొబ్బరి నీళ్ళలాంటి స్వచ్ఛమైన తేటనైన, సర్వరోగ నివారిణి అయిన నీటి ధార, కొండలపై వెలసిన పదడుగుల ఎత్తున్న దేవుడి విగ్రహం, నిజమైన మనిషిలా చర్మంపై వెంట్రుకలు, ముట్టుకుంటే మెత్తగా ఉండడం, ఎక్కడి నుండి వస్తుందో తెలియని ద్రవం నాభి నుండి నిరంతరం రావడం...ఓహ్! తల్చుకుంటేనే ఏదో నేషనల్ జియోగ్రాఫిక్ ఛానల్లో, సాహసోపేతమైన సినిమానో చూస్తున్నట్లు, అద్భుతమైన అలనాటి నవల చదువుతున్నట్లు, ఊహాలోకంలోనో,అందమైన కలలోనో విహరిస్తున్నట్లు అనిపిస్తుంది కదూ!కాని ఇదివాస్తవం. మరెన్నో మహిమలు, వింతలూ గల ఆ ఊరిపేరు మల్లారు. ఆ దేవుడి పేరు నవ నారసింహులలో ఒకటైన ఉగ్ర నరసింహ స్వామిశ్రీ శ్రీ శ్రీహేమాచలేశ్వరుడు.

వేసవి సెలవులలోనో, పచ్చటి ప్రకృతిలో మమేకమై 'ఆకులో ఆకులా, పూవులో పూవులా, కొమ్మల్లో కొమ్మలా' పరవశించాలని, స్వచ్ఛమైన వాయు సమీరాలను ఆస్వాదించాలని, అలనాటి కొండలను,గుహలను చూడాలని, పిల్లలకు పరిచయం చేయాలని అనిపించనిది ఎవరికీ చెప్పండి? అప్పుడు మనకు స్ఫురించేది ఈ 'మల్లారు'.

వరంగల్ వాస్తవ్యురాలినైన నేను వరంగల్ నుండి మా బంధువులతో కల్సి, వరంగల్ ములుగు రోడ్ నుండి సొంత వాహనంలో మల్లారు వెళ్ళాను. పెళ్ళయి పదేళ్ళవుతున్నా పిల్లలు పుట్టలేదని బాధపడుతున్న మా బంధువుల అమ్మాయి దంపతులను తీసుకుని వెళ్ళాము. దాదాపు వంద కిలోమీటర్ల పైగా ప్రయాణం. చీకటితో బయలుదేరినందుకేమో, అడవి దారిలోకి కిలకిలారవాలతో, పచ్చటి ప్రకృతి ఆప్యాయంగా పలకరించింది. వాహనం కదులుతుంటే కదిలిపోతున్న వృక్ష రాజాలు కవాతు చేస్తున్న సైనికుల్లానే అనిపించాయి.

రోడ్డుపైన, తమదే రాజ్యం అన్నట్లు బారులు తీరిన వానరాల గుంపు వారి రాజ్యంలోకి, వినయంగా స్వాగతం పలుకుతున్న ఆత్మీయుల్లా అనిపించాయి. అక్కడ తినడానికి హోటల్స్ ఉండని ప్రదేశం అని ముందే తెలియడం వల్ల ఇంట్లో నుండే పులిహోరా, దద్దోజనం, చిరుతిళ్ళు, స్వామివారి అభిషేకానికి, నైవేద్యానికి పంచామృతాలు, పూలు, పళ్ళు, కొబ్బరికాయలు తీసుకుని వెళ్ళాం.

ఇక వివరాల్లోకి వెళితే...

ఉన్న ప్రదేశం:(ఎక్కడుంది? ఎలా వెళ్ళాలి?)

మల్లూరు హేమాచలేశ్వరుడిగా వెలసిన, ఎంతో ప్రసిద్ధి చెందిన ఈ ఉగ్ర నరసింహ స్వామి భద్రాచలం నుండి అనగా దక్షిణ భారతదేశంలోని ప్రసిద్ధ శ్రీ రామ మందిరంనుండి 90 కిలోమీటర్ల దూరంలో ఉంది. మరియు వరంగల్ నగరం నుండి 130 కిలోమీటర్ల దూరంలో ఉంది.

ఈ ఆలయం ఏటూరు నాగారం–భద్రాచలం హైవేలో ఉన్న మంగపేట గ్రామం నుండి అడవికి నాలుగు కిలోమీటర్ల దూరంలో ఉంది. ఇక్కడ స్వామి హేమాచల నరసింహ స్వామిగా వేల సంవత్సరాల నుంచి పూజలందుకుంటున్నాడు.

భద్రాచలం నుండి హనుమకొండకు (ఏటూరు నాగారం, మణుగూరుద్వారా) ఆర్టీసి బస్సులు ఉన్నాయి. ఇవి రహదారిపై మంగపేట వద్ద ఆగిపోతాయి. మంగపేట నుండి ఆలయానికి సొంత వాహనాలపై లేదా ఆటోల ద్వారా వెళ్ళవచ్చు.

ములుగు జిల్లాలోని మంగపేట మండలం మల్లూర్ గ్రామానికి నాలుగు కిలోమీటర్ల దూరంలో ఈ క్షేత్రం ఉంది. జిల్లా కేంద్రానికి 130 కిలోమీటర్ల దూరంలో గోదావరి నది తీర ప్రాంతంలో ఏటూరునాగారం – భద్రాచలం ప్రధాన రహదారిని ఆనుకొని ఈ క్షేత్రం ఉంది.

దూరం నుండి వచ్చేవారికి భోజనశాలలు కూడా లేనంత చిన్న గ్రామమైనా, దేవాలయం విశాలంగా ఉండి, కొండపై చాలా ఎత్తున దాదాపు నూటాయాభై మెట్ల పైన నిర్మించబడి ఉంటుంది. మెట్ల దారి గుండా వెళ్ళే తోవలోనే స్వామివారి గుడికి సమీపంలో రాతితో కూడిన ఉగ్ర అంజనేయ స్వామి విగ్రహం ఉంటుంది.

హేమాచల క్షేత్రంలోని చింతామణి జలపాతం (అక్కధార – చెల్లెధార) ను సర్వరోగనివారిణిగా పరిగణిస్తారు. కాశీ, గంగలో దొరికే జలాల కంటే ఇక్కడి జలాలు పవిత్రమైనవని నమ్ముతారు. వంద రోజుల పాటు ఈ జలాలు నిత్యం సేవిస్తే రోగాలన్ని నయమవుతాయట. ఇక్కడి జలపాతంలో స్నానం చేస్తే చర్మవ్యాధులు తగ్గుతాయని, సర్వ రోగ నివారిణి అని ప్రసిద్ధి. హేమాచల క్షేత్ర అడుగు భాగంలో చెట్ల బెరడుల మధ్య నుంచి వనమూలికలతో కూడిన జలపాతం యేడాది పొడవునా పారుతూనే ఉంటుంది. హేమాచల క్షేత్ర దర్శనం కోసం

ఎంతమంది ఎక్కువ భక్తులు వస్తే జలపాతం అంత వేగం పుంజుకుంటుంది. ఈ క్షేత్రం పై భక్తుల ఎక్కువ సంఖ్యలో రావడం వల్ల భూమి పై ఒత్తిడి పెరిగి అడుగు నుంచి జలాలు ఎక్కువగా ఉబికి వస్తాయని ప్రతీతి.

వెళ్ళగానే ఎవరైనా మొదట కాలినడకన వెళ్తే ఈ జలపాతానికే వెళతారు. అలాగే మేము వాహనం దిగగానే, కొండకు ఎడమ వైపు, మనకు కుడివైపు ఉన్న ఆ జలపాతానికి దారి తీసాం. ఆ జలధార ఆశ్చర్య పరచడమే కాదు, అక్కడి నుండి రాలేనంతగా ఆకర్షించింది. ఆ తీయటి నీళ్ళు అందరం కడుపు నిండా తాగి, తీసుకెళ్ళిన బాటిల్స్ లో నింపుకున్నాం. ఆకాశం నుండి కురిసిన వర్షం, ఆ వనమూలికలతో కూడిన చెట్లనుండి రావటం వల్లనేమో రుచిగా, తీయగా ఉన్నాయి.

శని, ఆది, సోమ వారాల్లో మాత్రమే స్వామికి అభిషేకం ఉంటుంది. ఆ అభిషేకం చేయడానికి, చూడడానికి చాలా మంది వస్తారు. టికెట్స్ తీసుకుని కూర్చున్నాం. కొండ మీద,లోపల గుహలాంటి గర్భాలయంలో ఉంది.అచ్చం మనిషిలా మెత్తగా, ఒంటిమీద రోమాలు కూడా కనబడేట్లు ఉన్న స్వామిని అభిషేకం జరుగుతున్నప్పుడు, దీపపు కాంతి వెలుతురులో పూజారి అన్ని అవయవాలను చూపెడుతూ, 'అచ్చం మానవ శరీరం వలె మెత్తగా ఉండటమే కాకుండా, ఛాతి మీద రోమాలు కూడా మీరు చూడవచ్చు. మూర్తిని ఎక్కడ నొక్కి చూసినా మెత్తగా మానవ శరీరం లాగా అనిపిస్తుంది. నాభి నుండి వస్తున్న ఈ ద్రవానికి అడ్డుగా పెట్టిన చందనం ను, అందరూ ప్రసాదంగా స్వీకరిస్తారు. ఈ ప్రసాదం సర్వ రోగ నివారిణి, ఈ పసుపు ముద్దలా ఉన్న గంధపు ప్రసాదాన్ని కొన్ని నియమాలతో సంతానం లేని భార్యాభర్తలు సేవిస్తే వారికి తప్పక సంతానం కలుగుతుందని భక్తుల ప్రగాఢ నమ్మకం' అంటూ చెప్పటం మరో విశేషం. ప్రక్కనే అమ్మవారి ఆలయం కూడా ఉంటుంది.

అంత ఎత్తు ఉన్న కొండ పై నుండి చూస్తుంటే, చుట్టూ ఉన్న అడవి చాలా అద్భుతంగా కనబడుతుంది. అలా చూస్తున్న మాకు, పక్కనున్న వారికి పూజారి చెబుతున్న మాటలు చెవిన బడ్డాయి. "హిరణ్యకశిపుడి ఆగడాలను అంతమొదించడానికి భక్త ప్రహ్లాదుడికి ముక్తిని ప్రసాదించడానికి, శ్రీ మహావిష్ణువుఎత్తిన అవతారమే నరసింహావతారం. ఆ నరసింహ స్వామి తన ఉనికిని చాటుకోవడం కోసం ఎన్నో దేవాలయాలలో అవతరించాడు. అలాంటి పుణ్యక్షేత్రాలు, తెలుగు రాష్ట్రాలలో తొమ్మిది ఉన్నాయి. ఈ తొమ్మిది క్షేత్రాలను' నవ నారసింహ క్షేత్రాలు' అని పిలుస్తారు. ఈ 9 క్షేత్రాలలో మొట్టమొదటి దానిగా ఎంతో ప్రసిద్ధి చెందిన మల్లూరు హేమాచల లక్ష్మీనరసింహస్వామి నే పేర్కొంటారు. మల్లూరు గ్రామానికి నాలుగు కిలోమీటర్ల దూరంలో ఉన్న ఈ ఆలయం హేమాచలం అనే కొండ మీద వెలసింది.

ఆరవ శతాబ్దానికి పూర్వం నుంచే ఈ క్షేత్రం ఉన్నట్లు చరిత్రకారులు చెబుతున్నారు. ఈ ఆలయం చిన్న చోళ చక్రవర్తుల కాలం నాటిదని చెబుతారు. ఈ క్షేత్రమంతా అర్ధచంద్రాకారంలో ఉంటుంది. ఇక్కడి లక్ష్మీనర్సింహస్వామి స్వయంభూగా వెలిశాడట. శాతవాహన శకం ప్రభువు

దిలీపకర్ణి మహారాజుకు స్వామివారు సాక్షాత్కరించి గుహ అంతర్భాగంలో ఉన్నానని సెలవిచ్చినారట. మహారాజు 76 వేల సైనికులతో అక్కడ తవ్విస్తుండగా స్వామివారికి గుణపం నాభిలోకి గుచ్చుకుంది. ఆ నాభి నుంచే ప్రస్తుతం ద్రవం వెలువడుతున్నది. ఈ ద్రవం సేవిస్తే సంతాన భాగ్యం కలుగుతుందని నమ్మకం. దీన్నే నాభి చందనంగా పిలుస్తున్నారు. ఇక్కడ లక్ష్మీనరసింహస్వామి మానవ శరీర ఆకృతిలో అతి సున్నితంగా ఉంటారు. స్వామివారికి ఆదిలక్ష్మీ, చెంచలక్ష్మీ అను ఇద్దరు భార్యలు ఉన్నారు. క్షేత్రపాలకునిగా పంచముఖాంజనేయ స్వామి, శిఖాంజనేయ స్వాములున్నారు. క్షేత్రానికి పశ్చిమాన వేణుగోపాలస్వామి, తూర్పు భాగంలో కోనేరు, దక్షిణాన నారా నర్సింహ క్షేత్రాలు ఉన్నాయి" ఆయన చెప్పిన విశేషాలు విని ముందుకు కదిలాం.

చరిత్ర:

హేమాచల క్షేత్రాన్ని దర్శించిన రాణి రుద్రమదేవి–

మల్లూరు హేమాచల క్షేత్రాన్ని కాకతీయ రాణి రుద్రమదేవి సందర్శించడమే కాక ఇక్కడ ఉన్న జలపాతానికి 'చింతామణి' అని నామకరణం చేసినట్లు చరిత్రకారులు చెబుతున్నారు. ఓరుగల్లు రాజధానిగా పరిపాలనను సాగించిన కాకతీయ రాజుల ఏలుబడిలోనే ఈ హేమాచల క్షేత్ర ప్రాంతం ఉండేది. ఈ హేమాచల క్షేత్రం పై గోన గన్నారెడ్డి నేతృత్వంలో సైనిక స్థావరం నిర్వహించినట్లు ఆనవాళ్లు ఉన్నాయి. గుట్ట శిఖరం పై కాకతీయ రాజులు.. కోనేరు, అర్ధ మండపం, గుర్రపు శాలలు, రాక్షస గుహలు నిర్మించి శత్రు రాజ్యాలతో యుద్ధం చేయడానికి ఇక్కడ వ్యూహ రచనలు చేసేవారని చెబుతారు.

గోదావరికి కేవలం కోసెడు దూరంలో ఉన్న ఈ క్షేత్ర శిఖరం నుంచి గోదావరి అవతలి వైపు నుంచి కాకతీయ రాజ్యం వైపు దూసుకొచ్చే శత్రు సైన్యాలను గుర్తించడానికి దర్పణం ద్వారా వీక్షించే వారని తెలుస్తుంది. శత్రు రాజ్యాలతో జరిగే యుద్ధకాలంలో రక్షణ కోసం రాణి రుద్రమదేవి సహా ప్రధాన సైనికాధిపతులు ఇక్కడ కోటలో విడిది చేసేవారట.

17వ శతాబ్దంలో గజనీమహమ్మద్ రాక కాకతీయుల పాలన అంతమైన తర్వాత ముస్లిం రాజుల దండయాత్రలు పెరిగిన క్రమంలో 17వ శతాబ్దంలో గజనీ మహ్మద్ ఈ ఆలయాన్ని దర్శించినట్లు చరిత్రకారులు చెబుతున్నారు. వెయ్యి స్తంభాల గుడి, రామప్ప, కాకతీయుల కోట గుళ్ల లాంటి దేవాలయాలను ధ్వంసం చేసిన గజనీ మహ్మద్ సైన్యాలు హేమాచల క్షేత్రాన్ని మాత్రం ముట్టుకోలేదు. పైగా బంగారు బిస్కెట్లు ఆలయానికి కానుకలుగా సమర్పించినట్లు చెబుతారు. ముస్లింలు పవిత్రంగా భావించే అర్ధ చంద్ర ఆకారమైన నెల వంకను ఈ క్షేత్రం పోలి ఉండడమే ఇందుకు కారణం కావచ్చు.

ఈ క్షేత్రంలో ఏటా వైశాఖ శుద్ధ పౌర్ణమికి స్వామివారికి అత్యంత ఘనంగా బ్రహ్మోత్సవాలను నిర్వహిస్తారు. ఈ ఆలయానికి సుమారు రెండు కిలోమీటర్లు దూరంలో దట్టమైన అడవిలో శిఖాంజనేయస్వామి మందిరం ఉంది. ఇది అతి పురాతనమైనది. స్వామివారి మూర్తి ఏ కాలంనాటిదని చెప్పడానికి ఇతమిద్దమైన ఆధారాలు లేకపోయినప్పటికీ హేమాచల నరసింహస్వామి మూర్తి కాలంనాటిదిగా చెబుతారు.

హిమాలయాల్లో మాదిరిగానే ఈ హేమాచల క్షేత్రం ప్రకృతి వైద్యానికి, వనమూలికలకు పెట్టింది పేరు. పూర్వకాలంలో మునులు, ఋషులు ఈ క్షేత్రం పై తపస్సు చేసినట్లు చరిత్రకారులు చెబుతున్నారు.

ఇలా అన్ని విశేషాలు తెలుసుకుని అక్కడి పూజారి చేతి గుండా స్వామివారి గంధపు ముద్దను ఆ దంపతులకు ఇప్పించి, మరోసారి ఆ స్వామికి మొక్కుకుని బయటకు వచ్చాం. ఎక్కడ చూసినా వానర సమూహమే! స్వామీ వారి ఆలయం దగ్గర కూడా అవే! అయినా ఉండవా మరి! అడవి మధ్యలో ఉంది ఆలయం. వాటి స్థావరం లోకి మనం చొచ్చుకుని వస్తే, వాటికి కావాల్సిన పండ్లున్న చెట్లను కొట్టేసి నిర్మాణాలు చేస్తుంటే వాటికి కోపం రాదా మరి? అందుకే మేము తింటుంటే అవి సహపంక్తి భోజనానికి వచ్చాయి. వాటికీ వడ్డించాము.

మొత్తానికి అక్కడే విశాలమైన ఆలయ ప్రాంగణం లో కూర్చుని తినేసి బయలుదేరాం.

సరిగ్గా ఇది జరిగిన ఏడాదికి, టెస్ట్ ట్యూబ్ బేబీ కి కూడా లక్షలు ఖర్చుపెట్టి విఫలమైన ఆ దంపతులకు పండంటి మగ బిడ్డ పుట్టాడు. ఆయన పేరు కలిసేలా పేరు పెట్టిన బిడ్డతో మరోసారి అక్కడికి వెళ్ళామని మీరు ఊహించే ఉంటారు కదా! మరి అంత మహిమ గల దేవుడు ఆ స్వామి! ఇంతకీ దంపతుల నియమాలు ఏమిటి? అంటారా? అవి అక్కడ పూజారి చెబితేనే బావుంటుంది కదూ! మరింకెందుకు ఆలస్యం? వెంటనే మీ పిల్లలతో ప్రకృతిలో పరవశించడానికి విహారయాత్రకు బయలుదేరండి! ఈ సారి మీ ట్రిప్ లో మల్లారును మర్చిపోకండి.

–మీ

నామని సుజనాదేవి

★★★

- PUBLISH YOUR BOOK AS YOUR OWN PUBLISHER.

- PAPERBACK & E-BOOK SELF-PUBLISHING

- SUPPORT PRINT ON-DEMAND.

- YOUR PRINTED BOOKS AVAILABLE AROUND THE WORLD.

- EASY TO MANAGE YOUR BOOK'S LOGISTICS AND TRACK YOUR REPORTING.

9 788196 383565